ஊழிற்பெருவலி

ஊழிற்பெருவலி

ஜெயராமன் ரகுநாதன்

எழுத்து
பிரசுரம்

Title: Oozhirperuvali
Author's Name: Jayaraman Raghunathan

Published by Ezutthu Prachuram

Ezutthu Prachuram
(An imprint of Zero Degree Publishing)
No. 55(7), R Block, 6th Avenue,
Anna Nagar,
Chennai - 600 040

Website: www.zerodegreepublishing.com
E Mail id: zerodegreepublishing@gmail.com
Phone : 89250 61999

Ezutthu Prachuram First Edition: December 2023
ISBN: 978-93-95511-93-3
TITLE NO EP: 476

Cover Design & Layout: Vijayan, Creative Studio

பொருளடக்கம்

முன்னுரை

சமீபத்தில் வில்லியம் டால்ரிம்பிள் எழுதிய *The Anarchy: The Relentless Rise of the East India Company,* என்னும் புத்தகத்தில் முகலாய சாம்ராஜ்யத்தின் அழிவும் உள்ளூர் அரசுகளின் ஆதிக்கமும் உயர்ந்துகொண்டிருந்த 18ஆம் நூற்றாண்டின் பிற்பகுதியில் ஆங்கிலக் கிழக்கிந்திய கம்பெனி எப்படி வியக்கத்தக்க வகையில் தம் வீச்சைப் பெருக்கி கிட்டத்தட்ட முழு பாரதத்தையும் தங்களின் அதிகாரத்துக்குக் கொண்டு வந்தார்கள் என்பது பற்றி எழுதியிருக்கிறார்.

கிழக்கிந்தியக் கம்பெனி என்னும் வர்த்தக நிறுவனத்தின் மூலம் உள்ளே நுழைந்து 1858க்குப் பின்னால் இந்தியாவின் ஆட்சியையே பிடித்த பிரிட்டிஷ்காரர்கள் இங்கு ஏற்படுத்திய தாக்கங்கள் இன்றளவும் உயிர்ப்போடு பல இடங்களில் இருக்கின்றன. அவர்களின் உந்துதலால் நம் ஊர் ஆசாமிகளும் கால்சராய் ட்வீட் சட்டை போட்டுக்கொண்டு சிகரட்டுக்களை டின் டின்னாக ஊதி தம்மையும் ஆங்கிலேயனாகக்கருதி செய்த அட்டூழியங்களும் கணக்கிடலங்கா. நம் ஆசாமிகளையே போலீஸ்காரனாக்கி நம் சுதந்திரப் போராட்ட வீரர்களைத் தாக்கச்செய்த பிரிட்டிஷ் அரசாங்கத்தின் குயுக்தி ஆதிக்கத்தில் பலியானவர்களும் பாதிக்கப்பட்டவர்களும் எத்தனை எத்தனை!

ஒரு சரித்திரச் சம்பவத்துக்கும் அதன் பின்னணியில் நடக்கும் நிகழ்ச்சிகளுக்கும் ஏதாவது ஒரு சாட்சி இருக்கத்தான் செய்கிறது. சாட்சி என்பது நம்மைப்போல ஒரு மனிதப்பிறவியாக இருக்க வேண்டும் என்ற நியதி இல்லையே. அந்த சாட்சி காலங்காலமாக வானில் ஒளிரும் சந்திரனாகவோ நட்சத்திரப் பட்டாளமாகவோ அல்லது ஏன் பட்டப்பகல் சூரியனாகவோ கூட இருக்கலாம். ஆனால் இங்கே நாம் பார்க்கப்போவது ஒரு சரக்குக்கப்பல். ஸ்டீம் ஷிப் குறிஞ்சி என்னும் அந்தக் கப்பல் ஆயிரத்துத் தொள்ளாயிரத்து நாற்பத்து மூன்றில் சலனமின்றிப் பார்த்த சம்பவத்தின் தொடர்ச்சியை மீண்டும் 26 வருடங்களுக்குப் பிறகும் பார்க்க நேரும் கதைதான் இந்த 'ஊழிற்பெருவலி.'

சரித்திரமே கதையாக இருக்கும்போது கதை என்று எழுதுவது எதை?

முன்னாளில் நடந்த சம்பவங்களை வேறொரு கால கட்டத்தில் எழுதும்போது கற்பனையும் சேர்ந்துவிடுகிறது என்பதைத் தவிர்க்கவே முடியாது. மரண சர்ட்டிஃபிகேட் மட்டும்தான் கற்பனையே இல்லாத எழுத்து என்று சொல்லிவிடலாம்.

சில ஜப்பானிய விமானங்கள் நம் சென்னைத் துறைமுகத்தில் குண்டுகள் வீசிப் பறந்து சென்றது ஒரு நிகழ்ச்சி. அன்றைய அரசாங்க மொழியில் 'மிகச் சொல்ப சேதங்களே' ஏற்பட்டன என்பதுதான். ஆனால் அந்தச் சேதங்கள் சிலரது வாழ்க்கையில் ஏற்படுத்திய பாதிப்புகள்...?

மற்றபடி 2016 டிசம்பர் பதினொன்றாம் தேதி தொடங்கி அதே நாளில் முடியும் இந்த நாவலில் வரும் சில சரித்திரச் சம்பவங்களைத் தவிர மற்ற சம்பவங்கள் கதாபாத்திரங்கள் நிஜமா கற்பனையா என்றெல்லாம் கவலையுறாமல் படியுங்களேன்!

டிசம்பர், 11, 2016

அந்த 2016ஆம் வருடம் டிசம்பர் மாதம் பதினொராம் தேதி, ஞாயிற்றுக்கிழமை, பிரதோஷ தினம்.

வெகு சமீபத்தில்தான் முன்னாள் முதல்வர் இறந்து சென்னை மாநகரமே அல்லோலகல்லோலப்பட்டு முடிந்து சகஜ நிலைமைக்கு திரும்பிக்கொண்டிருந்தது. டீவிக்களும் பத்திரிகைகளும் அவரின் இறப்புச்செய்தியை மட்டுமே பேசிக்கொண்டிருக்க, இங்கே மாதவபுரத்தில் நாயர் மெஸ் அமைதியாக இயங்கிக்கொண்டிருந்தது. அதிக பரபரப்பில்லாமல் சிலர் வந்து சாப்பிட்டுவிட்டு போய்க்கொண்டிருந்தனர்.

மைலாப்பூர் முண்டகக்கண்ணி அம்மன் கோவிலைத் தாண்டி சற்று தூரத்தில் பெரிய கோட்டைக்கு இருப்பது போல வாயில் இருக்குமே அந்த வலது பக்கத்தில் நுழைந்தால் இருப்பதுதான் மாதவபுரம். அந்தத் தெருவின் வலப்பக்கம் முழுக்க மாதவப்பெருமாள் கோவில் மதில் சுவர் நீண்டு சென்று எதிரே இன்னொரு அக்ரஹாரத் தெருவில் முடியும். மாதவபுரத்தில் பேர் பெற்ற விஷயங்கள் அதிகம் கிடையாது. தோரண வாயிலுக்கு இடது புறம் நாலு வீடுகள் தாண்டினால் ஒரு சின்ன தனி வீடு, புதுப்பிக்கப்படாமல் பழையதாகவே இருக்கும். அதன் வாசலில் ஒரு சின்ன ஹோட்டல் என்றும் டீக் கடை என்றும் சொல்ல முடியாத இரண்டுங்கெட்டான் சமாச்சாரமாக ஒரு சாப்பாட்டுக்கடை. அதன் நெற்றியில் எப்போதோ எழுதி இன்று

கலர் மங்கிப்போய் பெயிண்ட் கூட உதிர்ந்த நிலையில் போர்டு "நாயர் மெஸ்" என்னும் எழுத்துக்கள், மிளிரவெல்லாம் செய்யாது, மங்கலாகத் தெரியும், அவ்வளவுதான்.

"குழப்பந்தான் போ! அடுத்த முதல்வர் யாருன்னு இப்பவே சண்டை சச்சரவெல்லாம் தொடங்கிடுச்சு போல இருக்கே?"

"வேற யாருங்க வரமுடியும்! அந்தம்மாதான் வந்துரும் பாருங்க!"

"சட்டுனு சாப்பிட்டு கெளம்புங்கப்பா! சும்மா அரசியல் பேசாதீங்க!"

"என்னப்பா நீயி வெரட்டறியே? இத்தினிக்கும் அஞ்சாம் தேதி கூட நீ கடையத்தொறந்து வெச்சிருந்தியே?"

"தெரியுங்க! என்ன பண்றது, நம்ம கடைய நம்பி நெறைய பேர் மாசக்கணக்குல சாப்பிடறாய்ங்க! அவங்களுக்கு ஒண்ணும் கிடைக்கலேன்னா தப்பு இல்லையா?"

"சரி சரி! சட்டுன்னு ஒரு வெங்காய தோசை போட்டு சாம்பார ஊத்து! சூடா டிகாஷன் தூக்கலா ஒரு காபி! நா வாய்ல அள்ளிப்போட்டுக் கெளம்பறேன்!"

கடைக்குப் பின்புறம் வெராண்டா. அதில் ஒரு ஈஸி சேர். காரை படிந்த சுவர்கள். யார் யாரோ ஏதேதோ எழுதின சுவரில் மஞ்சள் பெயர்ந்து சுண்ணாம்பு தெரிந்தது. இப்போது வெராண்டா கதவு திறக்க ஒரு பெரியவர் மெல்ல வெளியே வந்தார். சுற்று முற்றும் பார்த்தார். ராஜாஜி டைப் கை வைத்த வெள்ளை பனியனும் மஞ்சளோடிய வெள்ளை வேஷ்டியும் அணிந்திருந்தார். கழுத்தில் கறுப்புக்கயிறு. சற்றே இடுங்கிய கண்கள். அசைந்து நடந்தவர் அப்படியே ஈஸி சேரில் விழுவது போலச் சாய்ந்து உட்கார்ந்தார்.

"அம்மா! ஹப்பா!"

ஆயாசக்குரல் கேட்டு மெஸ்ஸில் காபி ஆற்றிக்கொண்டிருந்தவன் குரல் கொடுத்தான்.

"மொதலாளி! என்ன லேட் இன்னிக்கு?"

"ராவெல்லாம் தூக்கமே இல்லைடா! மதியம் சாப்பிட்ட பொறவு அசந்தேன். அப்படியே தூங்கிட்டேன். மணி என்னடா இப்ப?"

"அஞ்சரை ஆச்சுங்க! ஆமா, சூடா ஒரு வெங்காய தோசை போட்டுமா?"

“ம்ஹுூம்! வாண்டாம்! அரை கப் காப்பி குடுரா! அது போறும்! மணி ஏழடிக்கட்டும்! தோசை சாப்பிடறேன்!”

காபியை வாங்கி கை நடுங்க ஆற்றிக் கொஞ்சம் கொஞ்சமாகக் குடித்தார். லொட்டென்று டவரா டம்ளரை கீழே வைத்துவிட்டு ஈஸி சேரில் நன்றாகச் சாய்ந்து கொண்டு கண்களை மூடிக்கொண்டார்.

எதிரே கோவிலில் ஏதோ உபன்யாசம் லவுட் ஸ்பீக்கரில் போட்டார்கள். இன்று உபன்யாசமெல்லாம் நடக்கவில்லை. பிரதோஷத்துக்காக ஏற்கெனவே ரிகார்ட் செய்திருந்த உபன்யாசம் போடப்பட்டது.

பௌராணிகரின் குரல் கணீரெனக் கேட்டது.

“பகவான் கீதையில என்ன சொல்றார்?

வாழ்க்கையில எதுவுமே காரண காரியம் இல்லாம நடக்கறதில்ல. எல்லா நிகழ்ச்சிகளுக்கும் காரணம் உண்டு. ஆனா எல்லாத்தையும் நாம கேள்வி கேட்டுண்டு இருந்தா பதில் கிடைச்சுடுமா? வாழ்க்கையோட தத்துவம் புரிஞ்சுடுமா?

ஒண்ணு சொல்றேன் கேட்டுக்குங்கோ! வாழ்க்கைங்கறது அபத்தங்கள் நிறைஞ்சது. எதிர்பார்த்தோம்னா நடக்கறதே இல்லை. ஆனா எதிரே பார்க்காம சில விஷயங்கள் நடந்துடும். இதில தர்ம, ஞாயம், நீதி அப்பறம் விதி, சிரிக்காதீங்க, ஆமாம் விதிகூடத்தான், எல்லாம் நாம நம்மளோட சொந்த விருப்பு வெறுப்புகளின்படியே புரிஞ்சுக்கறோம்! இந்தக் கண்ணாடிச் சிதறல் மாதிரியான நம்ம எண்ணங்களை வெச்சு நம்ம முகம் தெரியும்படியே நாம உணர்ந்துக்கறோம்.

இதுல எது சரி, எது தப்பு? எல்லா தப்பும் தண்டிக்கப்படறதா? நல்லதயே செஞ்சவங்க எப்போதும் நல்லவங்கதானா? ஒண்ணுமே அறியாத அப்பாவிங்க, வாழ்க்கையோட கோரத் தாண்டவத்துல சிக்கி சீரழிஞ்சுடறதில்லையா?

இது மாதிரி எத்தனையோ கேள்விகளுக்கு வாழ்க்கையில பதில் இருக்கா? பெரியவர் கண்களை மூடி பேச்சில் லயித்தார். அவரது மனசு எங்கோ பறந்தது.

சம்பவம் ஒன்று
1943

அந்த சுபானு புரட்டாசி மாதம் இருவத்தைந்தாம் தேதி, அக்டோபர் பதினொன்று, 1943ஆம் வருஷம் பவுர்ணமிக்கு இரண்டு நாள் முந்தைய திங்கள் கிழமை, தண்ணிலவு பிரகாசிக்கும் வானின் கீழ் மெட்ராஸ் துறைமுகத்தில் ஜப்பானிய விமானங்கள் பறந்து வந்து குண்டு வீசின.

ஆம், மெட்ராஸில்தான்!

1914ஆம் ஆண்டில் எம்டன் கப்பல் வீசிய குண்டைப்பற்றியே பேசிக்கொண்டிருந்த மெட்ராஸ்வாசிகளுக்கு அடுத்து பேச ஒரு சந்தர்ப்பமாக இரண்டாம் உலகப்போரின் தொடுகையாக அந்த வருடம் மெட்ராஸ் துறைமுகத்தில் குண்டுகள் விழுந்தன.

ஐந்தாம் வகுப்பு சரித்திரப் பாடப்புத்தகத்தில் பார்த்திருப்போமே, தலையில் பெரிய டோப்பாவோடு கழுத்துப்பட்டையில் ஃப்ரில் வைத்துத் தைத்த கோட்டுடன் மினுமினுக்கும் கண்களுடன் ஒரு வெள்ளைக்கார துரை, ஆம், வாரன் ஹேஸ்டிங்ஸ், அவரேதான், நம் சென்னைத்துறைமுகத்துக்கு முதல் முதலில் விதை போட்டவர்.

அவர் 1769இல் மெட்ராசுக்கு ஒரு கப்பல் துறை வேண்டும் என்பதன் அவசியத்தைப்பற்றி பேசியிருந்தார். இங்கிலாந்தில் உள்ள மார்கேட் என்னும் இடத்தைப்போல தண்ணீரின் அடியில்

அமைந்த தளவாடத்துடன் கூடிய ஒரு துறைக்கான ஒரு மிக நல்ல திட்டத்தை லண்டனிலிருந்து தருவித்தார். ஆனால் அதற்குள் ஹேஸ்டிங்க்ஸின் அபார சேவையினால் அவருக்கு கவர்னர் ஜெனெரலாக உத்தியோக முன்னேற்றம் ஏற்பட்டு ஆசாமி கல்கத்தாவுக்குப் போய்விடவே, அந்தத் திட்டம் கிடப்பில் போடப்பட்டது.

இதற்குக் கிட்டத்தட்ட முப்பது ஆண்டுகளுக்குப் பிறகு காப்டன் லென்னன் என்னும் எஞ்சினீயரிங் விற்பன்னர் ஒருவர் மாய்ந்து மாய்ந்து ஐம்பது பக்கங்களுக்கு ஒரு மெமோவை அனுப்பினார். அதில் மெட்ராஸில் கப்பல் துறை மட்டுமின்றி மூடிய ஹார்பரும் தேவை என்று எழுதி லண்டன் நிர்வாகிகளுக்கு அனுப்பி வைத்தார். நூறடிக்கிணற்றில் போடப்பட்ட கல்லாக அந்தத் திட்டமும் மடிந்து போனது.

அப்போதைய மெட்ராஸின் வியாபாரிகள் ஒன்று சேர்ந்த குழுவாக இருந்த மெட்ராஸ் சேம்பர் தம் சொந்தச் செலவில் ஒரு ஃப்ரெஞ்சு எஞ்சினீயரைப்பிடித்து ஆய்வு செய்யச் சொன்னார்கள். அவரும் என்னென்னவோ கணக்கெல்லாம் போட்டு ஒரு பிளான் தர, அதன் தாக்கத்தில் சேம்பர் தங்களின் சந்தாதாரர்களின் உதவியோடு ஒரு கப்பல்துறைக் கம்பெனி தொடங்கி அதன் மூலம் சின்னதாக பரிசோதனை முயற்சியாய் ஒரு கப்பல் துறையைக் கட்டலாமே என்று கிழக்கிந்தியக் கம்பெனிக்கு பரிந்துரை செய்தது.

இந்தச் சமயத்தில்தான் சிப்பாய்க்கலகம் வெடிக்க, அதன் கலாட்டாவில் மேதகு பிரிட்டிஷ் அரசு கிழக்கிந்தியக் கம்பெனிக்கு கல்தா கொடுத்து இந்தியாவின் ஆட்சிப் பொறுப்பை தானே ஏற்றுக்கொண்டது. புதிய அரசு நிர்வாகம் இந்தத் துறைமுக ஐடியாவை ஒப்புக்கொண்டது ஒரு அதிசயம். 1859ஆம் வருஷம் கவர்னர் சர் சார்ல்ஸ் ட்ரெவெல்யான் கையில் ஒரு சுத்தியுடன் முதல் இரும்புத்துண்டை தலையில் தட்டி கப்பல் துறை வேலையைத் தொடங்கி வைத்தார்.

ஆனால் கட்டுமானத் தளவாடங்கள் கொண்டு வந்த கப்பல்கள் மெட்ராசுக்கு வருமுன்னர் அடிபட்டு சிக்கிச் சீரழிந்து பாதித் தளவாடங்கள் கடலில் விழுந்தமையால் வேலை ஆமை வேகந்தான்! இந்த லட்சணத்தில் முக்கி முனகி வேலை பார்த்த இரண்டு வருடங்களில் கடைசியில் மிஞ்சினது 100 அடி நீளம் 40 அடியே

அகலம் கொண்டு, நாலே வரிசைத் துறைகள். போறாததற்கு கட்டுமானமும் அடாசாகத்தான் இருந்தது.

ஆகவே மசூலா படகுகள்தாம் கப்பல் வரை போய் சரக்குகளைக்கொண்டு வர வேண்டியதிருந்தது.

1868ஆம் ஆண்டில் அடித்த புயலின் காரணமாக அங்கே இருந்த ஒரு மரக்கலம் நகர்ந்து இன்னொரு மரக்கலத்துடன் மோத, இரண்டும் புயல் காற்றில் அல்லாடி முன்னே நகர்ந்து கப்பல் துறை வரிசைகளுக்கு இடையிலே புகுந்து அவற்றை உடைத்து, ரகளைதான்! அடுத்த அடி இன்னும் நாலே ஆண்டுகளில் விழுந்தது. மாபெரும் புயல் அடித்த 1872இல் பத்து மரக்கலங்கள். ஒன்பது கப்பல்கள், இன்னும் பல படகுகள் நொறுங்கிப்போனதோடு 19 பேர் உயிரிழக்கவும் செய்தனர்.

வேறு வழியே இல்லாமல் இந்தச் சின்னக் கப்பல்துறை அடுத்த 18 மாதங்களுக்கு மூடப்பட்டுவிட்டது.

இந்த அக்கப்போர்களுக்கெல்லாம் பிறகு பலரது பெரு முயற்சியினால் மெட்ராஸ் துறைமுகம் இன்னும் இன்னும் பற்பல சங்கடங்களையெல்லாம் கடந்து ஒரு வழியாக 1895ஆம் வருடம் கட்டப்பெற்று முடிந்தது என்று மெட்ராஸ் சரித்திரம் சொல்லுகிறது.

இந்தத் துறைமுகத்தில்தான் 1943ஆம் ஆண்டு அக்டோபர் மாதம் 11ஆம் தேதி இரவு ஜப்பானியர்கள் குண்டு வீசினர்.

சம்பவம் இரண்டு
1969

ஆயிரத்துத் தொள்ளாயிரத்து அறுபத்தொன்பதாம் ஆண்டு ஆட்சியில் அமர்ந்த அறிஞர் அண்ணவுக்கு புற்றுநோய் தாக்கியது. அதன் தாக்கம் கொஞ்ச நாளில் அதிகரிக்க, மேற்சிகிச்சைக்காக அமெரிக்கா பயணப்பட்டார். அங்கு நடந்த சிகிச்சையில் தற்காலிகமாக நோயிலிருந்து மீண்டு தமிழகம் திரும்பியவர் மீண்டும் நோய்வாய்ப்பட்டார்.

1969 ஜனவரி *31*ஆம் தேதி அண்ணாவுக்கு மூச்சுத்திணறல் உண்டாகி, மூச்சு விட இயலாத நிலை ஏற்பட்டது. அதனால் இதயத்துடிப்பு நின்றுவிட்டது. உடனே, அவருக்கு செயற்கை முறையில் மூச்சு வரும்படி செய்தார்கள். அதைத் தொடர்ந்து, அவருக்கு மீண்டும் இதயத் துடிப்பு ஏற்பட்டது. நாடித் துடிப்பும், ரத்த அழுத்தமும் மீண்டும் பழைய நிலையை அடைந்தன. எனினும் உணர்வு முழு அளவில் திரும்பவில்லை. அண்ணாவின் கழுத்துக்கு அருகே மூச்சுக்குழாயில் டாக்டர்கள் ஒரு துளை போட்டு, அதில் குழாய் ஒன்றை அமைத்தனர். அந்தக் குழாய் மூலம் அண்ணா சுவாசிக்கத் தொடங்கவே, ஒரு நிமிடம் நின்று போயிருந்த இதயம் மீண்டும் இயங்கத் தொடங்கியது என்று டாக்டர்கள் தெரிவித்தனர்.

அடுத்த நாள் காலையில், அண்ணாவின் உடல் நிலையில் சற்று முன்னேற்றம் காணப்பட்டது. அதனால் டாக்டர்களும், அமைச்சர்களும் மகிழ்ச்சியுடன் காணப்பட்டனர். ஆனால் ஞாயிற்றுக்கிழமை ஃபிப்ரவரி இரண்டாம் தேதி இரவு அண்ணாதுரையின் உடல் நிலை மிகவும் மோசம் அடைந்தது. டாக்டர்கள் தீவிர சிகிச்சை அளித்தும் பயன் இன்றி நாடித்துடிப்பு திடீர் என்று அதிகரித்து நள்ளிரவு 12.20 மணிக்கு (அதாவது 3 ஆம் தேதி) அவர் உயிர் பிரிந்தது.

அண்ணா இறுதி ஊர்வலத்தில் பங்கு கொள்ள தமிழ்நாடு முழுவதும் இருந்து பல்லாயிரக்கணக்கான பேர், ரெயில்களிலும், பஸ்களிலும் சென்னைக்கு விரைந்தனர். மதுரையில் இருந்து சென்னைக்குப் புறப்பட்ட ஜனதா எக்ஸ்பிரசில், கூட்டம் அலைமோதியது. ரெயில் பெட்டிகளில் இடம் இல்லாததால், பலர் ரெயில் பெட்டிகளின் கூரை மீது உட்கார்ந்து கொண்டனர். வல்லம்படுகை என்ற இடத்தில், ஒரு ஆற்றுப்பாலம் இருந்ததை அவர்கள் கவனிக்கவில்லை. அந்தப் பாலத்துக்குள் ரெயில் நுழைந்தபோது உச்சி மீதும், படிக்கட்டுகளிலும், தொத்திக்கொண்டும் இருந்தவர்கள் இரும்புச் சட்டங்களில் பயங்கரமாக மோதி நசுங்கினார்கள். வேறு சிலர் பயந்து போய் ஆற்றில் குதித்தார்கள். இந்த விபத்தில் அந்த இடத்திலேயே 24 பேர் பலியானார்கள். 48 பேர் காயம் அடைந்தார்கள்.

அடுத்த நாள் சென்னையில் அண்ணாதுரையின் இறுதி ஊர்வலத்தில் கலந்துகொண்டவர்களின் எண்ணிக்கை ஒண்ணரைக் கோடிக்கும் அதிகம் என்று பத்திரிகைகள் தெரிவித்தன.

1943 வரை
நாகநாத முதலியார்

“எங்க பாட்டனாருக்கு பால்ய சினேகிதந்தான் சிதம்பரம்! ரெண்டு பேரும் அடா புடான்னு பேசிப்பாங்க!”

நாகநாத முதலியார் சர்வ சாதாரணமாகச் சொல்லும் இந்தச் சிதம்பரம் நாமெல்லாம் நன்கு அறிந்த வ உ சி என்பது நமக்குத் தெரிவதற்காக அவரே தொடருவார்.

“நீங்கள்ளாம் அவனை வ உ சின்னுவீங்க! எங்க தாத்தனுக்கு அவன் சிதம்பரந்தேன்!”

நாகநாத முதலியார் சொல்லுவதை நாம் கொஞ்சம் மரியாதையாகக் கேட்போம். ஏனென்றால் அவருமே ஒரு கப்பலை வைத்துக்கொண்டு வியாபாரம் செய்பவர்தான். ‘திக்கெல்லாம் புகழுறும் திருநெல்வேலி’ எனச் சம்பந்தரும், ‘தண் பொருநைப் புனல்நாடு’ எனச் சேக்கிழாரும், ‘பொன்திணிந்த புனல் பெருகும் பொருநைத் திருநதி’ என்று கம்பரும் பாடிய திருநெல்வேலியில் கோபால சமுத்திரத்திற்கும் களக்காட்டிற்கும் இடைப்பட்ட குளத்தூர் ஜமீனுக்கு அடுத்த ஜமீன் நாகநாத முதலியாரின் தாத்தாவுடையது. ஜமீன் பேரெல்லாம் இப்போது சொன்னால் வில்லங்கமாகப்போகும் என்பதால் விட்டுவிடுவோம். தாத்தாவுக்குமே நாகநாத முதலின்னு பெயர். ஏராளமான நிலபுலன்கள், வீடு மனைகள், தோட்டம் துரவு

என்று பொங்கி வழிந்த சொத்து. கிழக்கிந்திய மற்றும் பிரிட்டிஷ் ஆட்சியின்போது தாத்தா நாகநாத முதலி தானே ஒரு சிற்றரசன் போல வாழ்ந்தார் என்பார்கள். மக்களிடம் வரி வசூலித்து அதை ஆங்கிலேய அரசிடம் சமர்ப்பித்து அவர்களிடம் நல்ல பேர் வாங்கிக்கொண்டார். ஆனால் நிரம்ப தளுக்குப் பேர்வழி. எப்போதும் நாற்றமடிக்கும் வாய் கொண்ட அவர் மனைவியை முப்பது வயசுக்கு மேல் அதிகம் நெருங்கினாரில்லை. மனைவியுமே தொந்தரவு விட்டது என்று வேளைக்கு ஒரு புடவை நகை என்று காலம் கழிக்க, முதலியார் தன் சல்லாபங்களுக்கு வெளியே நாடினார். என்னதான் தென்னிந்திய கறுப்பிகள் அவருக்கு சந்தோஷம் கொடுத்தாலும் வாராவரம் மேற்கத்திய சாராயம் குடித்து நீள நீள கவுன் அணிந்து வாசனையோடு வந்த வெள்ளைத் தேவதைகளை உரித்து வைத்துப் பார்க்கும் சகாயம் கிட்டாத துன்பத்திற்கு ஆளாக விரும்பாமல் கும்பெனிக்கு காசு அழுது அவர்களது பார்ட்டிகளில் எப்போதும் அழைக்கப் பெறும் சகாயத்தைக்கொண்டார். விளக்கை அணைக்காமல் ரவிக்கை பட்டனைக்கூட கழட்ட மாட்டேன் என்று பிடிவாதம் பிடித்த மனைவி முன்னால் பள பளவென விளக்குகளின் மத்தியில் உரித்த வாழைப்பழமாக நிற்கத் தயாராக இருந்த வெள்ளைக் காரிகளின் அன்றலர்ந்த மேனி அவரை ஆட்டிவைத்து, சொத்தில் பெரிய இழப்பை ஏற்படுத்திக்கொண்டிருக்க, நாகநாதரின் பிள்ளை சுதாரித்துக்கொண்டார். அவருமே ஆங்கிலேயக்கும்பினிக்கு தெண்டம் அழுதாலும் வீட்டையும் மனைவியையும் அவர் விடவே இல்லை. செட்டாக குடித்தனம் பண்ணி சொத்தைக் காபந்து பண்ணிக்கொண்டு தன் பிள்ளை நாகநாதனையும் - அப்பனின் அதே பெயரைக்கொண்ட - செட்டாகவே வளர்த்தார்.

ஏதேனும் பட்டம் பதவி கிட்டும் என் அவர் முயன்றதாக வரலாறு இல்லை. நமக்கு தாத்தா பேரிலோ பிள்ளை பேரிலோ அக்கறை இல்லை. இரண்டாம் நாகநாத முதலியார் என்ற பேர் கொண்ட பேரப்பிள்ளை மீதுதான் நம் கவனம்.

பேரன் அத்தனை சொத்தையும் அமர்க்களமாக ஆண்டதோடு இல்லாமல் தானுமே நிறைய சம்பாதித்தார். அதான் சொன்னேனே கப்பலே வைத்திருந்தார். அதுபற்றி பின்னால் விவரமாகப் பார்ப்போம்.

பேரன் நாகநாத முதலி காந்திமதியம்மன் கோவிலுக்குப் போனால் சில மணி நேரம் கோவிலே ஸ்தம்பித்துப்போகும்படி அமர்க்களமாக இருக்கும். சன்னதி சன்னதியாகப் போய் சுவாமி கும்பிட்டு அர்ச்சனைத் தட்டில் அள்ளிப் போடுவார். ஒவ்வொரு வெள்ளிக்கிழமையும் ஐந்தடித்தால் முதலியார் ஜம்மென்று கிளம்பிவிடுவார். ரெட்டைக்குதிரை பூட்டின சாரட்டு வண்டி. குஞ்சலமெல்லாம் வைத்து ஷோக்காக இருக்கும். ரோஸ்வுட்டில் கட்டின வண்டி வேலைப்பாடுகள் எல்லாம் ஏதோ அக்கால சோழ மன்னர்களின் தேர் போல ஆடம்பரமாக வைத்திருக்கும். வண்டிக்குள் பட்டு மெத்தையெல்லாம் போட்டு ஒன்றிரண்டு திண்டுகளும் கிடக்க, முதலியார் ஒருக்களித்து சாய்ந்தவாறே பிரயாணம் செய்வார். சொகுசுக்காக அப்படிச் செய்கிறார் என்பது போல தெரிந்தாலும் அதன் அந்தரங்கக் கரணத்தை அவர் மனைவி மட்டுமே அறிவாள்.

வண்டி கிளம்புவதற்கு பத்து நிமிஷம் முன்பே கணக்குப்பிள்ளை, வைத்தியநாதைய்யர் கேஷ் வைத்திருக்கும் வெள்ளிப்பெட்டியுடன் சைக்கிளில் கிளம்பிக் கோவிலுக்குப்போய் வாசலில் காத்திருப்பார். வண்டி வந்ததும் இவரே போய் கூண்டின் கதைவைத் திறந்துவிட்டால்தான் முதலியார் இறங்குவார். மனைவியும் அவரும் சந்நிதிக்குப் போகும்போது வைத்தியநாதய்யரும் பின்னாலேயே ஆஜராவார். முதலியார் கண் மூடி மனமுருகி வேண்டிக்கொள்வார். குருக்களுக்கு முதலியாரைக்கண்டவுடன் விசேஷ சிரத்தை ஏற்படும். ஏனென்றால் தீபாராதனைத்தட்டு வந்தவுடன் முதலியார் தீபத்தை ஒற்றிக்கொள்வார். பிறகு குருக்கள் தரும் விபூதியை தொட்டு ஒரு விரலால் நெற்றியில் இட்டுக்கொள்வார். பிறகு லேசாக ஏழு எட்டு டிகிரியில் திரும்ப எத்தனிப்பது போல ஜாடை செய்வார். அருகில் நிற்கும் வைத்தியநாதைய்யர் சட்டென்று முன்னே வந்து கேஷ் பெட்டியைத் திறந்து நீட்ட, முதலியார் கண்களால் பாராமல் கையை மட்டும் உள்ளே விட்டு அள்ளி, கையில் வரும் கரன்ஸி நோட்டுக்களை, அது எவ்வளவாக இருந்தாலும், தட்டில் போட்டுவிட்டு கம்பீரமாக நகர, வைத்தியநாதய்யர் அதி ஜாக்கிரதையாக பெட்டியை மூடி காபந்து பண்ண, குருக்கள் கரன்ஸி பார்த்த சந்தோஷத்தில் ஆனந்த பாஷ்பமாகச் சொரிவார்.

இந்த வழக்கம் பற்றி அந்த ஜமீனில் ஒரு கதை உலவி வந்தது.

ஒரு வருஷப்பிறப்பன்று முதலியார் கோவிலுக்குக் கிளம்பினாராம். அன்று பார்த்து வைத்தியநாதய்யருக்கு வயிற்றுப்போக்கு. காலையில் சாப்பிட்ட பருப்புசிலியோ அல்லது சேப்பங்கிழங்கு பொரியலோ அவரின் வயிற்றுக்குள் கொஞ்சம் களேபரம் பண்ணிவிட்டது. மனிதர் அஞ்சு நிமிஷத்துக்கொருதரம் பின் பக்கம் போக வேண்டிய உந்துதலில் ஆடித்தான் போய்விட்டார். மாலை முதலியாருடன் கோவிலுக்குப்போனால் அல்பசங்கயைக்கு வழி இருக்காது. மேலும் அன்றைக்கு கட்டியிருந்த சேலம் குண்டஞ்சி வேஷ்டி சரிகை வைத்து முதலியார்வாள் சம்பாவனையாக் கொடுத்தது வேறு, அதில் மஞ்சள் கறை படிந்தால் எத்தனை சவுக்காரம் போட்டாலும் போகாது மேலும் சரியாக பிருஷ்ட பாகத்தில் கறை காட்டிக்கொடுத்துக்கொண்டே இருக்கும். இந்த அபாயங்களினால் அவர் அன்று கோவிலுக்குப் போவதிலிருந்து ஒதுங்கிக்கொண்டு அவருக்கு உதவியாக மற்ற வேலைகளைச்செய்து கொண்டிருந்த ஆவுடையப்பனை அனுப்ப முடிவு செய்தார்.

“லேய் ஆவுடை! இங்க வா!”

“சொல்லுங்க சாமி?”

“த பாரு இன்னிக்கு எனக்கு வவுத்தால போவுது..!”

“நா போய் மருந்து வாங்கியரட்டா?”

“இர்ரா! அதெல்லாம் நா பாத்துக்கறேன்! இன்னிக்கு அய்யாவோட நீ கோவிலுக்கு போய் வா!”

“சாமி! கேஷ் பெட்டியோடவா?”

“ஆமாண்டா! ஜாக்கிரதையாப் போணும், தெரியுமோல்லியோ?”

“பயமா இருக்கு சாமி!”

“நா சொல்லித்தரேண்டா! நீ என்ன பண்ணு முன்னாடி சைக்கிள்ள போய் கோவில் வாசலண்டை நில்லு. அய்யா வண்டி வந்தாவுடனே கதவைத் தொறந்துவிட்டு அய்யா அம்மா பின்னாடியே போ...!”

“சரிங்கய்யா!”

“கவனமெல்லாம் கேஷ் பொட்டிமேலயே இருக்கணும்! வருஷப்பொறப்பு வேற! கோவில் முழுக்க பொண்டுகளா இருக்கும்!

பராக்குப் பாத்துண்டே போனா அவ்வளவுதான்! உத்தியோகம் போய்டும் ஜாக்கிரதை என்ன?”

ஆவுடையப்பன் தன் ரகசியம் கண்டுகொள்ளப்பட்டுவிட்டதில் வெட்கத்துடன் தலை ஆட்டினான்.

திருஞானசம்பந்தரால் ஏழாம் நூற்றாண்டிலேயே பாடல் பெற்ற நெல்லையப்பர் கோவிலில் நாகநாத முதலியார் மனைவி சகிதம் கம்பீரமாக நடந்து போக ஆவுடையப்பன் வெள்ளிப்பெட்டியோடு பின்னால் பம்மியபடி நடந்தான். முதலியார் பெரிய பிராகாரத்தைச்சுற்றி ஆனைமுகன் சிலைக்கு ஒரு கூழைக் கும்பிடு போட்டுவிட்டு மூலவர் சந்நிதிக்குள் நுழைந்தார். கூட்டம் மரியாதையுடன் விலகி முதலியாருக்கு இடம் அளிக்க அவர் ஏதோ மதுரையை மீட்ட சுந்தர பாண்டியன் போல நடந்து சந்நிதிக்குள் போனார். சிறிது நேரம் கண் மூடி பிரார்த்தித்தார். குருக்கள் தீபாராதனை காட்டிவிட்டு தட்டைக் கொண்டுவர கண்ணில் ஒத்திக்கொண்டு விபூதியும் இட்டார். பிறகு ஆவுடையப்பன் பக்கம் திரும்ப, அவன் வைத்தியநாதய்யர் சொற்படி வெள்ளிப்பொட்டியை பவ்யமாக நீட்டினான். வழக்கம்போல அப்படியே கைவிட்டுப் பணத்தை அள்ளி தட்டில் போட்டார். கம்பீரமாக குருக்களின் பவ்யமான நன்றியை அலட்சியமாக வாங்கிக்கொண்டு திரும்ப அதே கம்பீர நடை.

“ஐய்யா!”

ஆவுடையப்பனின் குரல் முதலியாரின் நடையோட்டத்தைத் தடை செய்தது. கோவிலில் பேசாமல் வரும் வழக்கம் கொண்ட முதலியார் நெற்றியைச்சுருக்கி என்ன என்று பேசாமலேயே வினவினார்.

“தட்டுல எவ்வளவு போட்டீங்கன்னு சொன்னா குறிச்சுக்குவேன்! கணக்கு எழுத கொள்ள...!”

ஆவுடையப்பன் முடிக்கும் முன்பே முதலியார் கனத்த குரலில் மனைவியைப் பார்த்து பேசினார்.

“ந்தா! பொட்டியை அவனாண்டேருந்து நீ வாங்கிக்க! டேய்! உம்பேரு என்ன?”

“ஆவுடையன்னுங்க!”

"நீ வீட்டுக்குப்போ. அய்யர்ட்ட சொல்லி மிச்ச சம்பளத்த வாங்கிக்க! நாளையிலேர்ந்து என் கண்ணுல படப்படாது! பார்த்தேன் உன்னைய பொலி போட்றுவேன்! போடா!"

அடிக்குரலில் சொல்லிவிட்டு விரைய, பணப்பொட்டியைக் பிடுங்கிக்கொண்டு மனைவியும் பின்தொடர்ந்தாள்.

வீட்டுக்கு வந்து நாகநாத முதலியார் வைத்தியநாத அய்யரிடம் கத்தினார்.

"நா கோவிலுக்குப்போற அன்னிக்குப்பார்த்து பேதி ஆவுமா அய்யரே உமக்கு! அதாவது போனாப்போறது! என்ன ஆள அனுப்பறீர்? அவந்தானே பொட்டியில பணத்த போட்டுக் கொண்டு வந்தான்? எல்லா சந்நதியும் பார்த்து முடிச்சப்பறவு மீதிய எண்ணினா தெரிஞ்சுட்டுப்போறது! என்னாண்ட கேக்கறான்! முட்டாப்பய மவன்! உமக்கு சம்பளத்துல பிடிக்கணும். இந்த மாதிரி ஆளல்லாம் வேலைக்கு வெக்கறீர்!"

ஒரு பக்கம் ஆங்கிலேயருக்கு சாதகமாக நடந்தாலும் நாகநாத முதலியார் இன்னொரு பக்கம் மறைமுகமாக சுதந்திரப்போராட்ட வீரர்களுக்கும் உதவிக்கொண்டிருந்தார். அவரின் தகப்பனாரே 1908இல் நடந்த வ உ சி மற்றும் சுப்பிரமணிய சிவா பேசின தைப்பூச மண்டப கூட்டத்தில் அடிபட்ட நூற்றுக்கணக்கானவர்களுக்கு காசு கொடுத்து வைத்தியம் பார்க்க உதவினார் என்பார்கள். அதே சமயம் ஐந்தாம் ஜார்ஜ் மன்னர் பதவியேற்றத்தை டிசம்பர் 12, 1911இல் கல்கத்தாவில் கொண்டாடியபோது நாகநாத முதலியார் தன் வீட்டிலேயே பெரிய விருந்தை ஏற்பாடு பண்ணி இருநூறுக்கும் மேற்பட்டவர்களுக்கு இலவச விருந்தளித்தார். இதுபோல இரு பக்கங்களையும் சமனாக வைத்துக்கொண்டு தன் அக்கப்போர்களை சேதாரம் இல்லாமல் கவனித்தார். தன் அப்பாவின் வியாபாரத்தை விரிவுபடுத்த அரசாங்கத்துடன் நட்போடு இருந்தும் வேலைக்கு லோக்கல் ஆட்களை வைத்து அவர்களுக்கு பலவித உதவிகள் செய்தும் வந்தார். ஒரு நாள் கலெக்டர் ஆஃபீசில் நடந்த டீ பார்ட்டி ஒன்றில் அப்போதைய கலெக்டர் ஹேஜ்மாடி ஐசிஎஸ், நாகநாத முதலியாரிடம் கப்பல் வியாபாரம் பற்றி பிரஸ்தாபிக்க, முதலியாருக்கு அதில் ஆர்வம் பிறந்தது.

"அடுத்த முறை மெட்ராஸ் போவும்போது சொல்லுங்க! லெட் மி டாக் டு சுப்பராம அய்யர்!"

கலெக்டர் சொன்னபடி நாகநாத முதலியார் மெட்ராசில் ஜார்ஜ் கோட்டையில் உதவி கவர்னரைப்பார்க்க ஒரே ஒரு நிமிஷம் சந்தர்ப்பம் வாய்த்தது. அருகில் நின்றுகொண்டிருந்த சுப்பராம அய்யர் உதவிகவர்னரின் காதில் ஏதோ சொல்ல, அந்த வெள்ளைக்காரத்துரையும் ஆமோதிப்பாக தலை அசைத்தார்.

"மிஸ்டர் முதலியார்! சுப்பராமன் வில் டாக் டு யூ!"

உதவி கவர்னரே தன்னிடம் பேசின பெருமை மதியை மயக்க நாகநாதர் சுப்பராமன் வரும் வரைக்கும் வரவேற்பறையில் உட்கார வைக்கப்பட்டார். உதவிகவர்னரின் வரவேற்பறை வரைக்கும் வந்துவிட்ட நாகநாதருக்கு அபரிமித மரியாதை கிடைத்தது. டர்பன் அணிந்த பட்லர் ஒருத்தன் வந்தான்.

"அய்யா! காபி இல்ல சர்பத் சாப்பிடறீங்களா?"

கொடுக்கப்பட்ட பானத்தை ஆங்கிலேய முறைப்படி சாப்பிடத்தெரியாத நாகநாதர் கெத்தாக எதுவும் வேண்டாம் என்று மறுத்துவிட்டுக் காத்திருந்தார். ஒரு வழியாக அரை மணி நேரம் கழித்து சுப்பராம அய்யர் வந்து சேர்ந்தார்.

1943 வரை
சுப்பராம அய்யர்

சுப்பராம அய்யர் கிட்டத்தட்ட அந்தக் கால துபாஷி போன்றவர். ஆங்கிலத்தை கரதலையாகக் கற்ற ஒரே காரணத்தினாலேயே துரைமார்களை நெருங்கிவிட்டார். வாய் ஜாலமும் பவ்யமும் புத்திசாலித்தனமும் ஒருங்கிணைந்த சுப்பராம அய்யர் மளமளவென முன்னேறி உதவிக்கவர்னரின் அந்தரங்கச் செயலாளர் வரைக்கும் வந்துவிட்டார்.

நிறைந்த வாசாலகத்தினால் மைலாப்பூரில் சொந்தமாக ஒரு வீட்டை வாங்கி வசதியாக விஸ்தாரம் பண்ணிக்கொள்ளும் அளவுக்கு பணம் சேர்த்தார். மருவூரில் சாதாரண புரோகிதக் குடும்பத்தில்தான் சுப்பராமன் பிறந்தார். சூட்டிகையான பேர்வழி, திண்ணைப் பள்ளிக்கூடத்தில் படித்தாலும் எதையும் வரி பிறழாமல் மனனம் செய்யும் ஆற்றல் இருந்தது.

"ஏண்டா இந்த கிருஷ்ணமூர்த்தி புள்ள சுப்பராமன் இருக்கானே என்னமாடா அவனுக்கு இத்தன ஞாபக சக்தி! நேத்திக்கு கோவில்ல சாமான் லிஸ்ட் படிச்சுட்டு எங்கியோ வெச்சேன். இந்தப் புள்ள சன்னதில இருந்திருக்கான். அர மணி கழிச்சு தேடினா லிஸ்டக் காணும். முழி பிதுங்கறது எனக்கு இவனானா, எனக்கு நெனவு இருக்கு மாமான்னுட்டு அந்த லிஸ்ட் சாமான்ங்கள ஒண்ணு பிசகாம சொல்லிப்ட்டாண்டா!"

“டேயப்பா!”

மருவூரில் திண்ணைப் பள்ளிக்கூடத்தைத் தாண்டி மாயவரத்தில் பள்ளி இறுதி வரை படித்த சுப்பராமன் டிஸ்ட்ரிக்டிலேயே முதல் மார்க் வாங்கினார். அப்போதைய தஞ்சாவூர் கலெக்டர் ஆர் பி வுட், முதல் மார்க் மாணவனைக் கூப்பிட்டனுப்பி பத்து ரூபாய் ஊக்கப்பரிசு கொடுத்ததோடு இல்லாமல் ‘மெட்ராசுக்குப் போறியா’ என்று விசாரித்தார்.

“சுப்பராமா! துரை மெட்ராசுல வேல வாங்கித் தரேன் போறியாங்கறார்டா!”

“போறேன்னு சொல்லுங்க மாமா!”

கலெக்டர் முன் அழைத்த போது, “ஐ வில் கோ சர்” என்று ஆங்கிலத்தில் வேறு சொன்னான். கலெக்டர் மன மகிழ்ந்து அப்போதைய மெட்ராஸ் கவர்னராக இருந்த தாமஸ் டேவிட் கார்னைக்கலின் ஆஃபீசுக்கு ஒரு சிபாரிசுக் கடிதம் எழுதிக்கொடுத்தார். அதில் சுப்பராமனின் அதீத ஞாபக சக்தி பற்றியும் எதையும் கிரகிக்கும் திறன் பற்றியும் எழுதி இவனுக்கு நம் ஆஃபீசில் வேலை கொடுத்தால் நமக்கு மிகவும் உபயோகப்படும் என்று எழுதி அனுப்பினார். மெட்ராஸ் வந்த சுப்பராமனுக்கு ஜூனியர் அஸிஸ்டண்ட்டாக வேலை கிடைத்து. எட்டு ரூபாய் மாதச் சம்பளம். சுப்பராமனின் ஒண்ணு விட்ட மாமா ஒருத்தர் மைலாப்பூர் செங்கழுநீர்ப்பிள்ளையார் கோவிலில் குருக்களாக இருக்க அவர் வீட்டிலேயே முதல் சில மாதங்கள் தங்கிக்கொண்டான். அவரே பெரிய குடும்பஸ்தர். இரு வேளை சாப்பாட்டுக்கே தட்டுக்காசை நம்பி இருப்பவர். அதனால் சுப்பராமன் ஆறே மாதங்களில் கொஞ்சம் காசு சேர்த்து திருவல்லிகேணியில் ஒரு ஒற்றை அறை வாடகை பிடித்து தினமும் நடந்தே ஜார்ஜ் கோட்டை வேலைக்குப் போனான்.

ஆஃபீசில் அவனுடைய மகிமை உயர்ந்துகொண்டே போனது. ஞாபக சக்தியை அறிவு என்று எண்ணிய காலகட்டம்.

ஒரு நாள் துரை திடீரென்று அறையை விட்டு வெளியே வந்து செக்ரட்டரி ஆராமுதனைக் கூப்பிட்டார்.

“ஆராமுதா! போன வாரம் வந்த எஸ் எஸ் ரஜூலாவுல வந்த கார்கொ லிஸ்டுல கார்டமாம் இருந்ததா?”

ஆராமுது அன்றைய காலை சாப்பிட்ட புளியோதரைக்கு எல வடாத்துக்குப் பதிலாக ஜவ்வரசி வடாம் வைத்திருந்தால் எவ்வளவு சொகமாக இருந்திருக்கும், கோமளவல்லியிடம் சொல்ல வேண்டும் என்ற நினைப்பில் மூழ்கி இருக்கவே, துரையின் கேள்வி அவர் மூளையில் ரெஜிஸ்டர் ஆகவே நேரம் பிடித்தது. அருகில் ஃபைல் அடுக்கிக்கொண்டிருந்த சுப்பராமன் சட்டென்று புகுந்தான்.

“பதினெட்டு கிலோ முன்னூத்தி ஐம்பது கிராம்! மிளகு ஏழு கிலோ சர்!”

துரை அவனைப் பார்த்து முழித்துவிட்டு அரவாமூதிடம் “பிரிங் தி லிஸ்ட்” என்று சொல்லிவிட்டு உள்ளே போனார். லிஸ்டைப் பார்த்தால் சுப்பராமன் சொன்னது சுருதி சுத்தமாக கரெக்ட். துரைக்கு ஆவல். சுப்பராமனைக் கூப்பிட்டனுப்பினார்.

“லிஸ்டுல வேற என்னென்னனு சொல்லுவியா?”

“யெஸ் சர்!”

மளமளவென லிஸ்டுச் சாமான்களை சுப்பராமன் துல்லியமாக எடையுடன் ஒப்புவிக்க துரை அசந்து போய்விட்டார்.

“கல்கட்டாவிலேர்ந்து போன மாசம் வந்த தபால்ல கடைசித் தேதி கொடுத்திருந்தானே, அது என்ன பார்த்துச் சொல்லு?”

ஆராமுது ஃபைலைத் தேடிப்போவதற்குள் இங்கே சுப்பராமன் சொல்லிவிடுவார்.

“முப்பத்தி ஒண்ணு மே சர்!”

“ரங்கநாதன் செட்டியார் ரெண்டு மூணு தரம் பணம் கட்டினாரே! மீதி எவ்வளவு?”

“ஆயிரத்தி எரநூறு ரூவா பத்தணா!”

இதெல்லாம் சுப்பராமனின் அறிவாகப் பார்க்கப்பட்டது. அவன் மவுசு உயர்ந்துகொண்டே போய் ஒரு நாள் அவன் கவர்னருக்கு முன்னாலும் நிறுத்தப்பட்டான். அவனுடைய ஞாபக சக்தியைப் பார்த்து பிரமித்த கவர்னர் உதவி கவர்னரிடம் சொன்னார்.

“இந்தப் பையன் புத்திசாலியாக இல்லையென்றாலும் அபார ஞாபகம் இருக்கிறது. இவனை உன் ஆஃபீசுக்கு மாற்றிக்கொள்!

இந்தக் கறுப்பர்கள் நம்மைக் குழப்புவார்கள். இவனை வைத்து அதை எதிர்கொள்ளலாம்”

சுப்பராமன் புத்திசாலியும் ஆனார். நடக்கும் வியாபகங்களை ஊன்றிக் கவனித்தார். வெள்ளைக்கார துரைகளுக்கு வேண்டுபவற்றைச் செய்யும் காண்டிராக்டர்கள் ஏகதேசத்துக்கும் கமிஷன் அடிப்பதும் விலையை ஒன்றுக்கு நாலாகச் சொல்வதும் இவருக்கு வியப்பாக்கியது. தானும் பிழைக்க இந்த வழியைப் பின்பற்றுவதில் தவறில்லை என்று புரிந்துகொண்டார்.

“என்ன அய்யரே! இந்த மாசமாவது துரை எனக்கு பணம் அனுப்பிடுவானா?”

“எத்தன வரணும் செட்டியார்வாள்?”

“என்ன ஓய் நீரா கேக்கறீரு?”

“சொல்லுமேன்!”

“ஆயிரத்தி நூத்தி இருபது ரூவா ஏழணா அய்யரே!”

“சரி தொரை கேட்டாக்க ஆயிரத்தி எம்ப்ளதுன்னு சொல்லிடறேன். எனக்கு நாப்பது ரூவ தந்துருங்கோ!”

“செய்யி அய்யரே! தர்ரேன்!”

சில வருஷங்களில் சுப்பராமன் முன்னேறினார்.

“ஏண்டா பர்மா தேக்கு குடுத்தா நல்ல ராஜஸ கட்டிலாச்செய்வியா? தொரைக்குடா! சம்போகத்தும்போது ஆடி கீடித்துன்னா உன்னை சம்ஸ்காரம் பண்ணிப்பிடுவார். என்ன?”

“செஞ்சு தரேன் அய்யரே! இன்னமோ புச்சா கேக்கறியே? நீதானே போன வருஷம் அந்த கலெக்டர் ஆபீசு தொரைக்கு தேக்கு மர பீரோ பண்ணி வாங்கின என்னாண்ட! உனுக்குக்கூட அந்த மிஞ்சின தேக்குல நாக்காலி பண்ணி வூட்டாண்ட எட்த்தாந்து போடல?”

“அத்தச் சொல்லு இப்ப? சரி, இந்த தரமும் நல்ல பர்மா தேக்குடா. எனக்கும் சின்னதா ரெட்டைக்கட்டில் ஒண்ணு பண்ணிப்பிடணும் என்ன? கூலி ஜாஸ்தியே வாங்கித்தரேன்!”

“அதெல்லாம் பாத்துப் பண்ணிப்பிடலாம் அய்யரே!”

திருவல்லிக்கேணியை விட்டு மைலாப்பூர் லஸ்ஸில் வக்கீல்கள் பங்களாக்கள் மாதிரி தானும் ஒரு பெரிய பங்களாவை வாங்கி எல்லா வசதிகளும் பண்ணிக்கொண்டுவிட்டார். துரைக்கும் இவர் பேரில் அதீத நம்பிக்கை பிறந்துவிடவே, பல பினாமி கொடுக்கல் வாங்கல்களில் துரைக்காக இவர் ஈடுபட்டார்.

"சர்! கவர்னர்! தாங்கள் ஏன் கப்பல் வியாபாரத்தில் ஈடுபடக்கூடாது?"

"அய்யர்! கப்பல் வியாபாரம் பத்தி எனக்கு என்ன தெரியும்? மேலும் நான் மேன்மை தாங்கிய ராணியின் உத்தியோகத்தில் சம்பளம் வாங்குகிறேன்!"

"அதுக்கெல்லாம் வழி இருக்கு சர் கவர்னர்!"

"அய்யர்! நான் உதவிக் கவர்னர் கூட இல்லை. என்னை கவர்னர் என்று விளிப்பது வெறும் புகழ்ச்சிக்காக அல்லவா?"

"இல்லை கவர்னர்! எங்க வேதத்தில் நல்ல வார்த்தைகளைச் சொல்லச்சொல்ல அவை வெகு சீக்கிரம் உண்மையாகும் என்று இருக்கிறது. என் விசுவாசத்திற்கு உட்பட்ட நீங்களும் வெகு சீக்கிரம் புரோமோஷன் பெறுவீர்கள் என்பதை நான் அறிவேன்!"

"நல்லது உமது வாக்கு பலிக்கட்டும்! ஆமாம் கப்பல் வியாபாரம் என்றீர்களே அது என்ன?"

"ஸர்! சில வருடங்களாகவே நாம் பார்க்கிறோம். இந்தப் பக்க கடல் பகுதியில் கப்பல் போக்குவரத்து அதிகமாகி வருகிறது. கிழக்குப் பகுதியிலிருந்து நமக்கு வந்து போகும் வாணிபம் உயர்ந்து வருவது துரைக்கு தெரியமல் இல்லை. ஐரோப்பாவில் மீண்டும் நிலமை சரியாக இல்லை. ஜெர்மனிக்கும் இங்கிலாந்துக்குமான பனிப்போர் தொடர்ந்துகொண்டிருக்கிறது. நடுவில் ஃப்ரெஞ்சுக்காரனும் இங்கிலாந்தைச் சீண்டிக்கொண்டிருக்கிறான். மேன்மை பொருந்திய மகாராணியும் அவரின் உண்மை ஊழியர்களான உங்களைப் போன்றவர்களும் அயராது உழைத்துக்கொண்டிருக்கிறீர்கள். அங்கே நடக்கும் கலகலப்புகளினால் வியாபாரம் கீழை நாடுகள் பக்கம் நகரும். ஜப்பான் சண்டையில் இறங்கினாலும் வியாபாரம் பெருகுவதைக் கட்டுப்படுத்த முடியாது."

"அதனால்?"

“அதனால நீங்களும் ஒரு சரக்குக்கப்பல் வாங்குங்கள்!”

“என்னது நானா கப்பல் வாங்குவதா? என்ன அய்யர்! ஆர் யூ ஜோக்கிங்?”

“நோ சர்! கல்கட்டா கார்டன் ரீச் ஷிப் பில்டிங் யார்ட்ல ஒரு நல்ல சரக்குக் கப்பல் கட்டி முடிக்கப் போகிறார்கள். எனக்குப் பரிச்சயமான ஒரு சிலோன் யாழ்ப்பாணத் தமிழர் கட்டிக்கொண்டிருக்கிறார். ஆனால் அதை முழுவதுமாக எடுத்து அவரால் நடத்தும் அளவுக்கு செல்வம் இல்லை. அதனால் சில பங்குகளை விற்கச்சம்மதிப்பார்.”

“இதெல்லாம் ராணியின் ஊழியனான நான் செய்யக்கூடாது அய்யர்!”

“அதெல்லாம் நான் பார்த்துக்கொள்கிறேன்! என் நம்பிக்கைக்கு உகந்த ஆசாமி திருநெல்வேலியில் இருக்கிறார். அவருடனும் கூட்டு சேர்ந்து உங்கள் பெயர் வராதபடி பார்த்துக்கொள்ளலாம். தவறாமல் லாபத்தை வாங்கித்தர வேண்டியது என் பொறுப்பு!”

“இது சரியாக வருமா அய்யர்?”

“சர்! இன்னும் சில வருடங்களில் நீங்க இங்கிலாந்துக்குப்போக வேண்டும். இந்த சுதந்திரப்போராட்ட ஆசாமிகள் பண்ணும் ரகளையில் ராணி சுதந்திரம் கொடுத்துவிட்டால் உங்களுக்கான பெரிய வாய்ப்பு போய்விடும். இது மாதிரி பணத்தை சேர்த்துக்கொண்டால் நீங்க கவண்ட்ரியிலோ அல்லது டெர்பிஷேரிலோ ஒரு மான்ஷன் வாங்கி குடும்பத்துடன் லார்ட் வாழ்வு வாழலாமே. யோசியுங்கள் சர்!”

“ஆம் நீங்கள் சொல்வது சரிதான் அய்யர்! எனக்கும் சில லட்சம் பவுண்டுகள் சேர்ந்தால்தான் அங்கே என் வாழ்க்கைத்தரத்தை உயர்த்திக்கொள்ள முடியும்!”

“பிறகென்ன? இன்னும் ஒரு மாதத்தில் கப்பல் ரெடியாகி விடும். சிலோன் ஆசாமியிடம் நான் பேசி வைக்கிறேன். நீங்கள் கவலைப்பட வேண்டாம் சர்!”

“ஓகே அய்யர்!”

“சர்! ஒரு விஷயம்! உங்கள் மேலதிகாரிகளிடம் இந்த சமாச்சாரத்தை நீங்கள்தான் சமாளித்துக்கொள்ள வேண்டும்!”

"சரி அய்யர்! ஆமாம் எப்படி செய்யப்போகிறீர்கள்?"

"இன்றிலிருந்து உங்களுக்கு வரும் கமிஷன் பணம் கோமுட்டி, திக்கண்ணா, மலேசியா மரைக்காயர், சிலோன் சமரவீரா எல்லோரிடமும் அதை அப்படியே என்னிடம் கொடுத்துவிடச் சொல்லுங்கள். இரண்டு மூன்று மாதங்களில் சேருவது கப்பல் பங்குக்கு எதேஷ்டமாகப் போய்விடும். நான் என் பெயரில்தான் பங்கு போட வேண்டும். யாழ்ப்பாண சிவநேசரிடம் சொல்லி விடுகிறேன். வருடாந்திர லாபம் வரையெல்லாம் பொறுக்க இயலாது. ஒவ்வொரு வாயேஜுக்கும் லாபத்தைக் கணக்கிட்டுக் கொடுத்துவிட வேண்டும். அதை அப்படியே தங்கமாக வாங்கி உங்களிடம் ஒப்படைத்து விடுகிறேன். அதை மேடமின் நகைகளோடு சேர்த்து வைத்திருங்கள். ரிடயராகிப் போகும்போது உங்கள் பொருட்களுக்கு லண்டனில் சுங்கம் கிடையாது. அங்கே போய் தங்கத்தை ஆம்ஸ்டடெர்மிலோ அல்லது ஆண்ட்வெர்ப்பிலோ பவுண்டாக மாற்றிக்கொண்டு விடுங்கள்!"

"அபாரம் அய்யர்! யூ ஆர் ய ஜீனியஸ்!"

"சர் இன்னொரு விண்ணப்பம்!"

"சொல்லுங்க அய்யர்?"

"லாபத்தில் அஞ்சு பர்சண்ட் எனக்கு! காரணமும் சொல்லிவிடுகிறேன். பின்னாளில் ஆடிட் என்று வந்தால் நான் சட்டத்திற்குட்பட்ட ஏஜண்ட்டுதான் என்று நிருபிக்க முடியணும்!"

ஓ அய்யர்! அஞ்சு என்ன, பத்து பர்செண்ட் எடுத்துக்கொள்ளுங்கள்! அது உங்கள் ஊதியமாக இருக்கட்டும்!"

"இல்லை சர்! எனக்கு அதிக ஆசை இல்லை. அஞ்சு பர்செண்ட்டே மிக அதிகம்!"

"அய்யர்! யூ ஆர் ய குட் மேன் டூ!"

"உங்கள் தயவு வேண்டியே இருப்பேன் சர்!"

"உமக்கு அதிகம் என் தயவு உண்டு!"

1943 வரை
சிவநேச சுந்தரம் பிள்ளை

யாழ்ப்பாணத்தில் தொள்ளாயிரத்து முப்பது நாற்பதுகளில் சிவநேச சுந்தரத்தைத் தெரியாதவர்களே இருக்க முடியாது. மிகப்பெரும் செல்வந்தர். வியாபாரி. சுற்று வட்டார பல நாடுகளுக்கு மிளகு, தேயிலை, ரப்பர் என்று ஏற்றுமதி செய்து பெரும் பொருள் ஈட்டினார். புரவலரும் கூட. தமிழுக்கவும் தமிழ்ப்புலவர்களுக்காகவும் அதிகம் உதவிகள் செய்து வந்தார். அவரிடம் உதவி பெற்ற சிவகங்கைத்தமிழர் ஒருவர் எழுதிய சீட்டுக்கவி அன்றே மிகப்பிரபலமாயிற்று.

> “சூர்மிகு சிவநேசச்சுந்தரம் பிள்ளாய்
> நேர் வந்து நின்னைக்கண்டு நேற்று ராத்திரியே மீண்டேன்.
> ஊர் வந்து சேர்ந்தேன் என் உளம் வந்து சேரக்காணேன்.
> ஆர் வந்து சொல்லியும் கேளேன்
> அதனை இங்கனுப்புவாயே..”

யாரோ எழுதிய இதைப் பாடிப்பாடியே பலரும் அவரிடம் தருமம் பெற்றுச்சென்றனர்.

ஆசாமி இப்படி இருந்தாலும் அவரைப் பற்றிய வதந்திகள் உலவாமல் இல்லை.

ஆயிரத்தி தொள்ளாயிரத்தின் ஆரம்பங்களில் ஆங்கிலேயர்கள் மெட்ராசில் மட்டுமின்றி சிலோனிலும் தம் வ்யாபகங்களை வைத்துக் கொண்டிருந்தனர். யாழ்ப்பாணத்தில் தமிழர்களில் பலர் உரிமைகள் கேட்டுக்கொண்டிருந்தாலும் கொழும்புவிலும் யாழிலும் பலர் ஆங்கிலேய அதிகாரிகளுக்கு சேவகம் பண்ணிக்கொண்டிருந்தனர். அதில் யாழ்ப்பாணத்தைச் சேர்ந்த சிவநேச சுந்தரம் பிள்ளை கொழும்புவின் மிகப்பெரிய வியாபாரியான ரணதுங்கரிடம் உதவியாளராக வேலை பார்த்தார். யாழில் அவருக்கு அதிகம் சொத்து இல்லையென்றாலும் ரணதுங்கவிடம் அவருக்கு எல்லாமுமாக இருந்தார். ரணதுங்கர் வியாபாரம் எல்லாம் செய்தாலும் அவரின் பெரும் லாபம் தங்கக்கடத்தலில்தான் இருக்கிறது என்றார்கள். சிலோனில் புயல் அடித்து ஓய்ந்த ஒரு இரவில் மூன்று திருடர்கள் எப்படியோ வீட்டிற்குள் நுழைந்து அவரை வெட்டிப்போட்டுவிட்டு முந்தைய வாரம் வந்திருந்த இரண்டு தங்கப்பெட்டிகளை தூக்கிச் சென்றுவிட்டதாக பரபரப்பு. சிவநேசச்செல்வரையும் அடித்துக் கட்டிப்போட்டு விட்டிருந்தனர். போலீஸெல்லாம் வந்தாலும் ஒன்றும் கண்டு பிடிக்க முடியவில்லை. அடுத்த ஒரு மாதத்தில் சிவநேசர் யாழ்ப்பாணத்துக்கு திரும்பிவிட்டார். ரண துங்காவுக்கு கடத்தலில் வந்த தங்கம் மூன்று பெட்டிகள். திருடு போனதைப் பார்த்தவர்கள் சொன்னதென்னவோ இரண்டு பெட்டிகள். ஆனால் அந்த மூன்றாவது பெட்டி காணப்படவேயில்லை என்பதாக பேச்சு ஓடியது. யாழ்ப்பாணம் வந்த நாளிலிருந்து சிவநேசர் கொழிக்க ஆரம்பித்தது ஒரு தற்செயலானது என்பதை பலரும் நம்ப மறுத்தார்கள்.

எது எப்படியோ சில வருடங்களிலேயே அவரின் புரவலச் செயல்களால் நல்ல பேரை எடுத்து ஊரில் மிகப்பெரிய மனுஷராக நடமாடினார். அவரின் புகழ் மெட்ராசிலும் பரவினதற்கு காரணம் அவர் இங்கிருந்து பாடகர்கள், நாட்டியத் தாரகைகள் இலக்கியவாதிகள் என்று அழைத்து அங்கு விழா, கலை நிகழ்ச்சிகள் நடத்தி கை நிறைய சம்பாவனை கொடுத்தனுப்பினார் என்பதே.

"என்ன ஓய்! நல்ல மூணங்குல கடுக்கனாய் அடிச்சுண்டு வந்துட்டீரே! எனக்கு அந்த சாமர்த்தியம் இல்லைங்காணும்! பொட்டு வைரம் தான் எனக்கு லபிச்சது!"

தோடி ராகத்திற்கு பேர் போன ஒரு சங்கீத வித்வான் அடாணா ராகத்துக்குப்பேர் போன இன்னொரு வித்வானிடம் சொன்னதாக செவி வழிச்செய்தி இங்க டிசம்பர் மாதம் பரவியது.

"ராப்பூரா ஒரே விபூதி வாசனை!"

சினிமாவிலும் நாட்டியத்திலும் பேர் பெற்ற ஒரு அம்மணி அலுத்துக்கொண்டதையும் மெட்ராசின் விடலைப்பையன்கள் பேசினார்கள்.

வியாபார பண வரவு சம்பந்தமாக மெட்ராசுக்கு சிவநேசர் வரும்போதெல்லாம் அவருக்கு முழுச்சகாயம் செய்வது நம் மருவூர் சுப்பராம அய்யர் தான். செயிண்ட் ஜார்ஜ் கோட்டையின் நெளிவு சுளிவுகளை அவருக்குச் சொல்லிக் கொடுத்து அவரின் விசுவாசத்தையும் சுப்பராம அய்யர் சம்பாதித்துக்கொண்டிருந்தார். ஒவ்வொரு முறை சிவநேசர் வரும்போதும் சுப்பராம அய்யரின் தர்ம பத்தினி நீலாயதாட்சியின் நகைப்பெட்டியில் ஒன்று கூடிக்கொண்டே வந்ததும் ஒரு தகவல்.

ஒரு மெட்ராஸ் டிரிப்பில் சுப்பராம அய்யர் அவரிடமும் கப்பல் வாங்குவது பற்றிப்பேசி ஆர்வத்தை ஊட்டிவிட, சிவநேசர் அதற்கான முயற்சிகள் எடுத்து கல்கட்டாவின் கார்டன் ரீச் கப்பல் கட்டும் தளத்தில் ஒரு ஸ்டீம் ஷிப் கட்ட ஆர்டர் கொடுத்துவிட்டார்.

1943ஆம் வருஷம் தமிழ் வருஷப்பிறப்பிற்கு அது ரெடியாகி முதல் கடல் பிரயாணத்துக்கு தயாராகி விட வேண்டும் என்று ஒப்பந்தம். அட்வான்ஸை சிவநேசர் கொடுத்துவிட்டார். அடுத்த தவணை வருவதற்குள் இரண்டு பார்ட்னர்களைச்சேர்த்துவிடுவதாக சுப்பராமன் வாக்கு கொடுத்து துரையை கொண்டு வந்துவிட்டார். அடுத்து அவர் குறி வைத்தது திருநெல்வேலி நாகநாத முதலியாரைத்தான்.

1943 வரை

கப்பல்

நாகநாத முதலியார் ஜார்ஜ் கோட்டை துரையின் வரவேற்பறையில் இருப்பு கொள்ளாமல் காத்திருந்தார். துரை அய்யரிடம் என்ன பேசச்சொல்லியிருப்பார் என்பது நாகநாதருக்கு சந்தோஷத்தையும் பயத்தையும் உண்டு பண்ணியது. இந்த ஆங்கிலேய துரைகளைக் கண்டாலே நாகநாத முதலியாருக்கு ஒரு பயம், படபடப்பு வந்துவிடும். அவர்களின் சிகப்பு நிறமும் அதிக அளவில் ழ கரத்தைக்கொண்டு அவர்கள் பேசும் புரியாத பாஷையும் சட்டென்று கோபம் வந்து விடும் மனப்பாங்கும் எப்போது வேணா கழுத்தில் கத்தி இறங்கிவிடும் போல ஒரு பயம்.

அய்யரிடம் என்ன சொல்லியிருப்பார் துரை?

ஏதாவது நல்ல சாமாச்சாரமா இல்லை, போன வருடம் போராட்ட தியாகிகளுக்கு சாப்பாடும் துணி மணியும் கொடுத்தனுப்பியதை எவனாவது வேவு பார்த்து துரைக்கு சொல்லி அவர் பாட்டுக்கு ஒரு ஆர்டர் போட்டு தன் சொத்து எல்லாவற்றையும் பிடுங்கிக்கொண்டு தன்னை திருநெல்வேலி தாமிரப்பரணி படித்துறையில் விட்டு விடுவாரோ?

"என்ன நாகநாத முதலியாரே வாரும் வாரும்! எனக்கு ரொம்ப சந்தோஷமய்யா உம்மை துரையே அழைத்துப் பாராட்டிட்டார் பாருமே!"

சுப்பராம அய்யர் வேர்க்க விறுவிறுக்க வந்து சேர்ந்தார்.

“எல்லாம் ஆண்டவன் கிருபை!அப்புறம் உங்க மாதிரி நல்லவங்க சகாயம்!”

“துரை என்னாண்ட உம்ம கிட்ட பேசச் சொன்ன சமாச்சாரம் கேட்டா சந்தோஷப்படுவீர் சுவாமி!”

”சொல்லுங்க அய்யரே! கேட்கறேன்!”

“யாழ்ப்பணம் சிவநேசர்னு ஒரு செல்வந்தர், பெரிய பணக்காரர். பரோபகாரி. நல்ல வியாபாரி. சிலோன்ல அவர் பேரச் சொன்னா தெரியாதவாளே கிடையாது. உம்ம மாதிரின்னு வெச்சுக்கோங்க, திருநெல்வேலின்னா நாகநாத முதலியார் மாதிரி யாழ்ப்பாணத்துக்கு சிவநேச சுந்தரம்னு வெச்சுக்கலாம். அவரும் துரையும் சேர்ந்து பார்ட்னர்ஷிப்புல ஒரு சரக்குக்கப்பல வாங்கிவிடப்போறா. இன்னும் ரெண்டே வருஷத்துல போட்ட முதல எடுக்கற அளவுக்கு லாபம் வரும். உமக்கும் ஒரு பங்கை அதுல குடுக்கணும்னு துரை அடிச்சு சொல்லிப்ட்டார்!”

“அய்யரே! என்ன சொல்றீங்க? நான் கப்பல் வாங்கி விடறதா?”

“ஏன் முதலியாரே! நீர் யாரு! உம்ம பாட்டனார் யாரு? சிதம்பரம் பிள்ளைக்கு உற்ற சினேகிதர்தானே! கப்பல் வியாபாரம் உம்ம ஜாதகத்துல இருக்கு சுவாமி! த பாரும், நீர் பணத்த மட்டும் கொடும். வருஷா வருஷம் லாபத்தை நான் வாங்கித் தந்துடறேன்!”

அய்யர் இப்போது குரலைத் தாழ்த்திக்கொண்டு நாகநாத முதலியாரிடம் விவரங்களைத் தெரிவித்தார்.

“த பாரும் பேப்பர்ல நீர், யாழ் சிவநேசர் நானு மூணு பேருதான் பார்ட்னரா இருப்போம்! ஆனா என்னால உங்க அளவுக்கெல்லாம் வர முடியுமா? நா வெறும் அரசாங்கச் சேவகன் தானே! துரைக்கு எடுபிடி அவ்வளவுதான்! எம்மூலமா துரை உமக்கு பார்ட்னர்! இப்ப சொல்லும் இன்னமே உம்மை யாரும் இந்த ஊர்ல ஜெயிக்க முடியுமா? பெரிய எடத்து சம்பந்தம் கெடச்சாச்சே! துரையோட கடாட்சம் உம்ம பேரில விழுந்தாச்சு முதலியார்வாள்!”

“நல்ல சேதிதான்! ஆனா பணம் இருக்கட்டும் அய்யரே! துரைட்ட சொல்லி எனக்கு ஏதாவது ஒரு பட்டம் குடுக்க ஏற்பாடு

பண்ணுமே! நானும் ஊர்ல நிமிர்ந்து நடமாடுவேன்ல? நான் உம்ம நல்லா கவனிச்சுக்கறேன்!"

"முதலியார்வாள்! இதெல்லாம் நீங்க சொல்லணுமா? நான் சமயம் பார்த்து துரை கிட்ட சொல்லி வெக்கறேன். இன்னும் ரெண்டொரு வருஷத்துக்குள்ள உமக்கு மகாராணியாரால பட்டம் வரப்போறதென்னவோ நெஜம் சுவாமி!"

"இத மட்டும் நீங்க செஞ்சீங்கன்னா அய்யரே உங்களுக்கு என்னென்னிக்கும் நான் கடன் பட்டவனாத்தான் இருப்பேன்!"

"என்ன முதலியாரே நீங்க! பெரிய வார்த்தையெல்லாம் சொல்லிட்டு! எங்கியோ குக்கிராமத்துல பொறந்து திண்ணைப் பள்ளிக்கூத்துல படிச்ச எனக்கு துரைகிட்ட வேல கெடச்சு ஏதோ மூணு வேள நன்னாச் சாப்பிடரேன்னா அது உங்கள மாதிரி பரம்பரைப் பெரிய மனுஷாளோட அனுக்கிரகம் தானே சுவாமி! நீங்க கௌம்புங்க! அடுத்த மாசம் பணத்த ரெடி பண்ணுங்க! எல்லாம் நல்ல படியா நடக்கும்!"

கல்கட்டாவில் கார்டன் ரீச் கப்பல் கட்டும் தளம் 1884இல் தொடங்கப்பட்டு இரண்டாம் உலகப்போரின்போது கிட்டத்தட்ட 4000த்துக்கு மேலான சரக்கு மற்றும் கடற்படை கப்பல்களை ரிப்பேர் செய்தும் சீரமைத்தும் கொடுத்திருக்கின்றது. 1960ஆம் ஆண்டு இந்திய அரசாங்கத்தால் எடுத்துக்கொள்ளப்பட்டு இன்றளவும் மினி ரத்னா கம்பெனிகளில் ஒன்றாகத் திகழ்கிறது.

இந்த கார்டன் ரீச் கப்பல் கட்டும் தளத்தில்தான் மேற்சொன்ன மூவரின் பார்ட்னர்ஷிப்பில் உருவான கம்பெனிக்காக அந்த சரக்குக்கப்பல் கட்டி முடிக்கப்பட்டது. ஜான் எல்டெர் அண்ட் கோ என்னும் கம்பெனியினால் 1884ஆம் ஆண்டு ஸ்காட்லேண்டின் கிளாஸ்கோவில் கட்டப்பட்ட ஆர் எம் எஸ் எட்ரூரியா என்னும் கப்பலில் மாடலைப் பயன்படுத்தி இந்தக் கப்பல் கட்டப்பெற்றது. டிரிபிள் புரொபல்ஷன் மற்றும் காம்பவுண்டு எஞ்சின் கொண்டு ஸ்க்ரூ புரொபல்லர் தொழில் நுட்பத்தில் 310 அடி நீளமும் 38 அடி அகல உத்தரமும் 21 அடி ஆழமுமாய் 300 குதிரச்சக்தியில் இந்தக் கப்பல் காலியாக இருக்கும்போது 1550 டன் எடைகொண்டு இருந்தது.

நாகநாத முதலியார் மெட்ராசுக்கு இரண்டு மூன்று தடவை வந்தும், சிவநே சுந்தரம் பிள்ளையைச் சந்தித்துப் பேசி நட்பு கொண்டு சல்லாபித்தும் சுப்பராம அய்யர் எல்லாவித பேப்பர் அக்ரீமெண்ட்டு சமாச்சாரங்களைக் கவனித்தும் ஒரு வழியாக கம்பெனி உருவாக்கப்பட்டு அதன் சார்பில் கப்பல் வாங்குவது சுமுகமாக முடிந்தது. அந்தக் கப்பல் கல்கட்டா துறைமுகத்திலிருந்து மெட்ராசுக்கு வந்து சேர்ந்ததும் துரையை முன்னிலை வைத்துப் பெயர் சூட்டும் விழா நடைபெற்றது.

“பன்னிரெண்டு ஆண்டுகளுக்கு ஒரு முறையே பூக்கும் மலர் போல இந்தக் கப்பலும் வாணிபர்களிடையே பெரும் மதிப்பையும் மரியாதையும் பெற்று அதன் முதலாளிகளுக்கு நல்ல லாபம் ஈட்டித் தரவேண்டும் என்று எங்கள் மேன்மை மிகு மகாராணியின் - அவர் என்றென்றும் வாழ்க அனுக்கிரகத்தை வேண்டிக்கொண்டு கப்பலுக்கு ‘குறிஞ்சி’ என்று பெயர் சூட்டுகிறேன்!”

இந்தக் கோலாகலங்களையெல்லாம் அமைதியாக வேடிக்கை பார்த்துக்கொண்டு அந்தப் புத்தம் புதிய கப்பல் ‘குறிஞ்சி’ திரை பொரு கடல் சூழ் மெட்ராசின் வங்கக்கடல் அலைகளினால் செல்லமாக அலைக்கழிக்கப்பட்டு சல்லாபமாக ஆடிக்கொண்டு நின்றிருந்தது.

அன்று செப்டம்பர் மாதம் தேதி 1, வருடம் 1943.

1943 வரை

ஆரோக்கிய தாஸ்

ஈரோடு மாவட்டம், சென்னிமலை அருகிலுள்ள மேலப் பாளையத்தில் 1904 அக்டோபர் 4ம் தேதி, செங்குந்தர் கைக்கோள முதலியார் சமூகத்தில் அந்த இளைஞன் பிறந்தான். நாச்சிமுத்து முதலியார் கருப்பாயி தம்பதியினருக்கு மூன்றாவது மகன். குடும்ப சூழ்நிலை காரணமாக பள்ளிப் படிப்பை தொடராமல் கைத்தறி நெசவுத் தொழிலை செய்து வந்த அந்தப் பையன், 1923 திருமணம் முடித்தான். போதிய வருமானம் இல்லாததால், மாற்றுத் தொழில் தேடி திருப்பூர் சென்று, ஈஞ்சையூர் கந்தசாமி கவுண்டர் நடத்திய மில்லில் எடைபோடும் பணியில் சேர்ந்தான்.

அந்தப் பையனுக்கு காந்தி கொள்கையில் அதிக ஈடுபாடு என்பதால் நாட்டு விடுதலைக்காக காந்தி அறிவித்த போராட்டங்களில் கலந்து கொண்டான். அவனுக்கான விதி அவனை ஜனவரி 10, 1932 இல் நடந்த ஆங்கிலேய எதிர்ப்புப் போராட்டத்தில் கலந்து கொள்ள வைத்தது, காவல்துறையால் தடியடிக்கு உள்ளாகி கீழே விழுந்த நிலையிலும், அந்த இளைஞன் தன் கையில் இருந்த, சுதந்திரத்தின் அடையாளமாகக் கருதப்பட்ட காங்கிரஸ் கொடியை விடாமல் உயர்த்திப் பிடித்தவாறே விழுந்தார். ஆஸ்பத்திரியில் கிடந்து அடுத்த நாளே மரித்துப்போனார். அந்தப் பையனின்

மண்டையில் விழுந்த பல அடிகளில் ஒரு பெரும் அடி திருப்பூர் சப் இன்ஸ்பெக்டரின் கை லத்தியிலிருந்து வந்ததாக, சரித்திரக் குறிப்பு இல்லை, ஆனால் பேச்சு ஓடியது.

அந்த சப் இன்ஸ்பெக்டர்தான் ஆரோக்கிய தாஸ், திருப்பூரில் அந்தப் போராட்டத்தை அடக்கிய சம்பவத்தைத் தானே பெருமையாகச் சொல்லிக்கொள்ளுவார் ஆரோக்கிய தாஸ்.

“கொஞ்ச நஞ்சமா! அந்த அடி அடிச்சிருக்கேன். இப்படித்தான் திருப்பூர்ல ஒரு சின்னப்பையன்! தொள்ளாயிரத்து முப்பத்தி ரெண்டு! வருஷம் மறக்காது எனக்கு! கொடியப் பிடிச்சுக்கிட்டு கூப்பாடு போட்டான்! கொடியே கூடாதுன்னு பிரிட்டிஷ் ஆர்டர் போட்டிருந்தாங்க! இவன் அந்தக் கொடியப் பிடிச்சுட்டு வந்தா விட்றுவேனா? வந்தே மாதரம்ன்னான்! மண்டையிலயே போட்டேன்! காது வழியா ரத்தம் வந்துது! அடுத்து பாரத மாதாக்கு ஜேன்னான். தவடையிலயே கம்பால அடிச்சேன்! மூளை கலங்கியிருக்கும் அவனுக்கு! நா அடிச்ச அடிக்கு அவன் பொழைக்க மாட்டான்னு எனக்கு அப்பவே தெரியும்! சின்னப்பையன்! அப்பத்தான் கல்யாணம் ஆச்சாம்! பின்னால சொன்னாங்க!

பேருக்கு ஏதோ டிபார்ட்மெண்ட் என்கொயரி என்று பேபார்ஸ¬ பண்ணிவிட்டு ஆரோக்கிய தாஸை மெட்ராஸ் ஹார்பரில் விஜிலன்ஸின் கீழ் செக்யூரிடி ட்யூட்டி போட்டார்கள். வந்த ஒரே வருஷத்தில் கமுக்கமாக அவரை துறைமுகம் செக்யூரிடி இன்ஸ்பெக்டராக பதவி உயர்த்தினார்கள். திருப்பூரில் சென்ற வருஷம் மிகப்பெரிய போராட்டமாக வெடித்து ஆங்கிலேய அரசுக்கு சங்கடத்தை விளைவித்திருக்கக்கூடிய அந்தப் பையனை அடித்துப் போட்டதற்கு ரிவார்ட் என்று டிபார்ட்மெண்ட்டுக்குள் ரகசியப் பேச்சு ஓடியது.

ஆரோக்கிய தாஸ் கன்னியாகுமரி மீனவர் சமூகத்தில் பிறந்தவன். பிறந்தபோதே பதினொரு பவுண்டு இருந்ததாக பிரசவம் பார்த்த சகாயமேரி சொன்னாள். ஆரோக்கிய தாஸின் அப்பா ஒரு கோழை மீனவன். நல்ல உழைப்பாளி. உடம்பும் நல்ல திமிசுக்கட்டை மாதிரி பாம்படம் விரிந்த மார்பும் கரணைக்கைகளும் திரண்ட ஆடு சதைகளுமாய் இருந்தாலும் பூஞ்சை மனசுக்காரன். நல்லவனும் கூட. அதனாலேயே சுத்துப்பட்ட மீனவர்கள்

அவனிடம் செமத்தியாய் வேலை வாங்கிக்கொண்டு ஏய்த்து விடுவார்கள்.

“ஜோசப்பு! கொஞ்சம் இன்னிக்கு என்னோட வாயேன்! கை காலெல்லாம் ஓஞ்சுட்டு கெடக்கு! வலையை வீச முடியலைப்பா! நீ வந்து கொஞ்சம் வல வீசிக்கொடுத்தா எனுக்கு பொழப்பு ஓடும் இன்னிக்கு!”

ஜோசப்பு உடனே அவன் படகில் ஏறி மாய்ந்து மாய்ந்து அவனுக்காக வலை வீசி மீன்களை அள்ளிக்கொடுப்பான். கரை வந்து சேர்ந்தும் அந்த மீனவன் ஜோசப்பை கழட்டி விட்டு தனியாக விற்கப் போய் விடுவான்.

“என்னய்யா நீயி ஆளு! ஓடம்பு நோவ வலை வீசி மீன் புட்ச்சு குட்த்ருக்க! அவன் என்னா வெலக்கி விக்கறான்னு தெரிய வாணாவா? நீ கூடப்போய் பாத்துக்கிட்டாதேன் உங்கூலிய வாங்க முடியும்?”

“விடு சூசம்மா! அவனா வந்து கூலி தருவான்!”

சாயங்காலம் வருவான்.

ஜோசப்பு! இந்தப்பா உங்கூலி!”

சல்லீசாக ஒரு கூலியை மட்டும் தந்துவிட்டு விலாவாரியாகப் பேசுவான்.

“அந்த நாரோவில் ஆண்டை இருக்கானே, ரொம்ப மோசம்ப்பா! இன்னிக்கு ஆளு படைங்களோட வந்து அடி மாட்டு வெலக்கி மீன் புடிச்சுட்டு போய்ட்டான் ஜோசப்பு! ஏதோ எனுக்காக நீ கஸ்டப்பட்டிருக்கியேன்னு உங்கூலிய கொறைக்காம கொண்ட்டு வந்துட்டேன்!அட்த்த தபா சேர்த்து கொடுத்திர்ரேன்! வித்தியாசமா நெனச்சுக்காத!”

அந்த அடுத்த தபா வரவே வராது! அப்போது வேறொரு ஆண்டை அகத்தீஸ்வரத்திலேர்ந்தோ அல்லது விலவன்கோடுலேர்ந்தோ வந்து எல்லாத்தையும் கொள்ளை கொண்டு போய்விடுவார். ஜோசப்புக்கு அதே சல்லீசுக்கூலிதான் கிடைக்கும்.

ஜோசப்பும் இது பற்றியெல்லாம் அதிகம் கவலைப்படாமல் அவம்பாட்டுக்கு கூப்பிட்டால் வேலைக்குப் போவதும்

வருவதுமாக இருந்தான். ஆனால் சூசம்மா தேள் கொட்டாய்க் கொட்டிக்கொண்டே இருப்பாள். ஜோசப்பு சொன்னால் கேட்பதில்லை என்பதால் பிள்ளையை சொல்லிச் சொல்லியே வளர்த்தாள்.

“த பாரு தாஸு! இப்பமே சொல்லிப் போடறேன். அங்க இங்க போய் அடி வாங்க்கிக்கினு வதியோ மவனே காலுலயே சூடு போடுவேன். உன்னாண்ட வம்பு பண்ணினா வுடாத. மூஞ்சை மேலயே போடு! உன்னப் பார்த்து ஊரே பயப்படணும், சொல்ட்டேன்! உங்கப்பன் மாரி பூச்சியா இருக்காத!”

அதனாலோ என்னவோ ஆரோக்கிய தாஸ் ஆரம்பத்திலிருந்தே முரடனாக இருந்தான். தினம் ஒரு சண்டைய இழுத்துக்கொண்டு வருவான். நெற்றியில் வெட்டு, உதட்டில் காயம், காலில் முட்டி பெயர்ந்து என்று ஏதாவது ஒரு ரத்தக் காயத்துடன் தான் இரவு வீட்டுக்குள் நுழைவான். ஆனால் எதிர் ஆசாமிக்கு சில்லு பெயர்ந்திருக்கும், இல்லை, காது கிழிந்திருக்கும். அவர்கள் குடியிருப்பில் என்னென்னவோ சொல்லி தண்டித்துப் பார்த்தார்கள். ஆரோக்கிய தாஸிடம் ஒன்றும் பலிக்கவில்லை. பதினாறு வயசுக்கு ஆறடி உயரமும் கட்டுமஸ்தான உடம்புமாய் ஆள் முரடனாய் இருந்தான். எவ்வளவோ சொல்லியும் மீன்பிடி வேலைக்குப் போக விருப்பமில்லாமலே வளர்ந்தான்.

“டேய் தாஸு! நைனாவோட கடலுக்குப் போனாத்தானேடா பொழப்பு கத்துக்கலாம்! இப்படி வெட்டியா சுத்திக்கினு இருந்தா எப்படிரா?”

“போம்மா! நா மீன்பிடி வேலைக்கெல்லாம் போவ மாட்டேன்!”

“பின்ன பொழப்புக்கு என்னதான் பண்ணப்போறே? உன்ன உக்கார வெச்சு சோறு போட ஆருடா இருக்கா?”

“நம்ம பாதிரி மோசஸ் இருக்காரில்ல? அவரு என்னைய ஸ்போர்ட்ஸ் கத்துக்க சொல்லியிருக்காரு! பெரிய ஆளா வருவேடா நீயின்னு சொல்லியிருக்காரு!”

மீனவக் குப்பத்து சர்ச்சுக்கு ஞாயித்துக்கிழமை வரும் பாதிரி மோசஸ் ஆரோக்கியதாஸைக் கவனித்து வந்தார். அவனுடைய சண்டை அக்கப்போர்களைப் பல சமயம் அவரே தீர்த்து வைத்திருக்கிறார்.

"டேய் தாஸ்! நா சொன்னபடி கேட்கறியா? உன்னப் பெரிய ஆளாக்கறேன்?"

"சொல்லுங்க ஃபாதர்! என்ன செய்யணும்?"

அடுத்த நாயித்துக்கிழமை பெரிய ஸ்கூலுக்கு வா. காலையில ஆறு மணிக்கெல்லாம் வந்துரணும்!"

அங்கு தாஸ் போனபோது ஸ்கூலின் ஸ்போர்ட்ஸ் மாஸ்டர் பீட்டர் செல்வராஜன் மாணவர்களுக்கு பயிற்சி கொடுத்துக்கொண்டிருந்தார். ஃபாதர் மோசஸ் அவருடன் பேசி தாஸை அவரிடம் ஒப்புவித்தார்.

"டேய்! இங்கிருந்து அந்த சர்ச் சுவத்தை ஓடிப்போய் தொட்டுட்டு இங்க மறுபடி வா!"

அவருடைய பெஸ்ட் மாணவன் மூன்றரை நிமிடங்களில் செய்ததை தாஸ் ஒண்ணேமுக்கால் நிமிடங்களில் முடித்தான்.

"ஃபாதர்! லீவ் ஹிம் டு மி! இவனிடம் பெரிய திறமை இருக்கு! நல்லா வருவான்!"

அடுத்த இரண்டு வருடங்களில் தாஸ் பாலிஷ் போடப்பட்டான். ஸ்போர்ட்ஸ் கோட்டாவெனச் சொல்லி அவனை எட்டாங்கிளாஸில் சேர்த்து மூன்று வருடங்களில் பதினொன்றாம் வகுப்புக்கு கொண்டு வந்துவிட்டார். ஏதோ கிருஸ்துவ சேவை நிறுவனத்தில் சொல்லி தாஸுக்கு மாதாந்திர உதவித் தொகையும் வாங்கிக் கொடுத்துவிட்டார்.

எல்லா டோர்னமெண்ட்டுகளிலும் பெரிய ஸ்கூல் சாம்பியன் பட்டம் வாங்கினதுக்கு முதல் காரணம் ஆரோக்கிய தாஸ்! ஆறேகால் அடி உயரமும் தொன்னூத்தி ஐந்து கிலோ எடையுமாய் கரணை கரணையாய் காலும் கையும் கொண்டு தாஸ் கறுத்த ஆணழக சாம்பியனாக ஆனான். ஃபுட்பாலில் அவனிடம் பந்து போனால் எதிரணி நாக்கைத் தொங்கப் போட்டுக்கொண்டு பின்னால் துரத்த மட்டும் தான் முடிந்தது. தாஸ் அநாயசமாக பந்தை உதைத்துப்போய் கோல்கீப்பரிடம் ஒரு தட்டுச்சுற்று விளையாடி சல்லென்று கோல் அடித்துவிட்டு கை முஷ்டியை வானை நோக்கி உயர்த்தி ஒரு குதி குதித்தால் இங்க பார்வையாளர்களில் இருக்கும் வயதுக்கு வந்த பெண்கள் அடி மடியில் கைவைத்துக்

கொள்வார்கள். பாஸ்கெட் பாலில் எதிர் கோஷ்டியினர் எம்பி எம்பி தாஸின் தோளைத் தொட்டுக்கொண்டிருக்க இவன் பாட்டுக்கு பந்தைக் கூடையில் தள்ளிக்கொண்டிருப்பான்.

அந்த வருஷ திருவிதாங்கூர் சமஸ்தான விளையாட்டு விழா தட்சிணப்பிரதேச விளையாட்டு விழாவாக நடத்தி, அதில் கலந்துகொள்ள மெட்ராஸ் பிரெசிடென்சிக்கும் மைசூர் சமஸ்தானத்துக்கும் அழைப்பு விடுத்திருந்தார்கள். மெட்ராஸ் பிரெசிடென்ஸி ஸ்போர்ட்ஸ் டீமுடன் சூப்பரிண்டெண்டண்ட் பயஸ் ஜோசஃப் மற்றும் அஸிஸ்டண்ட் சூப்பரிடெண்டெண்ட் பாட்ரிக் வாக்கர் சிறப்பு அழைப்பாளர்களாக வந்து கலந்து கொண்டார்கள். அந்த விழாவில்தான் ஐநூறு மீட்டர், நூறு மீட்டர் ஓட்டம், லாங் ஜம்ப் ஹை ஜம்ப் என்று எல்லா போட்டிகளிலும் இரண்டாம் இடத்துக்கும் அவனுக்கும் நீண்ட இடைவெளியில் வென்று கொண்டிருந்த ஆரோக்கிய தாஸ் பயஸ் ஜோசஃப் மற்றும் பாட்ரிக் வாக்கர் ஆகிய இருவரின் கண்களில் பட்டான். பயஸ் ஜோசஃப் பீட்டரைத் தேடிப்பிடித்து ஆரோக்கிய தாஸ் பற்றி விஜாரித்தார்.

ஆயிரத்தி தொள்ளாயிரத்தி ஐம்பத்தாறில் ஏதோ ஒரு ஸ்டேட் கமிஷனால் மெட்ராசுக்குள் கொண்டு வரப்படுவதற்கு முன்பு கன்னியாகுமரி அன்றைய திருவிதாங்கூர் சமஸ்தானத்துக்குட்பட்ட பிரதேசமாக இருந்தது. எனவே பீட்டர் மற்றும் ஃபாதர் மோசஸ் மூலம் தாஸின் பெற்றோர்களை பிடித்து அந்தக் குடும்பத்தை மெட்ராசுக்கு வரப்பணித்தனர். எஸ் பி ப்யஸ் ஜோசஃப் வீட்டில் தாஸின் அப்பாவுக்கு தோட்ட வேலையும் அம்மாவுக்கு சமையல் வேலையும் கொடுக்கப்பட்டு அவர் வீட்டின் பின்புறம் இருக்கும் அவுட் ஹவுசிலேயே இடமும் தரப்பட்டது. தாஸுக்கு போலீஸ் ட்ரெயிங்க்குக்கு தனியாக ஆள் வைத்து பயஸ் ஜோசஃப் பயிற்சி கொடுத்தார். மூன்றாம் மாதம் நடந்த தேர்வில் கேள்வியே கேட்காமல் தாஸ் தேர்ந்தெடுக்கப்பட்டு முதல் நிலை கான்ஸ்டபிளானான். யூனிஃபார்ம் போட்டு சூசம்மா முன்னால் போய் அவன் நின்றபோது சூசம்மாளுக்குப் பேச்சே வரவில்லை. “ஏசப்பா!” என்று கண்ணீர் விட்டாள். ஜோசப்புக்குமே பெருமைதான் ஆனாலும் அவன் தலை குனிந்து பிள்ளையைப் பார்க்க பயந்த மாதிரி மனதுக்குள் ஆனந்தித்தான்.

ஆயிரத்துத் தொள்ளாயிரத்து பத்தொன்பதாம் வருஷம் ஜாலியன்வாலா பாக்கில் கொடுமை நடந்து 379 பேர் கொல்லப்பட்ட சம்பவம் நாடெங்கிலும் பெரிய கிளர்ச்சியை ஏற்படுத்தியது. தொள்ளாயிரத்தி இருபத்திரெண்டில் காந்தி கிலாஃபட் இயக்கத்திற்காக ஒத்துழையாமை இயக்கத்தை ஆரம்பிக்க அது நாடு முழுவதும் பற்றிக்கொண்டது. பிரிட்டிஷ் சம்பந்தப்பட்ட எல்லாவற்றையும் பகிஷ்கரிக்க வேண்டும் என்ற அவரது வேண்டுகோள் நாடு தழுவி வரவேற்கப்பட்டது. ஆங்காங்கே சின்னச்சின்ன கிளர்ச்சிகளும் கூட்டங்களும் நடத்தப்பட்டு அதில் ஆங்கிலேயே ஏகாத்திபத்தியத்தைச் சாடி உள்ளூர் வீரர்கள் பேசினார்கள். மெட்ராஸைப் பொறுத்தவரை அப்படி ஒன்றும் பெரிதாக போராட்டங்கள் வெடிக்கவில்லை என்றாலும் சில எதிர்ப்புகள் நடக்காமலில்லை. அப்போது ஒரு சின்ன கும்பல், கிட்டத்தட்ட இருநூறு பேர், மெட்ராஸ் ஐ ஜி ஆஃபீஸின் முன் கூடி போராட்டம் நடத்த முற்பட்டார்கள்.

கூட்டம் கூடி சத்தம் போட ஆரம்பிக்க மெதுவாக சாத்வீகம் இடம் பெயர்ந்து வெறி ஏறிற்று. சிலர் ஜாலியன்வாலாபாக் கொலை பற்றி உணர்ச்சிகரமாகப் பேச, சூடு இன்னும் ஏறிற்று. சில குரலை உயர்த்தி கோஷம் போடத்தொடங்க, இன்னும் பலர் சுயராஜ்ஜியம் என்று சப்தமிட அந்த இடம் கொதிகலனாகத் தொடங்கியது. ஜார்ஜ் கோட்டையில் ஏதோ இங்கிலாந்து துரையின் வருகைக்காக பல போலீஸ்காரர்கள் போய்விட்டிருக்க ஐ ஜி ஆஃபீசில் அப்போது சொற்ப எண்ணிக்கையிலேயே போலீஸ் பலம் இருந்தது. பயஸ் ஜோசஃபும் பாட்ரிக் வாக்கரும் கோட்டைக்குப் போயிருக்க ஐஜி சர் வில்லியம்ஸ் மட்டும் இருந்தார். ஆஃபீசில் சொற்ப போலீஸைக்கூட்டி கூட்டத்தை எப்படிக் கலைப்பது என்று ஆலோசனை செய்யும்போது ஒருவித மடத்தனமான தைரியத்துடன் தாஸ், அன்று அவன் ஒரு சாதாரண முதல் நிலை கான்ஸ்டபிள்தான், முன் வந்து நான் போய்க்கலைக்கிறேன் சார் என்றான்.

“ஐ ஸே! ஹூ ஆர் யூ?”

“சர் கான்ஸ்டபிள் தாஸ்! ஆரோக்கிய தாஸ்!”

“என்ன பண்ணப்போகிறாய்!”

“பர்மிஷன் குடுங்க சர்! கூட பாஞ்சு பேர் போதும்!”

“டோண்ட் பி சில்லி..!”

“நோ சர்! ஐ வில் டு இட்!”

சர் வில்லியம்ஸுக்கு அவன் பச்சை தைரியமும் எத்தனையோ லெவல் உயர்வான தனக்கு முன் அச்சமின்றி முன் வந்து பேசினதும் ஏதோ தோணியிருக்க வேண்டும்.

“ஓகே என்ன வேண்டும் உனக்கு?”

என்ன நடந்து என்பதை தாஸின் வாய்மொழியாகவே, அவன் பிற்பாடு பல சமயங்களில் பெருமை அடித்துக்கொண்டதையே கேட்கலாம்.

“ஜாலியன் வாலாபாக் துப்பாக்கி சூட்டை அப்புறம் ஒத்துழையாமை இயக்கங்கற பேர்ல இங்க மெட்ராசுல கலவரம் பண்ணானுங்க! எர நூத்துக்கும் மேல ஆளுங்க ஐ ஜி ஆஃபீசுக்கு முன்னால கூடிட்டாங்க. வில்லியம்ஸ் என்னைக் கூப்பிட்டார்! தாஸ் என்ன பண்ணலாம்ன்னார். கவலைப்படாதீங்க சார்! நான் சமாளிக்கிறேன்னேன். ரோடு பூரா கதர்க்குல்லாய் ஆசாமிங்க! கதவுல இடிக்கிறாங்க. வில்லியம்ஸ் மாடி ஜன்னல் வழியா பார்த்தார். தாஸ்! கதவு தாங்காதுன்னார். நா மறுபடியும் நா சமாளிக்கறேன் சார்ன்னேன். நாங்க பாஞ்சு போலீஸ்தான் இருந்தோம். என் ரைஃபிளை எடுத்துக்கினேன். எக்ஸ்ட்ரா கார்ட்ரிட்ஜ் அள்ளிக்கினேன். வாசலுக்கு வந்தேன். ஜனம் ஒன்னு கத்தினாங்க. கலஞ்சு போங்கன்னேன். பிரிட்டிஷ் போலீஸ் ஒழிகன்னாங்க! இன்னும் இன்னும் கதவ முட்டினாங்க. முதல்ல வானத்துல சுட்டேன். ஜனங்க அசரல. அப்புறம் கால்ல சுட்டேன். கூட்டத்துக்கு நடுவுல கால்ல சுட்டேன்.”

இதைச் சொல்லும்போது தாஸின் கண்கள் பளபளப்பதைக் காணலாம். தாஸ் விட மாட்டான், தொடர்ந்து சொல்லுவான்.

“நீ பாக்கணூம்! சுட்டவுடனே சில செகண்டுல முட்டிக்குக்கீழ ரத்தம் பொங்கும். பைஜாமா வேஷ்டியெல்லாம் செவப்பாகும். அப்படியே இங்க்லிஷ் எஸ் மாதிரி மடங்குவானுங்க! என்ன வேடிக்கையா இருந்தது தெரியுமா? மத்த கான்ஸ்டபிள்களாண்ட கூட சொல்லுவேன். கீழ அடி கீழப்பாத்து அடி! கால்ல அடி! காலுதான் குறின்னுவேன்! அரை அவருல கலவரம் செஞ்சவங்க ஓடிட்டானுங்க! வில்லியம்ஸ் கட்டிப்பிடிச்சு பாராட்டினாரு

தெரியுமில்ல! பார்க் அண்ட் டிஃப்ஃபோர்ட் விஸ்கி பாட்டில் குடுத்தாரு எனக்கு மட்டும்!"

இந்த ஒரு சாகசத்தால் மட்டுமே தாஸ் புரொமோஷன் பெற்று சப் இன்ஸ்பெக்டரானான். அது மட்டுமில்லை, திருப்பூர் குமரனின் துரதிர்ஷடத்தாலோ என்னவோ, தாஸ் திருப்பூருக்கு மாற்றல் கிடைத்துப் போனான். புத்தாண்டு தினக் கொண்டாட்டத்தில் முழுமையாகக் கலந்து கொண்டுவிட்டு காலை லேட்டாக எழுந்து மதிய ட்ரெயின் பிடித்து அவன் திருப்பூரை அடைந்து ட்யூட்டி மேற்கொண்ட நாள் ஜனவரி இரண்டாம் தேதி, *1932*.

1943 வரை
பழனியப்ப செட்டியார்

இன்று சினிமாவில் நாம் பார்க்கும் மிகப்பெரிய எட்டு கட்டு வீடுகள் இருக்கும் நாட்டரசன் கோட்டை அல்லது நாட்டுக்கோட்டைப் பகுதியில்தான் செட்டியார்களின் குடியிருப்பு தொடங்கியது என்றாலும் அவர்கள் முந்தைய காலத்தில் காஞ்சீபுரத்தைச் சேர்ந்தவர்கள் என்றூம் சொல்லப்படுகிறது. ஏதோ ஒரு சோழ ராஜாவோ அல்லது அவனின் மந்திரிப் பிரதானியோ காஞ்சியிலிருந்த ஒரு செட்டியார்ப் பெண்ணை அபகரித்துக்கொண்டு விட்டதாகவும் அதை எதிர்த்து ஒரு பெரிய குழுவாக செட்டியார்ப் பெண்கள் தற்கொலை செய்துகொண்டதாகவும் அதனால் பாதிக்கப்பட்ட காஞ்சிபுரத்து செட்டியார்கள் இனி சோழ தேசத்தில் வாழ்வது துர்லபம் என்று நகர்ந்தபோது பாண்டிய மன்னன் "அதெல்லாம் ஒண்ணும் கவலைப்படாதீங்க! நான் இருக்கன் இல்ல?" என்று அவர்களுக்காக காரைக்குடி பகுதியில் மிகப்பெரிய நிலங்களை அளித்ததாகவும் கதை உலவுகிறது. இன்னொரு கர்ண பரம்பரைக்கதையில் சோழ மன்னனே செட்டியார்களுக்கு புகார் நகரில் பல இடங்களைக்கொடுத்து போஷித்தான். அதோடு புதிதாக ஒரு மன்னன் பதவி ஏற்கும்போது அவனுக்கான மகுடத்தை எடுத்துச் சூட்டுபவரே ஒரு செட்டியாராகத்தான் இருக்க வேண்டும் என்று

இவர்களுக்கு "மகுட வைஸியர்" என்ற பட்டப்பெயரையும் அளித்தான் என்பார்கள்.

எது எப்படியோ செட்டியார்களின் கூரிய வணிகச் சிந்தனையும் அவர்களின் முதலீட்டுத் தைரியமும் இன்றும் அவர்களது வாணிபச் சரித்திரத்தை பேச வைக்கிறது. பத்தொன்பதாம் நூற்றாண்டின் ஆரம்பங்களில் தென்னிந்தியா கிழக்கிந்திய - டச்சு, போர்த்துக்கீசிய ஆங்கிலேய - கம்பெனிகளின் ஆளுமைக்கு உட்பட்டு வர்த்தகங்கள் மெதுவாகத் தொடங்கின கால கட்டத்தில் செட்டியார்கள் தத்தம் வாணிபம் தவிர லேவாதேவி தொழிலில் ஈடுபட ஆரம்பித்தார்கள். அந்தக் காலகட்டத்தில்தான் கிழக்காசியப் பகுதிகளும் ஆங்கிலேயக் காலனிகளாக பலம் பெற்றன. சிலோன் தேயிலைக்கும் மலேசியா ரப்பருக்கும் பர்மா அரிசிக்கும் உலக சப்ளையர்களாக உருவாக, செட்டியார்கள் அங்கெல்லாம் நகர்ந்து தம் வாணிபத்தைப் பெருக்கினார்கள்.

நம் பழனியப்ப செட்டியார் இந்த அளவு பெரும்போக்கானவர் இல்லையென்றாலும் தன்னால் முடிந்த அளவில் இறக்குமதி வியாபாரத்தில் முதல் போட்டு வளர ஆரம்பித்த காலம் தொள்ளாயிரத்து இருபது முப்பதுகள் எனலாம். பழனியப்ப செட்டியார் தேவகோட்டை திண்ணஞ்செட்டி ஊருணி பிள்ளையார் கோவிலை அடுத்த தெருவில் பிறந்தவர். அப்பா கோவிந்தன் செட்டி உள்ளூரிலேயே மளிகை வியாபாரம் செய்தவர். வெளிநாட்டுக்கெல்லாம் போய் வரும் உறவினர்களைப் பார்த்தும் இவருக்குத் துணிவு வராமல் கைக்கு அடக்கமாக கடை வைத்துப் பிழைத்தார். கட்டும் செட்டுமாய்க் குடித்தனம் பண்ணினாலும் அப்படி ஒன்றும் பெரும்பணக்காரர் ஆக முடியவில்லை. மூன்று பெண்களுக்குப்பின் பிறந்த பழனியப்பசெட்டிக்கு அக்காக்களின் திருமணத்துக்கு பின்னால் சொத்து ஒன்றும் தேறவில்லை. அக்காக்களைக் கொண்டவர்கள் அடிக்கடி காசு பணம் கேட்டு தொந்தரை செய்பவர்களாகிப் போக அப்பா கோவிந்தன் செட்டிக்கு தன் மாப்பிள்ளைகளின் தேவைக்கே சம்பாதிக்க முடிந்தது. ஆய்ந்து ஓய்ந்து அவர் அறுபத்தைந்து வயதில் ஒரு நாள் மதியம் சாப்பிட்டுவிட்டு கடைக்குப் போகும் முன் ஊஞ்சலில் படுத்துக் கண்ணயரும்போது பெரிய ஹார்ட் அட்டாக் ஒன்று அவரைத் தாக்க ஊஞ்சலிலிருந்து சரிந்தவாறே செத்துப்போனார்.

தம்பியிடம் இனி அதிகம் ஒன்றும் தேறாது என்பதால் அக்காக்களும் மாமாக்களும் விலகிப்போக, கடை ஒன்றுதான் பழனியப்ப செட்டியாருக்கு மிஞ்சியது. அம்மாவின் ஒன்று விட்ட சகோதரர் ஒருவர் நாச்சாங்குளத்தில் லேவாதேவி செய்து கொண்டிருந்தார். அவர் பழனியைப்போல கைக்கு அடக்கமான பிள்ளையைத்தன் பெண்ணுக்கு பிடித்துப்போட்டால் ஊரோடு வைத்துக்கொள்ளலாம் என்ற கணக்குடன் கோவிந்தன் செட்டியின் கருமாதியின்போதே கூட நின்று வேலைகள் செய்து நெருங்கினார். கோவிந்தனின் ஒரு வருட ஆப்திக்குப் பின்னர் தன் அக்காளிடம் பேச்சைத் துவக்கினார்.

"அக்கா! பழனி நல்லபடியா கடையில உக்காந்துட்டான்! எம் பொண்ண அவனுக்குப் பண்ணிக்கியேன்!"

பழனிக்கு கல்யாணம் ஆகுமோவென சந்தேகத்துடன் ஊரைவிட்டு நகராமல் உள்ளூரிலேயே குப்பை கொட்டும் செட்டியார்ப் பையன்களுக்கு பெண் கிடைப்பது அப்போதெல்லாம் துர்லபம் உறவுக்குள்ளேயே அமைகிறது என்பதால் சரி என்று சொல்லிவிட்டாள். சாலாட்சி என்னும் அந்தப் பெண் குங்குமச் சிமிழ் போல சின்னதாக ஒற்றை நாடியாக இருந்தது. பழனி குடும்பத்து ஐவேஜுக்கு சற்று அதிகமாகவே நகை போட்டுத்தான் அனுப்பினார்கள். கல்யாணமான பிறகுதான் பழனிக்கு குடும்ப பாரத்தின் சுமை புரிந்தது. சுற்றுவட்ட குடும்பங்களில் ஒருவராவது மெட்ராசப் பட்டினத்தில் வியாபாரம் செய்து கொழித்துக்கொண்டிருக்க, இன்னும் சில குடும்பங்களில் கடல் கடந்து ஏதோ ரங்கூனாமே அங்கெல்லாம் போய் பணம் சம்பாதித்து நகையும் நட்டும் பெரிய பெரிய வீடுகளுமாய் தேவகோட்டையின் நிறமே மாறிக்கொண்டிருப்பதை பழனி கவனித்தான். அவன் குலத்திற்கேயுரிய வணிக ரோஷம் அவனையும் பிடித்துக்கொள்ள, பழனி மெட்ராசுக்கு இடம் பெயரத் தீர்மானித்தான். மாமனாரிடம் பேசினான்.

"எனக்கு ஐம்பதாயிரம் ரூபாய் குடுங்க! ரெண்டே வருஷத்துல திருப்பிடறேன்! அதுக்கு மேல போனா வட்டி போட்டுக்குங்க!"

"பட்டணத்துல எப்படி...?"

"அதெல்லாம் என் கவலை. சாலாவை உங்ககிட்ட விட்டுப்

போறேன்! ஆறு மாசத்துல அழைச்சுக்குவேன்! இப்ப அம்மாவை மட்டும் கூட்டிப் போறேன்!”

அந்தக் காலத்தில் சென்னை பிராட்வேயில் ஒரு மெயின் மார்க்கெட் இருந்தது. அந்தப் பகுதி சாக்கடைகள் தேங்கி கொசுக்களின் ராஜ்யமாகத் திகழ்ந்தது. அப்போது முனிசிபாலிடி தலைவராக இருந்த லெப்டினட் கர்னல் சர் ஜார்ஜ் மூர், சென்னை நகரத்தின் மேம்பாட்டிலும், சுகாதாரத்திலும் மிகுந்த அக்கறை காட்டின அதிசய ஆங்கிலேயர். அதனால் பிராட்வேயில் உள்ள மெயின் மார்க்கெட்டை வேறு இடத்திற்கு மாற்ற மூர் திட்டமிட்டார். 1873லிலேயே கட்டப்பட்ட சென்ட்ரல் ஸ்டேஷன் அருகில் குஜிலி பஜார், ஆம் குஜிலி பஜார்தான், இருந்த இடத்தில் மூர் மார்க்கெட் கட்ட, 1898ஆம் ஆண்டு ஆகஸ்ட் மாதம் ஜார்ஜ் மூர் அடிக்கல் நாட்டினார். 1900 நவம்பரில் கட்டி முடிக்கப்பட்டு, அப்போதைய கவர்னர் ஆர்தர் ஹேவ்லாக்கால் மூர் மார்க்கெட் திறந்து வைக்கப்பட்டது. கடைகள் வியாபாரிகளுக்கு குத்தகைக்கு விடப்பட்டு வாடகை வசூலிக்கப்பட்டு வந்தது.

பழனி மெட்ராசுக்கு வந்து பிராட்வேயில் ஒரு சின்ன வீட்டை வாடகைக்குப் பிடித்து அம்மாவைக் குடிவைத்தான். அன்றைய மெட்ராஸின் செட்டியார் சமூகத்துப் பெரிய மனிதர்களில் எல்லாரையும் போய்ப் பார்க்க முயன்றான். பல இடங்களில் நெருங்கக்கூட முடியவில்லை. பெரிய மனிதர்கள் வீடு வீடாக அலைந்துதான் மிச்சம். யாரும் கேட்டுக்குள் கூட விடவில்லை. ஒரு சிலர் சிரித்த முகத்துடன் பேசி இயலாது என்பதை பணிவோடு சொல்லி அனுப்பினார்கள். மெட்ராசுக்கு வந்த இரண்டாம் மாதத்தில் ஒரு நாள் மாலை அலுப்புடன் இருந்த அவன் மாறுதலுக்காய் விக்டோரியா பப்ளிக் ஹாலுக்கு பம்மல் சம்மந்த முதலியார் நடத்திய மனோகரா நாடகம் பார்க்கப்போனது அவன் அதிர்ஷ்டம் என்று சொல்ல வேண்டும்.

இந்த விக்டோரியா ஹால் இருக்கிறதே இதைக் கவனித்துப் பார்த்தால் இத்தாலியப் பாணி கோபுரத்தில் கேரளப் பாணி கூரை இருப்பது தெரியும். இந்த பப்ளிக் ஹால் கட்டுவதற்கு திருவாங்கூர் மகாராஜாவும் நிதி அளித்ததால், அவ்வாறு அமைக்கப்பட்டதென்று சொல்லுபவர்கள் உண்டு. அது இருக்கட்டும், அன்றைய மனோகரா நாடகத்தின் கிளைமாக்ஸில் மனோகரன் தன்னைப் பிணைத்திருக்கும் சங்கிலிகளை

அறுத்தெறியும் காட்சி. மனோகரனாக நடித்தவர் கொஞ்சம், இல்லை இல்லை அதிகமாகவே உணர்ச்சிவசப்பட்டு சங்கிலிகளை அறுத்தெறிந்த சத்தம் கேட்டு, தனது குவார்ட்டர்ஸில் தூங்கிக் கொண்டிருந்த விக்டோரியா ஹாலின் கண்காணிப்பாளர் எல்லிஸ் ஏதோ கலவரம் வந்துவிட்டது என எண்ணி அலறி அடித்துக் கொண்டு ஓடி வந்தாராம்.

அந்தக் களேபரத்தில் முன் வரிசைப் பிரமுகர் ஒருவர் பரபரப்புடன் பின் பக்கம் ஓடி வந்ததில் அவர் நம் பழனி மீது இடித்து அவனைக் கீழே தள்ளிவிட்டார். அவரே பதறிப்போய் பழனியைத் தூக்கி எழுப்பி மன்னிப்புக் கேட்க அவர்களின் சம்பாஷணை பழனிக்கு ஒரு அதிர்ஷ்டத்தைக் கொண்டு வந்தது. அந்தப் பிரமுகர் பாரிமுனையில் உள்ள ஐகோர்ட், சட்டக்கல்லூரி, எழும்பூரில் உள்ள சிற்பக்கலை கல்லூரி, மியூசியம், கன்னிமாரா நூலகம் போன்றவற்றை எல்லாமும் கட்டிய, ஏன் அந்த விக்டோரியா ஹாலையே கட்டின காண்டிராக்டர் நம் பெருமாள் செட்டியின் தூரத்து உறவினராம். பழனி அவரிடம் தன் பூர்வீகக் கதையைச் சொல்லி மெட்ராசில் வியாபாரத்துக்கு இடம் தேடுவதையும் ஒன்றும் கிடைக்கவில்லை என்பதையும் கைக்காசு கரைவதையும் சொல்லிப்புலம்பினான். தன் சமூகத்து ஆசாமிக்கு உதவ வேணும் என்கிற முனைப்போடு பிரமுகர் அவனை அடுத்த நாள் தன்னை வந்து பார்க்கச் சொல்லி அவனுக்கு மூர் மார்க்கெட்டில் கடை வைக்க ஒரு இடம் அல்லாட் ஆக சகாயம் செய்து பழனிக்கு மெட்ராஸில் வணிகம் தொடங்க ஒரு கதவைத் திறந்து விட்டார்.

அடுத்த சில வருடங்களில் பழனியப்ப செட்டியார் தொழிலில் வளர்ந்தும் மனைவியை மெட்ராசுக்கு அழைத்து வந்துவிட்டதும் சில வரிகளில் சொல்லிவிடலாம். உள்ளூர்ப் பொருட்களை மொத்தமாக வாங்கி சில்லறை வியாபாரமாக மூர் மார்க்கெட்டில் தொடங்கியபோது முதல் வருடம் பழனியப்ப செட்டியாருக்கு இந்த வியாபாரம் பெருகும் என்னும் நம்பிக்கை இல்லாமல்தான் இருந்தது. ஒரு கோடை மதியம் சாப்பிட்டுவிட்டு வாடிக்கையாளர்கள் ஏதுமில்லாத அரைத்தூக்க நேரத்தில் மூர் மார்க்கெட் வளாகத்தில் இவர் கடைக்கு நேரெதிர் கடையில் பரபரப்பாக இருந்தது. மெதுவாக நடந்து போய் ஜாடையாகப் பார்த்தார்.

குஞ்சலம் வைத்து தொப்பி போட்ட சில்க் ஜிப்பா, கலர் கலராக இருந்த வேஷ்டி போன்ற இடைத்துணி கையில் விலை உயர்ந்த

வாட்ச் கழுத்தில் விரக்கடை அளவு தங்கச்சங்கிலி சகிதம் வெண் பளபளப்பாக ஆசாமியைச் சுற்றி கடைக்காரர்கள் வியந்து பேசிக்கொண்டிருந்தார்கள்.

“என்னங்க சேட்டு! இந்த தபா பொருள் ஒண்ணு எடுத்தாரலியா?”

“எடுத்தாந்தேன் ப்பா! அல்லாத்தையும் அந்த டிரிப்ளிகேன் பாஷா வாங்கிட்டான்! நல்ல வெல! நா எப்படி மாட்டேன்னு சொல்றது? அடுத்த மாசம் திரியும் வரேன். அப்ப மூர் மார்க்கெட்டுக்குண்ட்டு எட்த்து வெச்சிக் கொண்டாரேன்! வரட்டா!”

ராயசமாக ஒரு மந்திரிப்பிரதானி மாதிரி சில உதவியாளர்கள் புடை சூழ நடந்து போனார்.

பழனியப்ப செட்டியார் அடுத்த கடைக்காரரை அணுகினார்.

“ஆருங்க அவுரு? அத்தினி மதிப்பா இருக்காரே?”

“நாங்க மலேயா சேட்டுன்னுவோம்! காயல்பட்டினத்து முசல்மானுன்னுவாங்க! அவங்க அப்பாரே மலேயா போய் யாவாரம் செய்தவராம். இவுருமே ரங்கூன்ல பெரிய கை! மாசம் ஒரு தரம் இங்க வருவாரு! ஏகப்பட்ட ஜாமான் எடுத்து வந்து இங்க கொடுப்பாரு! வெளிநாட்டு ஜாமானாச்சே! நல்ல வெல போவும்! ஆனா எப்போதும் அந்த டிரிப்ளிகேன் பாயிங்களோட போட்டிதான். அவுங்க நெல்ல வெலைக்கி எட்த்துர்ராங்க! நமக்கு கெடிக்க மாட்டேங்குது!”

“உள்ளூர்ப் பொருளோட வெளிநாட்டுப் பொருளுக்கு லாபம் அதிகமா?”

“செட்டியாரே! வேற யார்ட்டயவது இப்படி கேட்டுராத! எனக்கு நெல்லா தெரிஞ்சவராப் போயிட்டீரு! பக்கத்து கடை வேற?

ரகசியக் குரலில் தொடர்ந்தார்.

“இதெல்லாம் இங்க கெடைக்காதுயா? அவரு அங்க இங்க சாமர்த்தியமா கடத்தி எடுத்து கொண்டாராரு! ரெண்டு மடங்கு வெல குடுத்து வாங்க நம்மூர்ல ஆளுங்க இருக்காய்ங்க!”

பழனியப்ப செட்டியார் தீர்க்கமாக யோசித்தார். அடுத்த நாளே டிரிப்ளிகேன் போய் விசாரித்தார். முதலில் வெளிநாட்டு சாமான் வாங்குபவர் போல போனார். ஒரு சில மாதங்களில் அங்கே

பழக்கப்பட்டவரானார். இரு மடங்கு விலை கொடுத்து வாங்கி தன் கடையில் நஷ்டமானாலும் பரவாயில்லை என்று விற்று டிரிப்ளிகேன் வியாபாரிகளின் நம்பிக்கை பெற்றார். போன வருடமே மாமனார் கடனைத் திருப்பி விட்டதால் மாமனாருக்கு இவர் பேரில் நம்பிக்கை உண்டாயிற்று. ஒரு நடை நாச்சாங்குளம் போனார். மாமனாரிடம் பேசினார்.

“த பாருங்க மாமா! இந்த முறை நா கடன் வாங்க வரல! நீங்க முதல் போடுங்கன்னு கேட்க வந்திருக்கேன்!”

“முதலா? உங்க கடையிலா?”

“ஆமா! உங்க பொண்ணக் கட்னவன் நானு! ஏமாத்தவா போறேன்!”

“என்ன மாப்பிள்ள யாவாரம் பெருசாவுதா?”

“ரொம்பப் பெருசாவது மாமா! ஒரு லட்ச ரூவா போடுங்க! லாபத்துல பாதி உங்களுக்கு! நஷ்டம் வந்தா எனக்கு! மூணு வருஷத்துல முதல் திரும்பலைன்னா பாக்கிய கடனா வெச்சு வட்டி போட்டு திருப்பிர்ரேன், என்ன சொல்றீங்க?”

நாச்சாங்குளம் மாமனாருமே ஒரு செட்டியாரயிற்றே! அவர் யோசித்து மாப்பிள்ளையுடன் கூட்டு சேர்ந்தார். பழனியப்ப செட்டியார் ஒரு லட்ச ரூபாயுடன் மெட்ராஸ் வந்து மலேயா சேட்டு வருவதை எதிர்பார்த்துக் காத்திருந்தார். ஆனால் சும்மா காத்திருக்கவில்லை. தினமும் காலை கடைக்கு வருமுன் ஹார்பருக்கு போய்விடுவார். அங்கு வாசலில் கேட் செக்யூரிட்டி பரமன், கான்ஸ்டபிள் எசக்கி ஏன் இன்ஸ்பெக்டர் தாஸைக்கூட நட்புடன் அணுகி எல்லோரோடும் பரிச்சயம் பண்ணிக் கொண்டார். அவர்களுக்கெல்லாம் அவ்வப்போது சின்னச்சின்ன பரிசுகள் கொண்டு வந்தார். தினமும் வரும் கப்பல் விவரங்கள், வரும் முக்கியமான ஆசாமிகள், யார் யார் எந்தெந்தக் கப்பல்களில் தவறாமல் வருகிறவர்கள் என்பதெல்லாம் விசாரித்துக் கொண்டார். மலேயா சேட்டு வருவதற்கு இரண்டு நாட்களுக்கு முன்பே அறிந்துகொண்டு ஹார்பரில் பரமனின் சலுகையோடு அவரை வழியிலேயே மடக்கினார். சரமாரியாக டிரிப்ளிகேன் பாட்சாக்களின் பேர் ஊர் உறவெல்லாம் சொல்லி தன்னை நெருக்கமாக்கிக்கொண்டார். பத்தாயிரம் ரூபாயை எடுத்து அப்படியே சேட்டிடம் கொடுத்து எனக்கு பொருள் தாங்க!

வித்து வர லாபத்துல ஐந்துக்கு ஒன்று உங்களுக்கு தருகிறேன் என்று எல்லாரையும் விட ஒரு படி மேலே போய் வாணிபம் முடித்தார்.

இரண்டே வருடத்தில் ரங்கூன் மலேயா சிலோனிலிருந்து வரும் கப்பல்களில் பழனியப்ப செட்டியாருக்கென ஒதுக்கப்பட்டு பொருட்கள் வரும்படி பிரக்யாதி பெற்றார். பழனியப்ப செட்டியார் பொருள் வருகிறது என்றால் தாஸ் முதற்கொண்டு கண்டுகொள்ள மாட்டார்கள். அவற்றில் வரும் வெளிநாட்டு சாராயம் சில பாட்டில்களும் தங்கத்தில் சில கிராம்களும் வெளிநாட்டு செண்ட் சோப் இன்ன பிற பெண்பிள்ளை சமாச்சாரங்களும் தாஸுக்குப் போகும். இன்ஸ்பெக்டர் தாஸ் எப்படி தன் மேலதிகாரிகளை கவனித்துக் கொள்கிறான் என்பது ரகசியம்! பழனியப்பசெட்டியார் மெட்ராஸ் ஹார்பரில் அனுமதிக்கப்பட்ட மற்றும் அனுமதிக்கப்படாத இறக்குமதி பொருட்களை வாங்கும் முக்கியஸ்தரில் ஒருவரானார். இதற்கென்றே தம்பு செட்டி ஸ்ட்ரீட்டில் ஒரு கோடவுன் வாடகை பிடித்தார்.

இரண்டு வருஷத்துக்கு முன்பு வேலை தேடி உத்திரமேரூரிலிருந்து வந்த துரையப்பன் பழனியப்ப செட்டியாரிடம் வேலைக்குச் சேர்ந்தான். கடும் உழைப்பாளி. பயந்த சுபாவம். துரை சில வருடங்களிலேயே செட்டியாரின் மிகுந்த நம்பிக்கைக்கு ஆளானான். துரையையும் தன்னுடன் ஹார்பருக்கு கூட்டிப்போய் வேலை பழக்கிவிட்டார். துரையின் பணிவும் சொல் பேச்சு மீறாத தன்மையும் மெல்லிய அமைதியான குரலும் கண்களில் தென்படும் நேர்மையும் எல்லோரையும் அவனிடம் நட்பு பூண வைத்தன. பழனியப்ப செட்டியாரின் வலது கரம் துரை என்னும் அளவுக்கு ஹார்பரில் பேச்சு உலவியது.

துரையின் மனைவி செல்லி, நாலு வயது மகன் முருகேசு பற்றியும் சொல்லவேண்டும்.

1943 வரை
துரையப்பன், செல்லி, முருகேசு

உங்களுக்கு கூவம் ஆற்றின் மேல் *1869*ஆம் வருடம் ஃப்ரான்ஸிஸ் நேபியர் என்பவரால் கட்டப்பட்ட பாலம் இருக்குமே அதைத் தாண்டினவுடன் வரும் வார் மெமோரியல் தெரியுமில்லையா, அதையடுத்த இடது புற ராஸ்தாவில் நேராக நடந்தால் தீவுத்திடல் வரும். அதன் ஓரமாகவே கூவத்தின் படுகையில் சின்ன சந்து போன்ற ஒரு தெரு ஓடிக்கொண்டிருந்த காலம். அந்தச் சின்னத் தெருவில் பத்துப் பதினைந்து வீடுகளே இருந்தன. எல்லாம் ஹார்பரில் வேலை செய்யும் அல்லது ஹார்பருக்குள் போய் வரவேண்டிய குடும்பங்களின் குடியிருப்பு. தெருவோரத்தில் ஏதோவொரு அம்மன் கோவிலும் அதன் கூரை மேல் சிகப்புத் துணியும் கட்டப்பட்டிருந்தது. அந்தத் தெருவிலேயே கொஞ்சம் மதிப்பானவன் பரமேச்வரன் என்னும் பரமன் தான். அவன் ஹார்பரில் வாசல் கேட் செக்யூரிடியில் ட்யூட்டி பார்த்துக் கொண்டிருந்தான். என்றாவது ஒரு நாள் புரோமோஷன் கிடைத்து மெட்ராஸ் போலீசில் முதல் நிலை கான்ஸ்டபிளாகி விடவேண்டும் என்னும் குறிக்கோள் ஆசாமி. பரமன் பற்றி அதிக விவரங்கள் பிற்பாடு பார்ப்போம்.

அந்தச் சந்தில் ஒரு தென்னை ஓலைக் குடிசை வீட்டில்தான் துரையும் அவன் குடும்பமும் இருந்தனர். பரமனுக்கும் துரைக்கும் பரிச்சயம் உண்டு என்றாலும் பரமன் கொஞ்சம்

கித்தாய்ப்பாகத்தான் நடந்துகொள்வான். அவனுக்குப்பரிசுகள் அவ்வப்போது பழனியப்ப செட்டியாரிடமிருந்து வரும். பழனி செட்டியாருக்கு ஏவலன் என்பதால் பரமன் துரையை அவ்வளவாக மதிக்க மாட்டான். தான் உயர் அதிகாரி போல கித்தாய்ப்பாக நடந்து கொள்வான். துரையும் பரமனை கொஞ்சம் மரியாதையோடுதான் நடத்தி வந்தான். தெருவில் எதிர்பட்டால் கூட ஒரு பவ்யம் கலந்த புன் சிரிப்போடு நகர்ந்துவிடுவான். தன் மனைவி செல்லிக்குக்கூட பரமன் குடும்பத்தாரோடு அதிகம் புழங்க வேண்டாம் என்று சொல்லி வைத்திருந்தான்.

போளூர் - சேத்துப்பட்டு - வந்தவாசி - சென்னை தேசிய நெடுஞ்சாலையில் அமைந்துள்ள உத்திரமேரூர் காஞ்சிபுரத்துக்கு தெற்கே 28 கிமீ தொலைவில் இருக்கிறது. உத்திரமேரூர் என்றாலே கன்னத்தில் போட்டுக்கொள்ளும் பக்தர்களுக்காய் வைகுண்ட பெருமாள் கோயில், சுந்தரவரதராஜ பெருமாள் கோயில் கேதாரீஸ்வரர் கோயில் மற்றும் செங்கையம்மன் கோயில் என்று நான்கு அபார கோவில்கள் இருக்கும் ஊர். முற்காலச்சோழர்கள், களப்பிர்கள், பல்லவர்கள் பாண்டியர்கள் ஏன் சுல்தானர்கள் ஆட்சியைக்கூட இந்த ஊர் கண்டிருப்பதாக சரித்திரம் சொல்லுகிறது.

இந்த உத்திரமேரூரில் செங்கையம்மன் கோவிலை ஒட்டிய வேளாளத் தெருவில்தான் வரதன் இருந்தார். அரை செண்ட்டுக்கும் குறைவான நிலத்தை வைத்துக்கொண்டு பயிர் செய்கிறேன் பேர்வழி என்று விவசாயம் செய்து போதிய விளைச்சல் இல்லாமல் வாய்க்கும் வயிற்றுக்குமாய் இருந்த அவருக்கு செல்லி ஒரே பெண். வரதனின் மனைவி செல்லியின் பத்தாவது வயதிலேயே வயிற்றில் கட்டி ஏற்பட்டு குணமாகாமல் இறந்து போக, தகப்பனும் பெண்ணுமாய் வாழ்ந்தார்கள். செல்லி அழகில் சேர்த்தி இல்லைதான். ஆனால் திரட்சியாக நல்ல வலுவுள்ள உடலோடு வளர்ந்தாள். வரதனின் ஒரே குறிக்கோள் அரை செண்ட் நிலத்தை விற்று செல்லிக்கு நல்ல இடத்தில் கல்யாணம் செய்து கொடுத்து விடுவது ஒன்று மட்டும்தான். அதற்குப்பிறகு தான் விவசாயக்கூலி வேலை செய்து பிழைத்துக்கொள்ளலாம் என்ற முடிவோடு செல்லிக்கு மாப்பிள்ளை தேடலானார்.

தொள்ளாயிரத்தி முப்பத்திரெண்டாம் வருடம் ஜனவரி மாதம் 26ஆம் தேதி அதிகாலை பாஷ்யம் என்ற ஒரு ஆசாமி மிகத்

துணிச்சலுடன் மெட்ராஸ் ஜார்ஜ் கோட்டையின் கொடிக்கம்பத்தில் ஏறி யூனியன் ஜாக் என்னும் பிரிட்டிஷ் கொடியை அகற்றி மூவர்ணக் காங்கிரஸ் கொடியை ஏறிவிட்டு இறங்கி விட, காலையில் எழுந்த கோட்டைவாசி ஆங்கிலேயர்கள் அதிர்ச்சியுடன் கண் விழித்தனர். அவமானமும் ரோஷமும் பிடுங்க இரண்டே நாளில் பாஷ்யத்தைப் பிடித்து கடுங்காவல் தண்டனை அளித்து ஜெயிலில் சித்திரவதை செய்தனர். இந்தச் செய்தி மெட்ராஸ் பிரெசிடென்ஸியில் பரவி ஆங்காங்கே சுதந்திர தாகமுடைய அன்பர்களை உசுப்பிவிட்டது. அப்படி உசுப்பிவிடப்பட்டவர்தான் ஆரணியைச் சேர்ந்த குப்புசாமி. இத்தனைக்கும் குப்புசாமிக்கு வயது ஐம்பதுக்குமேல் ஆகிவிட்டிருந்தது. ஆனாலும் சுதந்திர வேட்கயைக்கொண்ட அவர் பாஷ்யம் ஜெயிலில் அடைபட்ட சேதி கேட்டவுடன் வீறுகொண்டு தன்னந்தனியாளாய்க் கிளம்பி வேலூர் கோட்டைக்குப்போய் ஆங்கிலேயருக்கு எதிராக கோஷம் போட்டார்.

“இது யாருடா சில்லுண்டி” என்று கோட்டைக் காவலாளிகள் அவரைப் பிடித்து கோட்டையின் சிறையில் அடைத்துவிட, அவர் உணர்ச்சிவசப்பட்டு கத்திக்கத்தியே சில நாட்களில் துரதிர்ஷ்டவசமாக மாரடைப்பு வந்து காலமானார். சிறு வயதிலேயே தாயையும் இழந்துவிட்ட அவர் ஒரே மகன் துரையப்பன் ஆரணியில் தனியனானான். அவனுடைய ஒரே உறவினரான சித்தப்பா முத்தப்பன் உத்திரமேரூர் கோவிலில் உத்தியோகம் பார்த்துக் கொண்டிருந்தவர் துரையை உத்திரமேரூருக்கு அழைத்துப்போனபோது அவனுக்கு இருவத்துநாலு வயது.

உத்திரமேரூரில் துரைக்கு முதலில் விசாயக்கூலி வேலை வாங்கிக்கொடுத்த சித்தப்பா அவன் ஏழாவது வரை படித்திருந்த காரணத்தைச் சொல்லிசொல்லியே தனது கோவில் வேலை செல்வாக்கால் அங்கேயே கணக்கு எழுதும் வேலையில் உட்கார்த்தி விட்டார். அடிக்கடி கோவிலுக்கு வரும் வரதனும் முத்தப்பனும் சினேகிதர்களாதலால் ஒரு மாலைப்பேச்சில் தன் அண்ணாரின் மகன் துரையப்பனுக்கு செல்லியைக் கட்டிவைக்க முடிவு எடுக்கப்பட்டது. கோவில் கணக்கெழுதும் வேலையின் சொற்ப சம்பளம் குடும்பஸ்தனான துரைக்குப் போதவில்லை. அவன் எண்ணமெல்லாம் மெட்ராசுக்குப் போய் பிழைப்பு தேடிக்கொள்வதாக இருந்தது.

ஏதோ பிரார்த்தனைக்காக உத்திரமேரூர் சுந்தராஜப் பெருமாள் கோவிலுக்கு வந்த பழனியப்ப செட்டியார் கையில் போட்டிருந்த கங்கணம் கழன்று விழுந்தைக் கவனியாமல் பிரதட்சிணம் செய்ய, எதேச்சையாக அங்கே வந்த துரையப்பன் கங்கணத்தைக் கண்டு பிடித்து செட்டியாரிடம் சேர்ப்பித்தான். நெகிழ்ந்து போன செட்டியார் துரையப்பனைத் தனியாக சந்தித்தார்.

"எங்க குடும்பத்து கங்கணம் தம்பி இது. எங்க தாத்தாரெல்லாம் போட்டிருந்துன்னு அப்பத்தா சொல்லுவாங்க! தேடிக்கொடுத்தியே நல்ல மனசுப்பா உனக்கு?"

"இதுல என்னஙக!, உங்க பொருள், உங்களுக்குதான் வந்து சேரும்!"

"என்னப்பா செய்யிறே?"

"இங்க கோவில்ல கணக்கு வழக்கெல்லாம் பாத்துக்கிடறேங்க!"

"சரி நா உனக்கு எதுனா செய்யணூம்னு ஆசைப்படறேன்! என்ன வேணூம் கேளு?"

"இல்லீங்கய்யா! அதெல்லாம் ஒண்ணும் வாணாம்! என்னைய நல்லா முன்னுக்கு வரணுமின்னு ஆசிர்வாதம் பண்ணுங்க!"

"உன் நேர்மையான மனசுக்கு நல்லா வருவப்பா!"ஆமா என்ன சம்பளம் வாங்கறே?"

"மாசம் பத்து ரூவா தர்ராங்க! தினத்துக்கும் கோவில் பிரசாதம் வூட்டுக்கு எடுத்துட்டு போலாம்னு சொல்லியிருக்காங்க!"

"சரி இந்தா வெச்சுக்க!"

பழனியப்ப செட்டியார் இரண்டு பத்து ரூபா நோட்டுக்களை துரையிடம் நீட்டினார்.

"இல்லைங்க இல்லைங்க! வேணாம்! உங்க ஆசிர்வாதமே போதும்!"

"த பாரு என்னைய நன்றியில்லாதவனாக்கறே! உனக்கு எதுனா செஞ்சாசாத்தான் எனக்கு சோறு எறங்கும்!"

"அப்ப ஒரு உதவி பண்ணுங்கய்யா! மெட்ராசுல உங்களுகுத் தெரிஞ்சவுங்க கிட்ட வேலைக்கு சேர்த்துவிடுங்க!"

"என்னது? மெட்ராஸ் வர்ரதுக்கு தயாரா நீயி?"

“ஆமாமுங்க! அதுதானுங்க எனக்கு குறிக்கோளு! இந்த கிராமத்துலயே உழண்டுபோக விரும்பலீங்க! முன்னுக்கு வரணுமுங்க!”

“இத்த முதல்ல சொல்ல மாட்டே நீயி! வாப்பா வாப்பா! என்னாண்டவே வேலைக்கு சேர்த்துக்கறேன்! கோடவுன் இருக்கு! துறைமுகம்ல எறக்குமதி யாவாரம் இருக்கு! உன்ன மாதிரி நேர்மையான ஆசமி எனக்கு வேணுமப்பா!”

“ரொம்ப நன்றிங்கய்யா! நா இந்த உதவிய மறக்கமாட்டெனுங்க!”

“சரி இந்தா இருவது ரூவாய வெச்சுக்க! வீட்ல பத்து ரூவா குடுத்துட்டு நீ மெட்ராசுக்கு என்னோட வந்துரு. வேலையெல்லாம் ஸ்திரமானப்றம் வீட்ல கூப்ட்டுக்கலாம்! என்ன?”

அன்றே செட்டியாருடன் துரையப்பன் புறப்பட்டு மெட்ராஸ் வந்துவிட்டான். முதலில் குடவுனில் வேலைசெய்து அங்கேயே தங்கிக்கொண்டான். ஒரே வருஷத்தில் செட்டியாரின் வேலைகளை நன்கு பழகிக்கொண்டான். அவருடன் துறைமுகத்துக்குப் போய் வரலானான். துரையின் அமைதியான பணிவான சுபாவத்தினால் ஹார்பரில் எல்லோருக்கும் இணக்கமானான். தாஸ் கூட ஒருமுறை கேட்டான்.

“என்னா செட்டியாரே! எங்கோர்ந்து கொண்ட்டு வந்த இந்த துரையை! உனக்கேத்தா மாறி சரியான ஆளா பிட்ச்சிருக்கியே!”

தாஸில் உருட்டலுக்கும் பரமனின் எகத்தாளத்துக்கும் துரை பதிலே பேச மாட்டான். சின்னதாக ஒரு புன்னகையைச் சிந்திவிட்டு வேலையைக்கவனிப்பான். தாஸை”கவனிப்பதற்காக” செட்டியார் சில பொருட்களை கச்சிதமாகப் பார்சல் செய்து துரையிடம் கொடுத்தனுப்புவார். ஏதோ தாஸே காசு கொடுத்து வாங்கின பொருள் போல மரியாதையாக அதைச் சேர்ப்பிப்பான். பல சமயங்களில் தாஸுக்கு வேண்டிய சின்னச்சின்ன வேலைகளைக்கூட செய்து கொடுத்திருக்கிறான்.

“துரை இப்படி வாயேன்! இங்கிருந்து எங்க போறே?”

“எங்க குடவுனுக்குத்தாங்க அய்யா!”

“ஒரு உதவி செய்யேன்!”

"சொல்லுங்கய்யா!"

"இந்த பொட்டி எங்க பெரிய அய்யா பயஸ் ஜோசெஃபோடது! வேப்பேரியில அவர் வீட்டாண்ட குடுத்துற்றியா?"

"ஆங் குடுங்கய்யா!"

பொட்டியை வாங்கிக்கொண்டு பூந்தமல்லி ஹைரோடில் நடந்தே வெப்பேரிக்கு போய் அவர் வீட்டில் கொடுத்துவிட்டுத்தான் துரை குடவுனுக்கேபோவான்.

"என்ன துரை! எம்மாம் நேரம் துறைமுகம்லேர்ண்டு வர்ரதுக்கு?"

"இல்லீங்கய்யா! இன்ஸ்பெக்டர் தாஸ் ஒரு பொட்டிய வெப்பேரியில அவுங்க பெரிய அய்யா வீட்ல குடுக்கச் சொல்லிட்டாரு. அதான்!"

"சரி சரி! தாஸ் வேல குடுத்தா செஞ்சு கொடு! நமக்கு அதனால எப்பவாச்சும் சகாயம் இருக்கும்!"

மெட்ராசுக்கு வந்த ஒரே வருடத்தில் தீவுத்திடலுக்கு அருகில் ஒரு வீட்டைப்பிடித்து செல்லியைக் குடி வைத்து விட்டான். பழனியப்ப செட்டியார் துரையப்பனுக்கு சம்பளத்தை இன்னொரு பத்து ரூபாய் உயர்த்திக் கொடுக்க, துரையும் செல்லியும் பட்டினத்தில் சந்தோஷ வாழ்க்கையை ஆரம்பித்தார்கள். இரண்டே வருடத்தில் முருகேசு பிறந்தான்.

வருஷம் 1939.

1943 வரை
பரமேஸ்வரன் என்னும் பரமன்

*1659*ஆம் ஆண்டு மெட்ராசப்பட்டணம் வெறும் மீனவ கிராமங்களின் தொகுப்பாக இருந்த சமயம். பெத்த நாயக்கர் இந்த கிராமங்களைக் காப்பதற்காகவே ஒரு காவல்காரக் குழுவை உருவாக்கினார். இந்தக் காவல்காரக் குழுதான் சென்னை போலீஸின் தொடக்கம் என்று சொல்லிவிடலாம். அதற்குப் பிறகு கிட்டத்தட்ட 120 வருடங்களுக்கு அப்புறம்தான் போலீஸ் சூப்பிரண்ட் பதவி உருவாக்கப்பட்டது. பின்னாளில் அதாவது 1859ஆம் ஆண்டில் வடக்கில் வெடித்த சிப்பாய்க் கலகத்தின் விளைவாக அன்றைய பிரிட்டிஷ் அரசாங்கம் போலீஸ் டிபார்ட்மெண்ட்டை நாடெங்கும் உருவாக்கியது. மெட்ராசில் அந்த போலீஸ் டிபார்ட்மெண்ட்டில் ஒரு கடைசி நிலை கான்ஸ்டபிளாகவாவது ஆகிவிடவேண்டும் என்ற குறிக்கோளுடன் வளர்ந்தவன்தான் பரமேச்வரன் என்னும் பரமன்.

ஸ்வதேசாபிமானி ராமகிருஷ்ணன் பிள்ளை, அவரின் சுதந்திரக்கருத்துக்களுக்கு எதிர்ப்பாய் அவர் 1910ஆம் ஆண்டு திருவிதாங்கூரிலிருந்து நாடு கடத்தப்பட்டார். விருத்தாந்த பத்ர பிரவர்த்தனம் என்னும் முதன் முதலான மலையாள பத்திரிகை இயல் புத்தகத்தை எழுதினவர் இந்த ராமகிருஷ்ணன் பிள்ளை. அவரின் வீட்டில் வேலை செய்துகொண்டிருந்த சங்கரன்

நம்பூதிரியின் குடும்பமும் அவர் மனைவி, ஒரு வயதே ஆன குழந்தை பரமேச்வரனும் ராமகிருஷ்ணன் கூடவே முதலில் பாலக்காட்டுக்கும் பின்னர் கண்ணூருக்கும் குடி பெயர்ந்தனர். சங்கரன் நம்பூதிரி சமையல் வேலையைக் கவனிக்க அவர் மனைவி மற்ற வீட்டு வேலைகளைச் செய்து வந்தாள். பரமேச்வரனுக்கு வீட்டில் வளைய வருவதுதான் ஒரே வேலை. நல்ல சாப்பாடு சவுகர்யமான வீடென்பதால் பரமேச்வரன் ஆரோக்கியமாக வளர்ந்தான். ஆனால் அவனுக்கு ஏழாவது வயதில் ராமகிருஷ்ணன் இறந்து போக சங்கரன் நம்பூதிரிக்கு வேலை இல்லாமல் போய்விட அவர் குடும்பத்துடன் பாலக்காட்டிற்கு திரும்பிவிட்டார். சின்னதாக ஒரு சாப்பாட்டுக்கடை வைத்து பிழைப்பு நடத்த பரமன் அங்கேயே எடுபிடி வேலை செய்து வந்தான். மதியமும் மாலையும் விற்றுப் போகாத சாப்பாட்டை வஞ்சனையில்லாமல் சாப்பிட்டதாலோ என்னவோ பதினெட்டு வயதுக்கு ஐந்தே முக்கால் அடி உயரமும் அகலமான தோள்களும் கரணை உடம்புமாக இருந்த அவனை சங்கரன் தன் சாப்பாட்டுக்கடையில் ட்ரெயினிங் கொடுக்க முற்பட்டார். பரமனுக்கு அந்த சாப்பாட்டுக்கடை வாழ்க்கையில் பிடிப்பில்லை. மாதம் ஒரு முறை பாலக்காட்டுக்கு வரும் காங்கிரஸ் ஆசாமிகள் சிலர் கடையில் உட்கார்ந்து பேசுவதைக் கவனித்த பரமேச்வரனுக்கு மெட்ராசின் மேல் மோகம் பிறந்தது. அதுவும் அந்தக் காங்கிரஸ் ஆசாமிகள் போலீஸ் செய்யும் அடிதடி பற்றியும் ஜெயிலில் நடக்கும் வன்முறை பற்றியும் பேசுவதைக்கேட்ட பரமேச்வரனுக்கு அவன் பார்த்தேயிராத மெட்ராஸ் போலீஸ் உத்தியோகத்தின் மேல் மாளாத ஆசை உண்டாயிற்று. 1936ஆம் வருடம் அவன் கடைக்கு வருகின்ற ஒரு காங்கிரஸ்காரரிடம் அப்பா சங்கரன் பேசி பரமனை மெட்ராசில் ஏதாவது ஒரு வேலையில் சேர்த்து விடுமாறு கேட்டுக்கொண்டார். ஆனால் பரமன் அவரிடம் நைச்சியமாகப் பேசி தனக்கு போலீஸ் வேலை கிடைப்பது பற்றின ஆசையைச் சொல்ல, அந்த காங்கிரஸ்காரர் அலுத்துக்கொண்டார்.

“அடேய்! அவாள்ளாம் நமக்கு எதிரிகள்டா! நாங்க அவாளுக்கு எதிரா போராடறோம்! நீ என்னடா அவளோட சேரணும்ங்கறியே!”

ஆனால் பரமேச்வரனின் நச்சரிப்பால் அவர் தன்னையே லாட்டியால் அடித்து பின்னர் பரிச்சயமான ஒரு சப் இன்ஸ்பெக்டரிடம் பேசினார்.

“பையன் வாட்ட சாட்டமாத்தான் இருக்கான். ஆனா போலீஸ்ல சேர்ரதுக்கெல்லாம் நெறைய கஷ்டம்! ரொம்ப நாள் ஆகும். எனக்கு அத்தனை உசரத்துல யாரையும் தெரியாது. ஒண்ணு பண்றேன். இந்த;க கோட்டையில துறைமுகம்லல்லாம் இப்போ கேட்டுக்கு, கொடவுனுக்குன்னு செக்யூரிட்டிக்காக வலுவான ஆட்களை வேலைக்கு எடுக்கறாங்க. கோட்டையில சொல்லி பரமனை அந்த செக்யூரிட்டியில சேரச் சொல்லுங்க!”

“இல்லை அவன் போலீஸ்தான் வேணுமின்னு...!”

“இங்க மொதல்ல சேரட்டும்! இந்த ட்யூட்டியில நெறைய போலீஸ்காராளோட பரிச்சயம் உண்டாகும். அதும் மூலமா அப்படியே போலிஸ் வேலைக்கி முயற்சி பண்ணட்டும். இதுதான் என்னால முடியும்!”

பரமன் போய் வேலைக்குச் சேர்ந்தவுடனே அவனை ஜார்ஜ் கோட்டைக்குள் ஒரு மூலையில் இருந்த மெட்ராஸ் கார்ரிசனின் ஆயுதக்கிடங்கில் செக்யூரிட்டி போட்டார்கள். பரமனும் குதூகலத்தோடு வேலைக்குச் சேர்ந்தான். நேரந்தவறாமல் ட்யூட்டிக்குப் போவது, விறைப்பாக முழுக்கவனத்துடன் ட்யூட்டி பார்ப்பது என்று பரமன் உழைத்தான். கூடவே ஆயுதக்கிடங்கில் இருக்கும் எல்லா வகை ஆயுதங்களைப் பற்றியும் தெரிந்து கொள்வதில் அதிக ஆர்வம் காட்டினான்.

அப்போதெல்லாம் மாதம் ஒருமுறை மெட்ராஸ் பிரெசிடென்ஸியில் இருக்கும் பல ஆயுதக்கிடங்குகளில் ஸ்டாக் செக் என்னும் கணக்கு எடுப்பார்கள். அதற்கு போலீஸிலிருந்து சீனியர்கள் தான் வருவார்கள். அந்தச்சமயத்தில் ஹார்பரில் இருந்த பையஸ் ஜோசஃப் ஜார்ஜ் கோட்டை கிடங்குக்கு ஸ்டாக் செக் வந்தபோது பரமனைக் கவனித்தார். அவன் ஓடி ஓடி அவருக்கு ஆயுதங்களைக் காட்டி ஸ்டாக் செக் செய்ய உதவினான்.

“மாட்ச்லாக் மஸ்கெட் ரைஃபிள் ஒண்ணு இருக்கணுமே?”

பரமன் முந்திக்கொள்வான்.

“அங்க அந்தப் பக்க சுவத்துல ஓரமா இருக்கு சர்!”

“அண்ட் ஃப்ளிண்ட்லாக்?”

“இதோ இங்க பெட்டியில சர்!”

எல்லா ஆயுதங்களின் டெக்னிக்கல் பெயர்களைத் தெரிந்து வைத்திருந்த பரமேச்வரனை பயஸ் ஜோசெஃப் நன்கு கவனித்தார். ஆறடிக்கு கொஞ்சம் குறைவான உயரம், கட்டுமஸ்தான உடல்வாகு, ஆர்வம், கற்றுக்கொள்ளும் துடிப்பு எல்லாம் அவரைக் கவர்ந்தது. ஹார்பருக்குப் போனதும் சர் வில்லியம்ஸிடம் சொல்லி பரமனை துறைமுகம் வாசல் கேட் ட்யூட்டிக்கு எடுத்துக்கொண்டார்.

“இதே மாதிரி துடிப்பா வேலை செஞ்சா ஒரு நாள் உன்னை இம்பீரியல் போலீஸில் எடுத்துக் கொள்வேன், ஓகே?”

தீவுத்திடலை அடுத்த சின்னத் தெருவில் ஓட்டு போட்டுக்கட்டிய இரண்டு அறைகொண்ட வீட்டுக்கு மனைவியுடனும் ஒரு வயதுப் பிள்ளையுடனும் குடி புகுந்தான் பரமன்.

பரமன் எதிர்பார்ப்புடன் துறைமுகம் செக்யூரிட்டி ட்யூட்டிக்கு வந்து சேர்ந்தான். இன்ஸ்பெக்டர் ஆரோக்கிய தாஸிடம் ரிப்போர்ட் செய்யப் பணிக்கப்பட்டான். ஆசைப்பட்டு கிடைத்த வேலையில் பரமன் கடுமையாக உழைத்தான். சில சமயங்களில் டபிள் ட்யூட்டியெல்லாம் பார்த்திருக்கிறான். ஆயுதங்கள் பற்றின தன் அறிவை வளர்த்துக்கொண்டே இருந்தான். என்னமோ ஆரோக்கிய தாஸுக்கு பரமன் மீது முழு நம்பிக்கை ஏற்படவேயில்லை. பரமனின் வட்ட சாட்டமான உடலோ அல்லது அவனின் நேர்மையோ துடிப்பான கடமை உணர்ச்சியோ பயஸ் ஜோசஃப் அவனைப்பற்றி சிலாகித்துப் பேசினதோ என்னவோ மனதளவு பாதுக்காப்பின்மையால் ஒருவேளை பரமன் தன்னைவிட முக்கியத்துவம் பெற்று விடுவானோ என்னும் அபாயமோ தாஸ் அவனைக் கடுமையாகவே நடத்தினான். அவன் இம்பீரியல் போலீஸில் இல்லாமல் டெம்பரரி காண்டிராக்டில் இருந்தது தாஸுக்கு சவுகரியமாகப் போய்விட்டது.

தொள்ளாயிரத்து நாற்பத்தி இரண்டாம் ஆண்டு மெட்ராஸே பரபரத்த ஆண்டாக அமைந்தது.மேற்கே ஜெர்மானியர்கள் தரை மார்க்கமாக ஐரோப்பியாவின் நாடுகளைக் கவர்ந்து கொண்டு வர, இங்கே கிழக்காசியாவில் சற்றே விச்ராந்தியாக இருந்த நாடுகளுக்கு ஜப்பான் ஜெர்மனியுடன் சேர்ந்து சண்டையிட முற்பட்டு பெரிய ஷாக்கை கொடுத்தது. மளமளவென ஜப்பானியர்கள் கிழக்காசிய நாடுகளுக்கு நீர் மார்க்கமாக நுழைந்து அடிக்க ஆரம்பித்தனர். பர்மாவில் புகுந்த ஜப்பானியர்கள் ரங்கூனை

அடித்துத் துவைக்க, ஆயிரக்கணக்கான தமிழர்கள் ரங்கூனைவிட்டு நடந்தே மெட்ராசுக்கு திரும்பலாயினர். ஏப்ரல் முதல் வாரத்தில் ஜப்பானின் கடல்வழிப்படையினர் போர்க்கப்பல்களைக்கொண்டு இந்து மகா சமுத்திரத்தில் சிலோன் மற்றும் விசாகப்பட்டினத்தில் குண்டு போட்டனர். இங்கிலாந்தின் ராயல் ஏர்ஃபோர்ஸும் சரி இந்தியாவின் ஏர் ஃபோர்ஸும் சரி, தென்னிந்தியாவில் அதிக முக்கியத்துவம் காட்ட இயலாமையால் ஒரு வழியாக ஏப்ரல் 12ஆம் தேதி அரசாங்கம் மெட்ராஸ் மக்களை பாதுகாப்பு கருதி இடத்தைக் காலி செய்யச் சொல்லி அறிவுறுத்தியது.

அதுதான் சமயம் என்பது போல அடுத்த 48 மணி நேரத்தில் சுமார் மூன்று லட்சம் பேர் மெட்ராஸை விட்டு நீங்கி தெற்குப் பக்கமாக நகரலாயினர். ஒரே வாரத்தில் ஐந்து லட்சம் பேர் மெட்ராசிலிருந்து போய்விட்டதாக சரித்திரம் கூறுகிறது.

சென்ட்ரல் ஸ்டேஷனிலும் எக்மோரிலும் கட்டுக்கடங்காத கூட்டம். குழப்பம், பரபரப்பு, பயம் பீதி மக்களிடையே படர்ந்து இருக்க இந்த இடங்களில் சமூக விரோதிகள் சுறுசுறுப்பாயினர். பிக்பாக்கெட், கொள்ளை, செயின் பறிப்பு என்று பல குற்றங்கள் நிகழ, இம்பீரியல் போலீசுக்கு இருந்த பலம் போதவில்லை. ஆகவே ஜார்ஜ் கோட்டையிலும் துறைமுகத்திலும் இருக்கும் போலீஸ்காரர்களை சில நாள் அவசர ட்யூட்டிக்கு அனுப்ப திட்டமிட்டு ரோல் கால் போட்டதில் பரமனுக்கு எக்மோர் ஸ்டேஷன் ட்யூட்டி வந்து விழுந்தது.

பரமன் இன்னொரு காண்டிராக்ட் கான்ஸ்டபிளுடன் அங்கே மூன்று நாளுக்கு 24 மணி நேர ட்யூட்டி பார்த்தான். நிற்க இடமில்லாத கூட்டத்தில் வளைய வளைய வந்து தடுமாறும் வயதானவர்களுக்கும் குழந்தைகளுக்கும் ஓடி ஓடி உதவினான். இரண்டொரு பிக்பாக்கெட் ஆசாமிகளையும் கையும் களவுமாய்ப் பிடித்து பணத்தை மீட்டுக் கொடுத்தான். பிரசவ வேதனைப் பெண்ணையும் அவள் குடும்பத்தையும் பத்திரமாக பாசஞ்சர் டிரெயினில் ஏற்றி அனுப்பினான். அவன் வந்த இரண்டாம் நாளே ஒரு ஒழுங்கு ஏற்பட்டு குழப்பம் குறைந்து மக்களின் நடமாட்டம் சீரானதை சிந்தாதிரிப்பேட்டை இன்ஸ்பெக்டர் தன் இன்ஸ்பெக்‌ஷன் போது கவனித்து ஐஜி ஆஃபிசுக்குச் சொல்ல அந்தப் பாராட்டு பயஸ் ஜோசஃபிடம் போய்ச் சேர்ந்து, கவனித்தார்.

பரமன் துறைமுகம் ட்யூட்டிக்கு வந்தவுடன் அவனை அழைத்துப் பாராட்டினார்.

"பரமன்! யூ ஹேவ் டன் ய கிரேட் ஜாப்! தாஸிடம் சொல்லி உன்னை பர்மனெண்ட் ஆக்கிவிடுகிறேன்!"

பரமனின் சந்தோஷம் நீடிக்கவில்லை.

அன்று மதியமே சாப்பாட்டு நேரத்துக்குப்பின் ஆரோக்கிய தாஸ் பரமனை அழைத்தான்.

"என்ன பரமா! நேர பெரியவரப் பாத்துட்ட போலருக்கே?"

"இல்லைங்க! அவர்தான் என்னைக் கூப்பிட்டனுப்பினார்!"

"டேய்! உன் சாமர்த்தியம் தெரியாதா? என்னைத் தாண்டி நீ அவரைப் பார்த்தா உனக்கு போலீஸ்ல வேல கெடைச்சுடுமா?"

"இல்லீங்க! சத்தியமா அவர்தான் கூப்ட்டுவிட்டாரு!"

"அதான் சாக்குன்னு நீ உம் போலீஸ் ஆசையைச்சொல்லி புலம்பியிருப்ப!"

"அய்யோ இல்லைங்க! அவரேதான் சொன்னாரு! அவருதான் என்னைய முதமுதல்ல கோட்டையிலயே சேர்த்தாரு! அவருக்கு என்னைத் தெரியும்!"

"அதான் நீ என்கிட்ட திமிரா நடக்கற! டேய்! இதப்பாரு! என்னை மீறி உனக்கு போலீஸ்ல வேலை கிடைக்காது! இன்னொருக்கா இப்படி மேலதிகாரிங்கள நேராப் போய்ப் பார்த்த ஜாக்கிரதை! இருக்கற வேலயும் போய்டும்! போடா!"

அடிக்கடி பரமனை ஏதாவது குறை சொல்லி தாஸ் திட்டிக் கொண்டிருந்தைத்தவிர, அடுத்த பல மாதங்களுக்கு ஒன்றும் நிகழவில்லை.

1943 வரை
மெட்ராஸ் துறைமுகம்

ஒரு துறைமுகம் என்பது கிட்டத்தட்ட ஒரு சின்ன நகரம் போலத்தான் இயங்குகிறது. அதன் முக்கிய வேலை சகலவிதமான பொருட்களின் திட, திரவ, வாயு - தற்காலிக மற்றும் நிரந்தர நகர்வுகள், தற்காலிக மற்றும் நிரந்தர சேமிப்பு மற்றும் பாதுகாப்பு. இந்தப் பாதுகாப்பு என்பதுதான் துறைமுகத்தின் மிக முக்கிய தலைவலி. அங்கே பயணப்படுவதற்காக வரும் பொருட்கள் மட்டுமின்றி அங்கே வந்து போகும் கப்பல்கள், இருக்கும் உபகரணங்கள் மற்றும் வேலை செய்யும் மனிதர்களின் பாதுகாப்பும் கூட துறைமுகத்தின் அதி முக்கியப்பணிகளில் ஒன்றாகும். அந்தப் பாதுகாப்புக்காக இருந்த விஜிலன்ஸ் என்றும் செக்யூரிட்டி என்றும் அழைக்கப் பெற்ற குழுமம் தான் பொறுப்பு நிறைந்த ஒரு டிபார்ட்மெண்ட்.

ஆயிரத்தித் தொள்ளாயிரத்தி முப்பது நாற்பதுகளில், சுதந்திரத்துக்கு முன்பாக மெட்ராஸ் துறைமுகத்தில் அந்தப் பொறுப்பின் தலைமையில் இருந்தவர் பையஸ் ஜோசெஃப் என்னும் சூபரிண்டெண்டெண்ட். அவருக்கு அடுத்து பாட்ரிக் வாக்கர் என்னும் இரு ஆங்கிலோ இந்தியர்கள். அன்றைய இம்பீரியல் போலீஸ் ஐ ஜி சர் வில்லியம்ஸ் இந்த இருவர் மீது மிகுந்த

நம்பிக்கை வைத்திருந்தார். போர்க்காலமென்பதால் துறைமுகப் பாதுகாப்பும் அன்றைய இம்பீரியல் போலீசுடன் சேர்ந்துதான் வேலை செய்ய வேண்டும் என்னும் ஆர்டர் வந்து ஒரு வருடத்துக்கு மேல் ஆகிவிட்டது. சர் வில்லியம்ஸ் தன் ரத்தத்திலேயே போலீஸ் போலீஸ் என்று ஊறினவர். 1907ஆம் ஆண்டிலேயே இங்கிலாந்து சென்று போலீஸ் சர்வீசுக்கான சிவில் சர்வீஸ் பரிட்சை தேறி போஸ்டிங் பெற்று இந்தியா வந்தவர். அவர் மெட்ராஸில் போஸ்டிங் பெற்றாலும் இந்தியாவின் முக்கிய கலகங்களிலும் போராட்டங்களிலும் பந்தோபஸ்து மற்றும் கண்ட்ரோல் ட்யூட்டியில் இருந்து பழுத்த அனுபவம் பெற்றவர். 1908 இல் லோகமான்ய திலகர் ஜெயிலில் அடைக்கப்பட்டபோது எழுந்த கலவரங்கள், 1912இல் டெல்லி சாந்தினி சௌக்கில் ராஷ் பிஹாரி போஸும் சச்சிந்த்ர சன்யாலும் குண்டு வீசி எறிந்த வழக்கிலும், 1919இல் ரௌலட் சட்டத்தை எதிர்த்த பம்பாய் போராட்டங்களிலும் பின்னால் தண்டி சத்யாகிரக போராட்டத்திலும் ட்யூடி போடப்பட்டு அதை இரும்புக்கரம் கொண்டு கண்காணித்த போலீஸ் டீம்களில் சர் வில்லியம்ஸும் முக்கியப் பொறுப்பு வகித்தவர். அவரின் கடும் உழைப்புக்கும் நேர்மைக்குமான பரிசாக மெட்ராஸ் பிரெசிடென்ஸியின் இம்பீரியல் போலீஸ் ஐஜி பதவி அவரைத்தேடி வந்ததில் ஆச்சரியமே இல்லை.

இரண்டாம் உலகப்போர் தொடங்கியபோதே ஆங்கிலேய அரசாங்கம் கல்கட்டா, மெட்ராஸ் மற்றும் பாம்பேயில் பாதுகாப்பை அதிகரிக்க உத்தரவிட்டது. ஹிட்லர் போலந்தை முற்றுகையிட்ட செப்டம்பர் மாதம் ஒன்றாம் தேதி முதல் ஜப்பான் சரணடைந்த ஆகஸ்டு 15, 1945வரை இரண்டாம் உலகப்போரின் நீடிப்பு என்றாலும் மெட்ராசைப் பொறுத்தவரை 1942–43 ஆண்டுகள்தான் முக்கியத்துவம் பெற்றது. அந்த ஆண்டு நடந்த நிகழ்ச்சிகள் மெட்ராஸ் வாழ்க்கையைப் புரட்டிப் போட்டன என்றால் மிகையில்லை. அரிசித் தட்டுப்பாடு காரணமாக எவ்வாறு அதே சுவையுடன் கோதுமையில் சாதம் செய்ய முடியும் என்னும் விளம்பரங்கள், உலோகச் சேமிப்புக்காக ஓட்டை காலணா வெளியிடப்பட்டது, நிதி திரட்டுவதற்காக குளோப் தியேட்டரில் வெளியிடப்பட்ட ஆங்கிலப்படம், சென்சார் செய்யப்பட்ட பத்திரிகைகள், எஸ் ஐ ஏ ஏ கிரவுண்ட் எனப்படும் கண்ணப்பர் திடலில் ராணுவ செயல் விளக்க டிரில்கள், ஆவடியிலும் ரெட்

ஹில்ஸின் பரந்த மைதானங்களிலும் இறங்கிய பிளேன்கள் என்று மெட்ராஸின் நடவடிக்கைகளே மாறின காலகட்டம். பாதிக்கு மேல் மக்கள் மெட்ராசை விட்டு விலகி தெற்கு நோக்கி பயணப்பட்டு விட்டனர். மெட்ராசில் ஜப்பான்காரன் குண்டு போடலாம் என்னும் பயத்தில் உயிர்காட்சி சாலையில் கொடிய மிருகங்களைச் சுட்டுக் கொன்ற நிகழ்ச்சியும் நடந்தது.

கூர்மையான புத்தி கொண்ட சர் வில்லியம்ஸ் மெட்ராஸ் துறைமுகம் நிச்சயம் பாதிப்புக்குள்ளாகலாம் என்பதால் பயஸ் ஜோசெஃபையும் பாட்ரிக் வாக்கரையும் ஆரோக்கிய தாஸையும் கூப்பிட்டு அதி ஜாக்கிரதையாக இருக்க அறிவுறுத்தினார்.

அன்று காலை பயஸ் ஜோசெஃபின் மோட்டார் சைக்கிள் கேட்டுக்கு வந்தபோது பரமனே ஓடிப்போய் திறந்துவிட்டான். பயஸ் நிறுத்தி பரமனைப் பார்த்து சிரித்தார்.

"வாட் பரமன்! ஹவ் ஆர் யூ?"

"நல்லா இருக்கேன் சார்!"

"ஆமா ஏன் ஐ பி பாட்ஜ் போடல?"

"நான் இன்னும் காண்டிராக்ட்லதான் இருக்கேன் சர்!"

பரமனின் வார்த்தைகளில் சோகம் வழிந்தது.

"வாட் ஈஸ் திஸ்? நான் எப்பவோ பாட்ரிக்கிடம் சொல்லிட்டேனே! தாஸுக்கும் தெரியுமே!"

பரமன் மவுனமாக நின்றான்.

"ஓகே பரமா! நான் உன் கேஸை உடனே கவனிக்கறேன்! சியர் அப்!"

மோட்டார் சைக்கிள் விர்ரென உள்ளே புகுந்து சென்றது. பரமனுக்கு கொஞ்சம் எதிர்பார்ப்பு கூடியது.

அன்று காலையே பயஸ் ஜோசஃப் பாட்ரிக்கையும் தாஸையும் கூப்பிட்டனுப்பினார்.

"பாட்ரிக்! தாஸ்! செக்யூரிடி எப்படி இருக்கு?"

"ஸ்ட்ரிக்டா இருக்கு சார்! நாலு டீமா டிவைட் பண்ணி விஜிலன்ஸ் போட்ருக்கம். தாஸ் எல்லாத்தையும் கண்காணிக்கறான்!"

"என்ன தாஸ்! ஈஸ் எவ்வெரிதிங் அண்டர் கண்ட்ரோல்?"

"எஸ் சர்! நம்ம டீம்ல இருக்கற மொத்தம் எழுவத்திரெண்டு பேரையுமே நாலு குரூப்பா பிரிச்சு பன்னிரெண்டு மணி நேர ட்யூட்டி ஆக்கிட்டோம். பரமன் அண்ட் டீம் வெஸ்டெர்ன் கேட்! சாமிக்கண்ணுவை வாட்டர் ஃப்ராண்ட்டுல போட்ருக்கேன். ஜாக்கப் நார்த்தும் மைக்கேல் சவுத்துலயும் இருக்காங்க."

"குட்! எனக்கு வெஸ்டர்ன் கேட்டுதான் கவலை. அங்கதான் போக்கு வரத்து அதிகம். லாரி டிராஃபிக், ஜனம், காண்டிராக்ட் ஓர்க்கர்ஸ், இம்பொர்டர்ஸ் கிளியரிங் அண்ட் ஃபார்வர்டிங்குன்னு கூட்டம்!"

"பரமன் கிட்ட ஸ்டிராங்கா சொல்லிட்டேன் சர்!"

"பரமன் ஈஸ் ய டெடிகேட்ட் மேன்! ஆமா பாட்ரிக், ஏன் இன்னும் பரமனுக்கு பெர்மனெண்ட் போசிஷன் தரல?"

"தாஸோட ரிப்போர்ட் அவனுக்கு சாதகமா இல்லை! தாஸ் என்னமோ அவன் இன்னும் இம்ப்ரூவ் பண்ணனும் என்கிறானே?"

"என்ன தாஸ்! நானே பார்த்திருக்கேன், பரமன் இஸ் ய குட் போலீஸ்மேன்! அவனை சீக்கிரம் இண்டக்ட் பண்ணு! இது சவாலான நேரம்! நம் ஆசாமிகளின் முழு ஒத்துழைப்பு நமக்குத் தேவை!"

"பரமனை நான் பாத்துக்கறேன் சர்!"

"இல்லை தாஸ்! எனக்கென்னமோ நீ அவனை டெலிபரேட்டா தடுக்கறேன்னு தோணுது! நீ எப்படி இருந்தேன்னு நெனச்சுப்பாரு! நாங்க யாராவது உன்னை அழுத்தியிருந்தா நீ இன்ஸ்பெக்டராயிருப்பியா? ஹேவ் சம் கிராட்டிட்யூட் தாஸ்!"

தாஸுக்கு கோபம் தலைக்கேறியது. ஆனாலும் பவ்யமாகச் சிரித்தான்.

"எஸ் சர்! வில் டூ சர்!"

"பரமா!"

தாஸ் உள்ளுக்குள் பல் கடித்தான்!

1943 வரை
பழனியப்ப செட்டியார், துரை

லஸ் கச்சேரி ரோடில் அந்தப் பெரிய பங்களா ஏப்ரல் மாத மத்தியான வெயிலில் அமைதியாக இருந்தது. வக்கீல் குமாஸ்தா ராகவாச்சாரி வக்கீலாத்துலியே சாப்பிட்ட களைப்பில் ஆஃபீஸ் ரூமில் அசந்திருந்தார். அவர் மனைவி அம்புஜமும் விடியற்காலையிலேயே வக்கீலாத்துக்கு சமையல் ஒத்தாசைக்கு வந்துவிட்டதால் அவளும் சமையல் ரூமிலேயே மணைக்கட்டையை தலைக்கு வைத்துக்கொண்டு தூங்கினாள். அட்வொகேட் அனந்தாச்சாரி ஊஞ்சலில் ஆடிக்கொண்டிருந்தார். போன வாரம் தான் ராகவாச்சாரியை விரட்டி விரட்டி ஒரு வழியாக ஊஞ்சல் கம்பிகளுக்கு எண்ணெய் போடச் சொல்லியிருந்தார். அதனால் அவை ஆடினபோது சப்தமின்றி சின்ன கீச் கீச்சைத்தவிர மற்றபடி மைலாப்பூர் அமைதி அந்தப் பங்களாவிலும் படர்ந்திருந்தது.

பழனியப்ப செட்டியாரும் துரையும் லஸ் வந்து டிராமில் இருந்து இறங்கி நடந்து வக்கீல் வீட்டுக்கு வந்து வாசலில் நின்றார்கள்.

“வீடே அமைதியா இருக்குங்களே! நாம வர்ரதை தொந்தரையா நினைக்கப்போறாங்க?”

“இல்ல துரை! முந்தா நாள் ஹைகோர்ட்டுல வக்கீலோட பேசுனேனே! வருஷப்பொறப்பன்னிக்கு வான்னு அவர்தான் சொன்னாரு!”

“ஏன் நட்டநடு மத்தியானம் வந்து தூக்கத்த கெடுக்கறேன்னு வெய்யப் போறாரு செட்டியாரே?”

“அதெல்லாம் ஒண்ணுஞ்சொல்ல மாட்டாரு! அவுரு வேலைக்குத்தானே நாமே வந்திருக்கம்! நீ வா, பாத்துக்கலாம்!”

மெதுவாக கேட்டைத் திறந்து நீண்ட சிமெண்ட் பாதையில் நடந்து, திரும்பி போர்ட்டிக்கோவில் நுழைந்தார்கள். வெராண்டாவில் நான்கைந்து பிரம்பு நாற்காலிகளும் ஒரு ரோஸ்வுட்டில் ஆன சாய்வு நாற்காலியும் இருந்தன.

“துரை! போன வருஷம் நாமதானே இந்த ரோஸ்வுட் நாற்காலிய பர்மாலேர்ந்து வரவழைச்சுக் கொடுத்தம்!”

செட்டியார் பெருமையாகச் சொல்லிக்கொண்டார்.

அத்தனை அமைதிக்கு நடுவில் செட்டியார் குரல் கொடுத்தார்.

“ஐய்யா! வக்கீல் ஐய்யா!”

ஒன்றும் பதில் வரவில்லை.

சற்று முன்னே போய் அந்தப் பெரிய தேக்கு மரக்கதவைத் தட்டினார்.

கீச் கீச் சப்தம் நின்றது.

“ஆர்ரா அது நட்ட நடு மத்தியானம் கதவப்போட்டு ஒடைக்கிறது?”

வக்கீல் குரல் சன்னமாகக் கேட்டது. துரை பயத்துடன் செட்டியாரைப் பார்த்தான்.

“ராகவாச்சாரி! பாரேண்டா! ரெண்டு கவளம் சோறு உள்ள போனா உனக்கு கண்ணை அமட்டிண்டு வந்துருமே!”

சில நிமிடங்களில் லொட்டென்ற தாழ்ப்பாள் சப்தத்துடன் கதவு திறக்க, ராகவாச்சாரி.

“அட! செட்டியாரா? என்ன இந்த மத்தியானத்துல? அதுவும் வருஷப்பொறப்பும் அதுவுமா?”

“நமஸ்காரம்! வக்கீலய்யாதான் வரச் சொல்லியிருந்தார்!”

“வெய்யல் தாழ்ந்து சாயரட்சை வரப்படாதோ? இருங்கோ வக்கீல் இருக்காரான்னு பாக்கறேன்!”

வக்கீலைக் கேட்காமல் அவர் இருப்பதாகச் சொல்லக் கூடாது என்பது அட்வகேட்டின் ஆணை. சன்னமாக உள்ளே பேச்சுக் குரல்.

“வாய்யா வா! செட்டியாரே!”

அனந்தாச்சாரி வந்துவிட்டார். பஞ்சகச்சம் வேஷ்டியுடன் மேல் துண்டு ஒன்றைப் போட்டிருந்தார். தாம்புக்கயிறு போன்ற பூணல் உடலில் அல்லாடியது. கழுத்தில் மாமிகள் போடும் இரட்டை வடச்சங்கிலி போல தங்கம்.

“நமஸ்காரம்!”

வாங்க செட்டியாரே! என்ன வெய்யில்ல வந்திருக்கீங்க? செத்த வெயில் தணிஞ்சப்றம் வரப்படாதோ? இவந்தான் துரையா? வாப்பா!”

“எங்ல யாவாரத்துல ஒண்ணுஞ் சொல்ல முடியலியே அய்யா! சாயந்தரம் எதுனா வேல வந்துட்டுதுன்னா நீங்க சொன்னபடி வரமுடியாதப் போய்டுமே! அதான் சாப்ப்ட்டு கிளம்பி வந்துட்டம்! உங்களுக்கு தொந்தரைன்னா போய்ட்டு அப்புறமா வரட்டுங்களா?”

“அடேடே! அதெல்லாம் வாண்டாம்! வாங்க உக்காருங்க!”

‘இருக்கட்டுங்க’ என்று செட்டியார் நாற்காலியில் உட்கார, துரை பக்கமாக நின்றதை அனந்தாச்சாரி கவனித்து மனதுக்குள் ஒப்புதல் அளித்துக்கொண்டார்.

“டேய் ராகவாச்சாரி! ந்தா, இவாளுக்குப் பானகம் கொண்டு வரச்சொல்லு!”

“இருக்கட்டுங்க! இப்பத்தான் சாப்பிட்டம்! எதுக்கு உங்களுக்கு செரமம்?”

“டேய்! வாண்டாமாண்டா!”

உள்ளே குரல் கொடுத்துவிட்டு செட்டியாரைப் பார்த்தார்.

“எப்படி இருக்கு வியாபாரம்? ஊரெல்லாம் சண்டை பீதியான்னா இருக்கு?”

“கப்பல் வந்து போயிட்டு இருக்கறவரைக்கும் நமக்கு யாவாரம் இருக்குமுங்க! உங்க மாதிரி பெரிய மனுஷா இருக்கீங்க! ஒரு குறையும் இல்ல?”

“என்னவோ போங்க செட்டியார்! எனக்கே பயமாத்தானே இருக்கு! ஜப்பான்காரன் இதோ பர்மாவைப் பிடிச்சுட்டான். சிங்கப்பூர் வரைக்கும் வந்துட்டானே! ஒண்ணுமில்ல, இதோ அந்தமான் வரைக்கும் வந்து பிளேன விட்டு பாம் போடறான்! இன்னும் எத்தன நாளாகும் மெட்ராசுக்கு வர்ரதுக்கு, சொல்லுங்க!”

“நம்ம ஊர் முழுசுமா ராணுவ நடமாட்டம் இருக்குதுங்களே! இவுங்க பாத்துக்க மாட்டாங்களா?”

“அட நீங்க வேற செட்டியார்! இதோ போன வாரம் நாயித்துக்கெழம கொலொம்போவுல 75 ஜப்பான்காரன் பிளேன் வந்து குண்டு போட்டுட்டு போயிருக்கா! சிலோன் கவர்னர் என்னடான்னா இதுக்கெல்லாம் ஒண்ணும் பயப்பட வாண்டாம். அம்பது பேருதான் செத்துப்போனா! லண்டன்ல ஒரு நா ரோடு ஆக்ஸிடெண்ட்ல கூட இதவிட ஜாஸ்தி பேர் செத்துப்போறாங்கறார்!”

“இவ்ளோ பக்கம் வரைக்கும் வந்துட்டானுங்களா?”

“ஒரு பய இதக் கேட்கல. அவனவன் குழந்த குட்டிகளோட தனுஷ்கோடியில வந்து எறங்கிண்டு இருக்காங்க!”

“பாவம் அவங்களும் தான் எங்க போவாங்க!”

“இதக்கேளுங்க செட்டியாரே! ஆறாம் தேதியன்னிக்கு நம்ம காக்கினாடாவுல ஒரு ஜப்பான் பிளேன் வந்துட்டு போயிருக்குங்கறாங்க! ரெண்டு கப்பல்ல டாமேஜாம்! ஒரு ஆசாமி போய்ட்டானாம்!”

“பேப்பர்ல வந்துதுங்களா?”

“மூச்சு காட்டப்படாது! எல்லாத்தையும் சென்சார் பண்ணித்தானே அனுப்பறாங்க! கோர்ட்ல ஜட்ஜே கேள்விப்பட்டிருக்கார். அவரோட அத்தங்கா புள்ள அங்கதான் ஹார்பர்ல இஞ்சினீயரா இருக்கானாம்!”

“காக்கிநாடா வரைக்கும் வர்ரவன் மெட்ராசுக்கும் வந்துருவானுங்களா?”

“அன்னிக்கு மத்தியானமே விசாகப்பட்டினத்துலயும் குண்டப் போட்டிருக்கான் செட்டியார்! ஒரு தரம் இல்ல செட்டியார் ரெண்டு தரம், போறுமா?”

“ஒண்ணும் ஆபத்து இல்லியே?”

“அதெப்படி ஆபத்து இல்லாம இருக்கும்? இருவது குண்டு விழுந்திருக்கு! அஞ்சு பேர் செத்திருக்கான். 40 பேருக்கு காயம்! கவர்மெண்ட்டைக் கேட்டா பெரிய டாமேஜெல்லாம் ஒண்ணும் இல்லைன்னு மழுப்பறானுங்க கட்டையில போறவங்க!”

துரை குறுக்கிட்டான்.

“எங்க பேட்டையில ஏழாம் தேதி காலங்கார்த்தால நாலு மணிக்கு ஏ ஆர் பி சைரன் ஊதிட்டாங்க சார். நாங்க அல்லாரும் பயந்துபோய் தீவுத்திடல் பங்கருக்கு போய்ட்டோம். ஒண்ற மணி நேரம் கழிச்சு மறுபடி ஊதினாங்க! நல்ல வேள ஆபத்து ஒண்ணியும் இல்ல!”

“ஆமாமாம்! பேப்பர்ல சின்னதா செய்தி போட்டிருந்தான்!”

“உங்களுக்கு ஒண்ணு தெரியுமா செட்டியார்? சென்ட்ரல் ஜெயில்லேர்ந்து கைதிங்களை எல்லாம் தெலுங்கு பக்க ஜெயிலுங்களுக்கு அனுப்பிட்டாங்க! நம்ம மெட்ராஸ் ஜூவுல சிங்கம் புலியெல்லாம் சுட்டுக் கொன்னுட்டாங்களாம்!”

“அடேடே ஏனுங்க?”

“ஏனா? நாளைக்கு குண்டு விழுந்து ஜூ கதவெல்லாம் உடைஞ்சு அதுங்க தப்பிச்சு சிட்டிக்குள்ள வந்தா, நானும் நீரும்தான் சுவாமி அதுங்களுக்கு பட்சணமாப் போய்டுவோம்!”

அனந்தாச்சாரி விரக்தியாகச் சிரித்தார்.

“சரி செட்டியார்! இந்த களேபரத்துக்கு நடுவுல நா எப்படி எம்பொண்ணோட நிச்சயதார்த்தத்த பண்ணப் போறேனோ தெரியல! உம்ம அதுக்குத்தான் சொன்னேன்! வர்ர தை மாசம் கல்யாணம் வெச்சிருக்கேன்! நா கேட்ட தங்கம் கெடச்சுடுமோனோ?”

“இருக்குங்களே இன்னம் எட்டு ஒம்பது மாசம்! செப்டம்பர் அக்டோபர்ல கப்பல் வருது. அதுல உங்களுக்குனு அஞ்சு கிலோ தங்கம் கொண்ட வரச்சொல்லியிருக்கேன்!”

“நல்ல தங்கமா இருக்கணும் செட்டியார்! சம்பந்திகிட்ட பெருமை சொல்லியிருக்கேன்!”

“அட என்னங்க! உங்களுக்குப் போய் நெல்ல தங்கம் இல்லாம

இருக்குமா? நல்ல 24 காரட்டுல சொல்லி வெச்சிருக்கங்க! இப்ப சண்டையினால ரங்கூன்ல யாவாரிங்கள்லாம் தங்கத்த கெடச்ச வெலைக்கு வித்துட்டு இருக்காங்க. இன்னிக்கு மார்க்கெட் ரேட் 95 ரூவா சவரனுக்கு. அஞ்சு கிலோ உங்களுக்குன்னே வர வெச்சிர்ரன்!"

"செய்ங்க செட்டியார்! வெலையெல்லாம் பாத்துப் போடுங்க! நீங்க அக்டோபர்லயாவது குடுத்தா நா ஆச்சாரிகிட்ட சொல்லி நகை செஞ்சுக்கறது சரியா இருக்கும்!"

"அதெல்லாம் கட்டாயமா அக்டோபர் மாசம் முத வாரம், மிஞ்சிப்போனா ரெண்டாம் வாரம் குடுத்துர்ரேனுங்க!"

"நல்லது செட்டியார்! பானகம் கூட வாண்டான்னுடீங்க! பாத்துப் போங்க!"

"வர்ரேனுங்க!"

டிராமில் திரும்பி வரும்போது துரை கேட்டான்.

"ஏங்க நமக்கே மார்க்கெட் ரேட் 85 ரூவா ஆகுமே! பத்து ரூவாதானா சவரனுக்கு லாபம்?"

"இல்ல துரை! ரங்கூன்ல என்னோட தூரத்து ஒறவு ஒருத்தரு அங்க எல்லாத்தையும் வித்துட்டு போகப்போற ஒரு யாவாரியப் பிடிச்சுட்டாரு. அவர் பேசி சவரன் எழுவதுக்கே வாங்கிடுவாரு. நமக்கு அஞ்சு ரூவா போட்டு தரேன்னிருக்காரு!"

"அப்ப இருவது ரூவா கெடைக்குமா?"

"கெடைக்கும் ஆனா நிக்காது! நம்ம செலவு வேற இருக்கே? ஹார்பர்ல ஆளுங்கள கவனிக்க வாணாமா? தாஸ் விட மாட்டானே!"

பாரிஸில் இறங்கி செட்டியார் கிளம்பினார்.

"சரி துரை நாளைக்கும் குடவுனுக்கு வந்துரு! இந்தா ரெண்டு ரூவா! முருகேசுவுக்கு எதுனா வாங்கிட்டு போ!"

துரையும் கிளம்பி கோவிந்தப்ப நாய்க்கன் தெருவில் முருகேசனுக்கு லட்டு முறுக்கும் செல்லிக்கு மல்லிப்பூவும் வாங்கிக்கொண்டு வீட்டுக்கு போய்ச்சேர்ந்தான்.

1943 வரை

"ப்பா! ம்மா! ஊருக்குப்போய்ட்டாங்க!"

துறைமுகம் என்பது விநோதமான இடம். மிகப்பெரிய பரப்பளவு கொண்ட விஸ்தீரணம். ஒரு பக்கம் ஆர்ப்பரிக்கும் கடலும் அதில் வந்து நிற்கும் கப்பல்களும் அதிலிருந்து இறங்கும் வித விதமான பொருட்களும். மூட்டை மூட்டையாய் தானியங்களும், டன் டன்னாய் உலோகங்களும், டாங்கர் டாங்கரா எண்ணை மற்றும் கண்டெய்னர்களில் விதவிதமான வாயுப்பொருட்களும் சரசமாடும் இடம். லாரிகளும் வண்டிகளும் போய் வந்த மயம் இருக்க, ஒரு புறம் கஸ்டம்ஸ் என்று அரசு அதிகாரிகள் கித்தாய்ப்புடன் நடமாட, ஏற்றுமதி இறக்குமதி செய்யும் கம்பெனி ஆட்களின் நடமாட்டமும் கிளியரிங் அண்ட் ஃபார்வார்டிங் என்னும் ஏஜண்ட்டுகளின் புழக்கமும், முக்கியமாக உடல் வருத்தி வேலை செய்யும் உழைப்பாளிகள் நிறைந்த இடம்.

துறைமுகத்துக்கு கப்பல்கள் தினமும் வந்த வண்ணமாக இருப்பினும் ஒரு கம்பெனிக்குத் தேவையான பொருட்களைக்கொண்டு வரும் அல்லது எடுத்துச்செல்லும் கப்பல் தினமும் இருப்பதில்லை. ஆகவே அந்தக் கம்பெனிகள் போர்ட் லேபர் எனப்படும் தொழிலாளிகளை தத்தம் ஊழியர்களாக வேலைக்கு எடுத்துக் கொள்வது கட்டுப்படியாகாது. இதற்கென்றே சில கம்பெனிகள் தொழிலாளிகள் சப்ளை செய்வதற்கென்றே துறைமுகத்தில் பர்மிஷன் வாங்கி செயல்படுவது உண்டு.

1918ஆம் ஆண்டு டிசம்பர் மாதம் 18ஆம் தேதி பெரம்பூர் ரயில்வே ஓர்க்ஷாப்பில் வேலை செய்த சில தச்சு வேலையாட்கள் மதிய சாப்பாட்டுக்குப் பிறகு ஓய்வெடுத்துக்கொண்டு வேலைக்குத் திரும்ப கொஞ்சம் நாழி ஆகிவிட்டது. ரயில்வே நிர்வாகம், அப்போது ஐரோப்பியர்களால் ஆனது. அந்த தச்சு வேலையாட்களின் சம்பளத்தில் பிடிக்கப்போவதாக அன்றே அறிவித்துவிட்டனர். அடுத்த நாள் மதியம் சாப்பாட்டுக்குப்பிறகு ஓரிருவர் தவிர எல்லா வேலையாட்களுமே லேட்டாகத்தான் வேலைக்குத் திரும்பினர்! மறுபடி நிர்வாகம் கோபங்கொண்டு சம்பளத்தை வெட்டப் போவதாகச் சொல்ல, ரகளை வெடித்து. கல்லெறி உடைப்பு அடிதடி என்பதற்கு நடுவில் ஐரோப்பிய நிர்வாக கனவான்கள் துப்பாக்கி சூடும் நடத்திவிட, ஒன்றிரண்டு சாவும் விழுந்துவிட்டது.

கேசெல்லாம் நடந்தாலும் தற்காப்புக்காகதான் துப்பாகி சூடு என்று தீர்ப்பானதும் அதற்கு வெகுண்டு இன்னொரு தகறாரு வெடித்தும் பிறகு பொதுவான பேச்சு வார்த்தைக்குப் பிறகு ரயில்வே நிர்வாகம் சாப்பாட்டு நேரத்தை அதிகப்படுத்தியதும் வரலாறு.

இதற்குப் பிறகு 1919இல் மெட்ராஸ் டிராம் தொழிலாளிகளும் ஸ்டிரைக் செய்து பேச்சு வார்த்தை நடத்தி ஊதிய உயர்வு பெற்றதும் நடந்தது. இது மாதிரியான நிகழ்ச்சிகளுக்குப் பின்னால் இடது சாரி சிந்தனைகள் வளர்ந்தும் கம்யூனிஸ்டுகள் தொழிலாளர் நலனில் மிகப்பெரும் அளவில் ஈடுபட்டதும், யூனியன்கள் தொடங்கப்பட்டதும், அதன் வளர்ச்சியும், துரோகங்களும் வன்முறைகளும், கொல்லப்பட்ட தலைவர்களும் தொண்டர்களும், நடு ரோட்டில் அடிபட்ட அப்பாவி மனிதர்களும், தெருவில் சிந்திய ரத்தங்களும், அனாதை ஒற்றைச் செருப்புகளும்........நமக்கு இப்போது அந்தக் கதைகளைக் கேட்க சமயமில்லை.

துறைமுகத்தில் தொடர்ந்து வேலை செய்ய பல கம்பெனிகளுக்கு தொழிலாளர்கள் தேவைப்பட, அதை சப்ளை செய்வதற்கென்றே கம்பெனிகளும் உருவாகின. தேவராஜ முதலியாரின் தேவா அண்ட் கோ இந்த காண்டிராக்ட் தொழிலாளிகள் சப்ளை செய்யும் தொழிலில் 1941ஆம் வருடம் தான் நுழைந்தார், ஆனாலும் ஒரே வருடத்தில் மெட்ராஸ் துறைமுகத்தில் நம்பத்தகுந்த லேபர் காண்டிராக்டர் ஆனார்.

தேவராஜ முதலியார் ஐந்தரை அடி உயரம்தான் இருப்பார். முகத்தில் அம்மைத் தழும்புகள் இருக்கும். மீசை இருப்பதுபோல பாவ்லா பண்ணும் மயிர்க்கற்றைகள். புருவமே மீசையைவிட அடர்த்தியாக இருக்கும். அவர் நெற்றியில் இடும் விபூதிப்பட்டையின் சாம்பல் திட்டுக்கள் புருவங்களின் மீது படர்ந்திருக்கும். குடமிளகாய் போன்ற மூக்கு. காதுகளில் புஸ்ஸென மயிர் நீண்டிருக்கும். மஞ்சள் தோய்ந்த வெள்ளை சட்டையும் பஞ்சகச்சமாக வேஷ்டியும் கட்டியிருப்பார். கழுத்தில் கட்டை விரலளவு சங்கிலியில் திருத்தணி முருகன் படம் வெள்ளியில் கோர்த்திருப்பார். சற்றே வளைந்த கால்கள். கக்கத்தில் ஒரு லெதர் பை வைத்திருப்பார். அதில் எப்போதும் கட்டாக ரூபாய் நோட்டுக்கள் இருக்கும்.

தேவராஜ முதலியாருக்கு அழகிய வேலைப்பாடுகள் நிறைந்த மரச்சாமான்கள் செய்து விற்கும் தொழில். பூந்தமல்லி தாண்டி மதுரவாயல் பக்கம் பெரிய நிலம் வாங்கி வீடு கட்டிக்கொண்டு அங்கேயே ஒரு பெரிய தச்சுப்பட்டறையும் போட்டிருந்தார். அவரின் தனித்தன்மை தேக்கு மர வேலைப்பாட்டுக் கட்டில், நாற்காலி, மேஜை, பீரோ மற்றும் அலங்கார சைட் டேபிள், டீபாய் மற்றும் பணக்கார வீட்டு அலங்கார மரச்சாமான்கள். இந்தத் தேக்கு விஷயத்தில் தேவராஜ முதலியார் திடமாக இருப்பவர். தேக்கு தவிர வேறு ஒரு மரத்தைக் கண்ணாலும் பார்க்க மாட்டார்.

டெக்டோனா கிராண்டிஸ் என்னும் தாவர இயற்பெயர் கொண்ட தேக்கு ஒன்றுதான் உண்மையான தேக்கு. சீராகப் பரவிய தங்கரேக்கு கலரில் ஒருமித்துப் படர்ந்திருக்கும் தேக்கு தானியங்கள்தான் உண்மையான தேக்கின் அடையாளம். அதுவுமே முப்பதிலிருந்து ஐம்பது வருடமான தேக்கு மரங்களில்தான் கிடைக்கும். இதைச் சரியாக கணித்துத்தான் முதலியார் மரம் வாங்குவார். அவை பர்மாவிலும் இந்தோனேஷியாவிலும் தான் அதிகம் கிடைக்கும். எனவே முதலியார் இவ்விரு நாட்டு வியாபாரிகளிடமிருந்து தேக்கு மரங்களைக் கப்பலில் தருவித்து தன் பட்டறையில் விதவிதமான வேலைப்பாடுகளுடன் கூடிய சாமான்கள் செய்து பல மடங்கு லாபத்திற்கு விற்பதால் ஆசாமி பணத்தில் கொழித்தார் என்றுதான் சொல்ல வேண்டும்.

தேவராஜ முதலியாருக்கு தம் ஜாதி மூலமாக பல செயலான நண்பர்களும் உறவுக்காரர்களும் ஜார்ஜ் கோட்டையிலும் தாமஸ் சர்ச்சிலும் இருந்தனர். அவர்களின் சகாயத்தில் முதலியார்

விற்பனைக்கும் லாபத்திற்கும் பஞ்சமில்லாமல் வியாபாரம் செய்தார். இன்றும் கூட கன்னிமரா லைப்ரரியிலும் யூனிவர்ஸிடி ஆடிட்டொரியத்திலும் முதலியார் செய்த வேலைப்பாடுகள் கொண்ட மரச்சாமான்கள் இருப்பதாக நம்பப்படுகிறது.

ஒவ்வொரு முறை கப்பலில் தேக்கு மரங்கள் இறங்கும்போது தேவராஜ முதலியார் துறைமுக காண்டிராக்ட் தொழிலாளிகளைப் பயன்படுத்தி கட்டைகளை அன்லோடு செய்து அடுக்கி லாரியில் ஏற்றி தன் கொடவுனுக்குக்கொண்டு போவார். தொள்ளாயிரத்தி முப்பத்தொன்பதாம் வருடத்தில் ஒரு முறை ரங்கூனிலிருந்து லோடு வந்தபோது துறைமுகத்திலிருந்து தேவராஜ முதலியாருக்கு தாக்கீது வந்துவிட்டது.

“போர் தொடங்கிவிட்ட காரணத்தினால் துறைமுக காண்டிராக்ட் தொழிலாளிகள் முழுவதுமாக அரசாங்க வேலைகளில் ஈடுபடுத்தப்படுகிறார்கள். எனவே அடுத்த மூன்று வாரங்களுக்கு தனி ஏற்றுமதி இறக்குமதியாளர்கள் தாமே தொழிலாளிகளைக்கொண்டு வந்துதான் லோடிங்/அன்லோடிங் செய்துகொள்ள வேண்டும். முறையான கட்டுப்பாட்டு விதிகள் கீழ்க்கண்ட நோட்டீஸில்...”

ஏற்றுமதியாளர்களும் இறக்குமதியாளர்களும் அலமந்து போய் நின்றுவிட்டார்கள். திடீரென்று தொழிலாளர்களுக்கு எங்கே போவது? மூன்று நாட்களுக்கு மேல் துறைமுகத்தில் சரக்கு இறக்கப்படாமலோ அன்லோடு செய்யப்படாமலோ இருந்தால் டெம்யூரேஜ் எனப்படும் அதிகப்படியான வாடகை அவர்களை சுத்தமாக போண்டியாக்கிவிடும்.

ஆனால் தேவராஜ முதலியார் சளைக்கவே இல்லை. தன் தச்சுப்பட்டறையில் வேலை செய்த ஆட்களுக்கு இரட்டைக்கூலி பேசி அந்த அறுபது பேரையும் துறைமுகத்தில் இறக்கி ஒரே நாளில் தம் தேக்கு மரக்கட்டைகளை கிளியர் செய்து விட்டார். இதைக் கவனித்த ஒன்றிரண்டு கம்பெனிகள் தேவராஜ முதலியாரை வேண்டிக்கொள்ள, அவர் இன்னும் மூன்று நாட்களுக்கு தம் தொழிலாளர்களைத் துறைமுக வேலையில் ஈடுபடுத்திப் பெரிய கூலி வாங்கிக்கொடுத்தார்.

“முதலியாரே! துறைமுக வேலையே ஜோரா இருக்கே! என்னாத்துக்கு தச்சும் அதுவும்? பேசாத ஹார்பர் வேலைக்கே எறங்கிடு! நாங்கதான் இருக்கமே! இன்னம் ஆரணி வேலூர்லேர்ந்தெல்லாம்

நம்ம ஆட்களை தருவிச்சுக்கிடலாம், என்ன சொல்றீங்க?"

"அடப்போடா! இதெல்லாம் ஒரு வேலையா? தச்சு வேலதாண்டா மதிப்பு! போடா போய் வேலையப் பாரு!"

ஆனாலும் முதலியாருக்கு தச்சு வேலையை விட்டு துறைமுகத்தில் நுழைய வேண்டிய சந்தர்ப்பத்தை விதி உருவாக்கியது.

செப்டம்பர் 25ஆம் தேதி வருஷம், 1940 இங்கிலாந்தின் லிவர்பூலிலிருந்து புறப்பட்டது ஆட்டொமெடான் என்னும் ஸ்டீம் ஷிப். சரியாக ஒரு மாதம் கழித்து அக்டோபர் 25ஆம் தேதி தென் ஆப்பிரிக்காவின் டர்பன் துறைமுகத்தை அடைந்து நாலு நாட்களுக்குப்பிறகு மீண்டும் பெனாங்கு மற்றும் சிங்கப்பூரை நோக்கிப் புறப்பட்டது. அதன் சரக்குகளில் மோட்டார் கார் உதிரிப் பாகங்கள், சாராயம், சிகரெட்டு, பதப்படுத்தப்பட்ட இறைச்சி கூடவே பெரிய தபால் கட்டுகள். ஆனால் தேவராஜ முதலியாரின் துரதிர்ஷ்டம் இதில் அவர் இறக்குமதி செய்திருந்த தேக்கு மரக்கட்டைகளும் லோட் ஆகியிருந்தன. இந்தக் கப்பல் சுமத்திரா தீவுக்கருகே சுமார் 460 கிலோமீட்டர் தொலைவில் இருக்கும்போது அட்லாண்டிஸ் என்னும் ஜெர்மானிய போர்க்கப்பலால் தாக்கப்பட்டு மாலுமிகள் கொல்லப்பட்டு கப்பலும் கவிழ்ந்து போயிற்று. இந்த ஜெர்மானியக் கப்பல் அட்லாண்டிஸ் இருக்கிறதே இது இரண்டாம் உலகப்போரில் உலகமகாக்கடல்களில் 161000 கிலோமீட்டர் சுற்றி வந்து 22 கப்பல்களை அழித்துக் கைப்பற்றியிருக்கிறது. அடுத்த வருஷமே டேவான்ஷைர் என்னும் பிரிட்டிஷ் கப்பலால் அட்லாண்டிஸ் மூழ்கடிக்கப்பட்டது கவிஞர்கள் சொல்லும் கவிதை நீதி என்று கொள்ளலாம்!

தேவராஜ முதலியாருக்கு தான் முதலீடு செய்திருந்த தேக்கு மரக்கட்டைகள் அழிந்துபோனதில் பெரு நஷ்டம். அடுத்த சில மாதங்களுக்கு அவரால் தம் தச்சுத் தொழிலாளர்களுக்கு சம்பளம் கொடுக்க முடியாமல் திணறினபோதுதான் அவருக்கு உண்டான ஐடியா இந்த தேவா அண்ட் கோ. அடுத்த மாதமே தச்சுப்பட்டறையை மூடினார். வேலையாட்களை அழைத்துக்கொண்டு போய் துறைமுக அதிகாரிகளிடம் பேசி அனுமதிகள் வாங்கி தேவா அண்ட் கோவை ரெஜிஸ்தர் பண்ணி லேபர் காண்டிராக்டர் ஆனார்.

தொழிலாளர்களை மதிப்புடன் நடத்தினார். நல்ல சம்பளம் கொடுத்தார். ஷிஃப்ட் சிஸ்டம் கொண்டு வந்து வாரம் ஒரு நாள் ஒருவர் தவறாது தன் ஊருக்குப் போய்விட்டு வருவதற்கு வழி பண்ணிக் கொடுத்தார். ஒருவர் சொல்லி இன்னொருவர் என்று ஆரணி, காட்பாடி, வேலூர் திண்டிவனம் என்று தொழிலாளர்கள் தம் உறவுகளையும் நண்பர்களையும் கொண்டு முதலியாரிடம் சேர்க்க, துறைமுகத்தில் என்ன டிமாண்ட் வந்தாலும் தேவராஜ முதலியாரால் அதைச் சமாளிக்க முடிந்தது.

“நெல்ல சம்பளம், நேரத்துக்கு வேல, மரியாதையான வழக்கம்! முதலியார் கம்பெனி வேலைன்னா சும்மாவா!”

தொழிலாளர்களுக்கிடையில் பரிமாறப்பட்ட நல்ல பேச்சுக்களினாலும் தன் தொடர்புகளினாலும் தொழிலாளர்களிடையேயும் துறைமுக அதிகாரிகளிடையேயும் தேவா அண்ட் கோவின் மதிப்பு உயர்ந்தது.

அவர்தான் இரக்கப்பட்டு அந்த ஐந்து வயதுப் பையனை துறைமுகத்தில் கூலித் தொழிலாளியாகச் சேர்த்துக்கொண்டார். அந்தப் பையனுக்கு சித்தபிரமை என்று கண்டார். அனாதையும் கூட. அனாலும் எந்த விவரமும் கண்டுபிடிக்க முடியவில்லை. அந்தப் பையன் யார் என்ன கேட்டாலும் கண்களில் பீதியோடு அரக்கப்பரக்க பார்த்து *“ங்கப்பாம்மா ஊருக்குப் போய்ட்டாங்க”* என்பான். அவ்வளவுதான். வேறெந்த வார்த்தையுமே அவன் வாயிலிருந்து வராது.

“தம்பி! உம்பேர் என்ன?”

“ங்கப்பாம்மா ஊருக்குப் போய்ட்டாங்க!”

“உனக்கு எந்த ஊருப்பா?”

“ங்கப்பாம்மா ஊருக்குப் போய்ட்டாங்க!”

“சரி போட்டும்! உங்க வீடு எங்க?”

“ங்கப்பாம்மா ஊருக்குப் போய்ட்டாங்க!”

“சரி விடு! சாப்பிடறியா?”

“ங்கப்பாம்மா ஊருக்குப் போய்ட்டாங்க!”

தேவராஜ முதலியாருக்கு இரக்கம் இருந்தாலும் என்ன பண்ணுவது என்று தெரியவில்லை.

“டேய்! மாரிசாமி! இந்தப் புள்ளைய இங்கவே வெச்சுக்க! எதுனா சுளுவா வேல குடு! அவனுக்கு காண்டின்ல சொல்லி மூணு வேள சாப்படு டீ கொடுக்கச் சொல்லு. காசு முதலியார் தருவாருன்னு சொல்லிடு!”

தேவராஜ முதலியார் தாஸிடம் பேசி அந்தப் பையனை துறைமுகத்திலேயே அந்த மெடிக்கல் செண்ட்ரில் தங்கி, பெஞ்ச் ஒன்றில் படுத்துக்கொள்ள அனுமதி பெற்றார். எந்தவித மறுப்பும் சொல்லாமல் தாஸ் ஒப்புக்கொண்டது முதலியாருக்கு ஆச்சரியம் தான்.

அவர் துறைமுகத்துக்கு வரும்போதெல்லாம் அந்தப் பையனுக்கு எதாவது துணி மணி வாங்கிக்கொடுப்பார். பண்டிகை காலங்களில் நல்ல சாப்பாடு வாங்கித்தருவார். மற்ற தொழிலாளர்களும் அந்தப் பையனை இரக்கத்தோடு நடத்தினார்கள். வயசு ஆனாலும் அந்தப் பையனின் வாயில் வந்த சொற்கள் “ங்கப்பாம்மா ஊருக்குப் போய்ட்டாங்க” மட்டும்தான்.

அப்படித்தான் அந்தப் பையன் மெட்ராஸ் துறைமுகத்திலேயே தன் வாழ்க்கையைத் தொடர்ந்தான். சுதந்திரமெல்லாம் வந்த பிற்பாடு தேவராஜமுதலி செத்துப்போன பின்பு தேவா அண்ட் கம்பெனியை நடத்த முடியாமல் அவரின் பிள்ளைகள் தொழிலைக் கைவிட்ட பிறகும் கூட, சக தொழிலாளிகள், மேஸ்திரிகளின் கருணையால் அந்தப் பையன் ஹார்பரிலேயே கூலித் தொழிலாளியாக இருக்க முடிந்தது.

1943 வரை
துரை, பழனியப்பசெட்டியார்

"என்ன துரை! கொஞ்ச நாளா ஆள கண்லயே காணுமே!"

"வாங்க ராமசாமி! ரொம்ப வேல ஜாஸ்தியாய்டுச்சுங்க! வர்ர கப்பல்ல சாமாங்களை எறக்கி கோடௌன்ல கொண்டு சேர்க்கறதுக்குள தாவு தீந்துடுதுங்க! ரெண்டு மடங்கு கூலி குட்த்தாலும் ஆளே இல்லை. ஜனமெல்லாம் தெற்குப்பக்கம் போய்ட்டாங்க!"

"துறைமுகம்ல என்ன பேசிக்கிறாங்க? நம்மூருக்கும் சண்டை வந்துடுமா?"

"பயம் இருக்குதுங்க! ராணுவக்காரங்க நடமாட்டம் ஜாஸ்திதான். ஆனா ஒருத்தரும் வாயத் தொறக்க மாட்றாங்க!"

"உன் கம்பெனிக்கு யோகம்தாம்ப்பா! கொழிக்கறாரே பழனியப்ப செட்டியாரு!"

"இப்ப தானுங்களே யுத்த சமயம்! இப்ப பிஸினஸ் பண்ணினாத்தானே லாபம் பாக்க முடியும்!"

"நீதான் துறைமுகம் பக்கம் சிப்பாயிங்களோட ஸ்நேகமாயிருக்க! உன்னோட சாமர்த்தியத்துல செட்டியாருக்கு லாபம்! உனுக்கு தாராளமா தர்ராரா?!"

“செட்டியார் ரொம்ப நல்லவருங்க! எங்குடும்பத்துமேல அக்கறை அவருக்கு!

“இருக்கட்டும் இருக்கட்டும்! அப்படியே இருக்கட்டும் துரை! செல்லி முருகேசு நல்லா இருக்காங்களா?!”

“உங்க புண்ணியத்துல நல்லா இருக்காங்க ராமசாமி! நேரமாச்சு இன்னிக்கோ நாளைக்கோ எஸ் எஸ் குறிஞ்சி டாக் ஆவும்னாங்க! அடுத்த ரெண்டு நாளக்கி நிமிர நேரமில்லாம ஓட வேண்டியிருக்கும்! ஒரு நா வீட்டுக்கு வாங்களேன்!”

துரை அப்படியே முதலாம் உலகப்போரின் நினைவுச் சின்னத்தைத் தாண்டி இடது ராஸ்தாவில் திரும்பி சென்ட்ரல் ஸ்டேஷனை நோக்கி மறுபடி இடதில் திரும்பி சின்ன சந்தில் இருக்கும் தன் வீட்டைப் பார்த்து நடந்தான்..

“அம்மா! அப்பா எப்பம்மா வருவாரு?”

“வந்துடுவாருப்பா! நீ தொந்தரவு பண்ணாம வெளையாடு! ”

“தீபாவளிக்கு தாத்தா வூட்டுக்கு போறமாம்மா?”

“ஆமாண்டா! அப்பா இந்த முறை கப்பல் வந்தவுடனே கொஞ்சம் பணம் கொண்டாருவாரு. உனக்கு எனக்கு அப்பவுக்கு தாத்தாவுக்கெல்லாம் துணி மணி வாங்கிட்டு நாம ஊருக்குப்போய் தீவாளி கொண்டாடப்போறம்!”

“எனுக்கு டப்பாசு வாங்கித்தர்ரியாமா?”

“நிச்சயமா வாங்கலாம் கண்ணு!”

“அப்பா இன்னிக்கு சீக்கிரமா வந்துருவாராம்மா?”

“வந்துருவாரப்பா! கப்பல் வர்ர அன்னிக்குதான் லேட்டாவும்! இன்னிக்கு சீக்கிரமா வந்துருவாரு பாரு!”

“சாப்டப்றம் எனக்கு கத சொல்றேன்னிருக்காரும்மா!”

“சொல்வாரு சொல்வாரு!”

வாசலில் செல்லி என்னும் குரல். முருகேசு அப்பா வந்தாச்சு என்று கூக்குரல்..

“வாங்க! ஏங்க இன்னிக்கு பொழுதோடவே வந்துட்டீங்க?”

“ஆமா செல்லி! கப்பல் இன்னைக்கோ நாளக்கோ வரணுமாம். செட்டியார் சொல்லி அனுப்புவாரு. அதான் பொழுதோட வீட்டுக்கு வந்துட்டேன். கப்பல் வந்தாச்சுன்னு சேதி வந்தா ராத்திரியே ஹார்பருக்குப் போகணுமே! இன்னும் சீக்கிரம் வந்திருப்பேன்! வழில நம்ம ராமசாமி பேச்சுக் கொடுத்தாரு! டேய்! முருகேசு! என்ன பண்றே?”

“அப்பா! இன்னிக்கு கோலி ஆட்டத்துல செல்வத்தோட டாணா கோலிய உடைச்சுட்டேம்ப்பா!”

“போடு சக்கைன்னானாம்! சரி வா மோர் சாப்டலாம்!”

“என்னங்க! எங்கனா வெளில கூப்டுப்போங்க ! முருகேசு ஏங்கிப்போயிட்ருக்கான்!”

“இப்ப எங்கடி வெளில போறது? சண்டை வந்துரும்னு ஊரே பயந்துங்கிடக்கு!”

“நாலு நாள் செட்டியரண்ட சொல்லி லீவு எடுங்க! உத்திரமேரூர் போய் எங்கக்காவப் பாத்துட்டு வரலாம்.”

“லீவா? செட்டியார் அதோட போயிடு! வராத திரும்பின்னுடுவாரு! ஒரு சரக்குக் கப்பல் இன்னிக்கோ நாளைக்கோ வரணும்! நா வூட்டுக்கு வரதே சிரமம்! அத்தோட தீபாவளி வருது! புள்ளைக்கு உனக்கு புடவத்துணிமணி எடுக்கணும்னா துட்டு வாணாம்? இந்தக் கப்பல் வேல முடிஞ்சா காசு புரளும். உத்திரமேரூருக்குப் போய் நல்லபடியா தீபாவளி கொண்டாடலாம்!

“ஏங்க அப்படியே நம்ம வூட்டுக்கும் கூரை ஓடைச் சரி பண்ணிடணும்! போன மாச மழைக்குப் பிச்சிக்கிச்சு! என்னா மழ என்னா மழ!”

“செய்வோம்! செய்வோம்!”

துரை முருகேசுவுடன் உட்கார்ந்து அவனுக்கு கதைகள் சொல்ல, செல்லி உள்ளே சென்று சமையலைக் கவனித்தாள். மூவரும் ஏழடித்தவுடனேயே சாப்பிட்டனர். சமீபத்து மழையால் அந்தப் பகுதியில் கரண்ட் வரவில்லை. காடா விளக்கில் சாப்பிட்டுவிட்டு அந்த ஒரே அறையில் வந்து உட்கார்ந்துகொண்டனர். செல்லி ஒரு பித்தளை லோட்டாவில் எதையோ கொண்டு வந்து துரையிடம் நீட்டினாள்.

“இந்தாங்க! பால் குடிங்க!”

“என்னது புதுசா இருக்கு என் செல்லக் கண்மணி!”

“ஆமா! சும்மா இருங்க, முருகேசு இங்கதான் இருக்கான். நாம பேசறது அவனுக்கு கேட்கும்!”

“இவ்வளவு பால் வேண்டாம் செல்லி! இது போதும்!”

“அதெப்படி போதும்? நேத்தே சொல்லணும்னு நெனச்சேன்! வேகம் கம்மியா இருந்துதே! களைப்பா இருக்கீங்களே, சொகமில்லீங்களா?”

“ஏய்! என்னாடி! என்ன கேக்கறே?”

“அடப்போங்க! எல்லாத்தையுமா சொல்லுவாங்க! சோர்வா இருந்தாப்பில தோணுச்சு, அதான்!”

“ஆமாடி, செல சமயம் தல சுத்துது, அயர்ச்சியா இருக்கு!”

“அதான் சொல்றேன்! இன்னும் கொஞ்சம் பால் குடிங்க! பால் சாப்பிட்டதுதான் பொழுதுக்கும் நிக்கும்!”

“அடப்போடி! வவுறு மேல தூக்குது! இனிமே அரிசி போடாதடி எனுக்கு!”

“நானே கோழியும் மீனும் தானே ஆக்கிப் போடறேன்! அரிசி கொறச்சுப்பிடுன்னு புதுப்பேட்ட வைத்தியர் சொன்னது எனக்கும் நெனப்புல இருக்குங்க!”

செல்லி கண்கலங்கிச் சொன்னாள்.

“சாக்கிரதையா இருங்கய்யா! உங்கள நம்பித்தான் நாங்க எல்லாமே!”

“என்ன செல்லி இதுக்குப் போய் கலங்கறே? ரெண்டு நாள் வவுத்தக் காயப் போட்டேன்னா சரியாய்டும்”

“அப்பா” என்று கத்திக்கொண்டே முருகேசு துரையிடம் ஓடி வந்தான்.

“அப்பா! கதை சொல்றேன்னியே?”

“ஏண்டா முருகேசு! இப்பத்தானே சோறு துன்றதுக்கு முன்ன சொன்னேன்!”

“இல்லப்பா! அது நீதிக்கதை! இப்ப புராணக்கத சொல்லுப்பா!”

“சரி சரி! என்ன கதை இன்னிக்கு?”

“அபிமன்யு கதைப்பா!”

“எவ்ளோ பெரிய வீரன் இல்ல அந்த அபிமன்யூ?”

“ஆனா பாவம்ப்பா! சின்ன வயுசுல அவன் ஏனப்பா செத்துப்போனான்?” செல்லி கோபத்துடன் குறுக்கிட்டாள்.

“இப்ப என்ன சாவப்பத்தி பேச்சு? முருகேசு! நீ அப்பாவுக்கு நேத்து படிச்ச திருக்குறள் பாட்டுப்பாடிக் காமி!”

“எங்க பாடு பார்ப்போம்?”

“நல்லவை எல்லாஅந் தீயவாம் தீயவும்

நல்லவாம் செல்வம் செயற்கு....”

இனிமையான குரலில் முருகேசு ராகம் போட்டு திருக்குறள் பாடுவதை அர்த்தம் புரியாமல் கேட்டு உவந்தனர் துரையும் செல்லியும்.

வீட்டின் வாசலில் குரல் கேட்டது.

“ஏங்க வாசல்ல ஆரோ கூப்ட்டா மாதிரி இருக்கே?”

துரை எழுந்து கதவைத் திறந்தான். தம்பு செட்டி ஸ்ட்ரீட் குடவுன் ஆசாமி சாமியப்பன் நின்றிருந்தான்.

“என்ன சாமியப்பா! இந்த நேரத்துல?”

“துரை! செட்டியார் கூப்பிடறாரு உன்னை!”

“இப்பவா? என்ன அவசரம்? சரி தா வர்ரேன்!”

செல்லியிடமும் முருகேசுவிடமும் சொல்லிவிட்டு கதவைச் சாத்திக்கொள்ள எச்சரித்துப் புறப்பட்டான். செட்டியாரின் வீட்டை அடையும்போது அவரே வாசலில் நின்றிருந்தார்.

“டேய்! நீ போ! கொடவுன்ல அந்த மேற்குப்பக்க ஜன்னல் சாத்தியிருக்கானு ஒரு தடவ பாத்துரு!”

அந்த ஆள் புறப்பட்டுப் போனதும் செட்டியார் குரலைத் தாழ்த்திக்கொண்டு பேசினார்.

“வா துரை! சாப்ட்டியா?”

“ஆச்சுங்க! என்ன அவசரமா கூப்ட்டுவிட்டிருக்கீங்க? எதுனா...?”

“இப்பத்தான் ஹார்பர்லேர்ந்து சேதி வந்தது. நாளைக்கு நைட்டே குறிஞ்சி டாக் ஆவுதாம். நம்ம சரக்கு அதான் “அந்த” சரக்கு நாலு பொட்டியாம்! ரங்கூன் பாய் சீட்டு குடுத்து விட்டிருக்காரு! அத நாளக்கிக்கு ராவே எறக்கி, நம்ம வீட்ல போட்டுறணும். கோவிந்தப்ப நாய்க்கன் கோடவுன் வாணாம். என்ன தெரிஞ்சுதா?நீ துறைமுகம்ல பாத்துக்க! நடேசன கூப்புடாத. நானே நாள ராவுக்கு ஹார்பருக்கு வந்துர்ரேன்!”

“நீங்க எதுக்கு ரா வேளையில, முதலாளி? நா பாத்துக்கிடறேன்?”

“இல்ல துரை! சரக்கு முக்கியமானது தெரியுமில்ல? மாட்னா அதோ கதிதான்! தாஸ்தான் ட்யூட்டியில இருப்பேன்னான். மொத ஆளா வாங்க செட்டியார்! எறக்கி எட்த்துக்கினு போயிட்டே இருங்க. லேட்டானா என்னால சப்போர்ட் பண்ண முடியாது. கறாரா சொல்லிட்டான் துரை! பெரிய சரக்கு துரை! கவனமா இருக்கணும்!”.

“அதெல்லாம் சரியா செஞ்சுடலாம் முதலாளி!”

“நாளைக்கு காலையில வீட்டுப்பக்கம் வா! போன கப்பலுக்கே குடுக்க வேண்டிய நூறு ரூபாயும் சேத்து எரநூறு ரூவாயா கொடுத்துடறேன். உனக்கும் தீபாவளிக்கு ஆச்சு! ஊர்ல நெலம் கிலம் வாங்கிப் போட்டு விடு துரை! ஆமா முருகேசு எப்படி இருக்கான். நல்லா படிக்கிறானா?”

“ரொம்ப சந்தோஷங்க! நல்ல படிக்கிறான்!”

“நல்லது துரை! பாத்து செய்யி! இப்ப சண்டை பயம் வேற! ஜப்பான்காரன் சிலோன் வரைக்கும் வந்துட்டானாமே? துறைமுகம்ல போலீஸ்காரங்க நடமாட்டம் இருக்கு. வம்பு பண்ணுவானுங்க! ஒதுங்கிப்போயிடணும் நாம! தாஸ் இருக்கறதுனால கொஞ்சம் சப்போர்ட்! நமக்கு காரியம் முக்கியம்!”

“சரிங்க! வரேன்!”

துரை கிளம்பி வீட்டுக்குப் போய்ச் சேர்ந்தான்.

1969 வரை

கண்ணம்மா

1688ஆம் ஆண்டு செப்டம்பர் 29ஆம் தேதி மெட்ராஸ் மாநகராட்சி தொடங்கப்பட்டது.

நதானியேல் ஹிக்கின்சன் முதல் மேயராக பதவியேற்றுக் கொண்டார். அவருக்கு உதவி செய்வதற்காக ஆங்கிலேயர்கள், போர்த்துகீசியர்கள், யூதர்கள், இந்துக்கள் என பலதரப்பு பிரதிநிதிகளையும் உள்ளடக்கிய குழு ஒன்றும் உருவாக்கப்பட்டது. இதனையடுத்து ஒவ்வொரு ஆண்டும் அதே செப்டம்பர் 29ஆம் தேதி புதிய மேயர் தேர்வு செய்யப்பட்டார். இப்படித்தான் இந்தியாவின் முதல் மாநகராட்சி தனது பணியைத் தொடங்கியது.

கோலாகலமாகத் தொடங்கப்பட்ட மாநகராட்சி அப்படி ஒன்றும் சிலாக்கியமாக செயல்படவில்லை. ஆரம்பத்திலேயே அப்போதைய கவர்னர் எலியாஹூ ஏலுக்கும் மாநகராட்சி உறுப்பினர்களுக்கும் யாருக்கு அதிகாரம் என்பதில் இழுபறி. முதல் மேயர் ஆறே மாதத்தில் "போங்கடா சொண்டிப்பசங்களா? என்று ராஜினாமா செய்துவிட்டுப் போய்விட்டார்

அப்போது ரிப்பன் மாளிகை கட்டப்படவில்லை. கோட்டைக்குள் இருந்த டவுன் ஹாலில் தான் முதல் மாநகராட்சி செயல்பட்டது. இந்நிலையில் அரசாங்கம் திடீரென்று "ஓய் மாநகராட்சி! உன்

வேலையை கவனிக்க எதுக்குய்யா ஜார்ஜ் கோட்டை? கிளம்புங்க எல்லோரும்" என்று டவுன் ஹாலை எடுத்துக்கொண்டுவிட, அங்கிருந்த மாநகராட்சி அலுவலகம், ஜார்ஜ் டவுன் பகுதியின் எர்ரபாலு செட்டி தெருவுக்கு மாற்றப்பட்டது. பின்னர் சில ஆண்டுகளில் அந்த இடம் போதவில்லை எனக் கருதப்பட்டதால் புதிய இடம் தேடும் படலம் தொடங்கியது. அப்போதுதான் பீப்பிள்ஸ் பார்க் பகுதியில் ஒரு இடத்தை ஒதுக்கி மாநகராட்சிக்கென புதிய கட்டடம் கட்டுவதென முடிவு செய்யப்பட்டது. அப்படித்தான் அந்தக் காலத்திலேயே ஏழரை லட்சம் ரூபாய் செலவு செய்து தற்போதுள்ள ரிப்பன் மாளிகை கட்டப்பட்டது. 1909ஆம் அண்டு டிசம்பர் மாதம் பன்னிரெண்டாம் தேதி தொடங்கிய வேலை நான்காண்டுகளில் முடிவடைந்து. இதைப் பார்த்துப் பார்த்து இந்தோ - சாரசனிக் பாணியில் பிரம்மாண்டமாக கட்டித் தந்த லோகநாத முதலியார் தன் ஃபீசாக மட்டுமே ஐந்தரை லட்சத்தை அள்ளிக்கொண்டு போய்விட்டார்.

அந்தக் கட்டட வேலையின் போது காண்டிராக்டர்கள் இந்தத் தொழிலில் லாபம் சம்பாதிக்க வேண்டுமென்றால் கூலியைக் குறைத்தால் போதும் என்னும் தத்துவத்துக்கு அடிமையாகி இருந்தனர். அதனால் சூபர்வைசர்களை மட்டும் மெட்ராசில் இருந்து பொறுக்கி எடுத்துவிட்டு வேலைக்கான மேஸ்திரிக்களையும் கொலுத்து சித்தாள் வேலையாட்களையும் செங்கல்பட்டு திண்டிவனம் என்று போய் மொத்த காண்டிராக்டில் அள்ளிக்கொண்டு வந்தார்கள். மெட்ராஸில் அப்போது வாங்கப்பட்ட தினக்கூலியைவிட இவர்களுக்கு முக்கால் பங்குதான் கூலி. அதோடு இவர்களின் தலைகளாக சில மேஸ்திரிக்களும் வந்து இந்த வேலையாட்களை தாமே கட்டுக்குள் வைத்து மானேஜ் பண்ணியது காண்டிராக்டர்களுக்கு சுலபமாக இருந்தது. முதலில் மேஸ்திரிக்களைப் பிடித்ததால் அவர்கள் தங்களுக்கு தெரிந்த குடும்பத்திலிருந்து திண்டிவனம், செஞ்சி, தண்ட்ராம்பட்டு, செய்யாறு, கீழ்ப்பெண்ணத்தூர் என்று கூப்பிட்டுக்கொண்டு வந்துவிட்டார்கள். கூட்டமாக வருவதால் இவர்களுக்குள் ஒரு நட்பு ஒற்றுமை இருந்து அதனாலேயே வேலையும் அதிக சங்கடங்கள் இன்றி சுமுகமாக நடந்தது.

அப்படி மெட்ராசுக்கு வேலைக்கு வந்தவர்கள்தான் கண்ணம்மாவின் தாத்தாவும் பாட்டியும்.

செய்யாறில் விவசாயக் கூலிக் குடும்பம். வாரத்தில் இரண்டு மூன்று நாட்கள் கூலி கிடைத்தாலே அதிகம் என்றிருந்த நிலையிலிருந்து தினமும் கூலி, நல்ல சாப்பாடு துணி மணி அதோடு பட்டின வாசம் எல்லாம் கண்ணம்மா பாட்டனார் குடும்பத்தையும் இன்னும் பல குடும்பங்களையும் மேஸ்திரி ராக்கப்பனுடன் இங்கே வரவழைத்தது.

மெட்ராஸ் வந்தபோது இந்தக் கண்ணம்மாவின் அப்பா முத்துராசுவுக்கு ஐந்து வயது இருக்கும். கொலுத்து வேலைக்கும் சித்தாள் வேலைக்கும் தினக்கூலிக்கும் செய்யாறைவிட பரபரப்பான மெட்ராஸ் வாழ்க்கைக்கும் மகிழ்ந்து போய் கண்ணம்மாவின் குடும்பம் இங்கேயே செட்டில் ஆனது. பார்க் ஸ்டேஷனுக்கு எதிரே ரயில்வே லைன் சுவர் ஓரமாக இருந்த குப்பத்தில் அந்தக் குடும்பம் குடியேறி மெட்ராஸ் வாசிகளானார்கள்.

ரிப்பன் பில்டிங் முடிந்த கையுடன் காண்டிராக்டர் வேறொரு கட்டித்துக்கு வேலை எடுக்க, இதே திருவண்ணாமலை குழு நகர்ந்து போய் தொடர்ந்து மெட்ராஸ் வேலையிலேயே இருந்து விட்டார்கள். முத்துராசு பட்டினத்துவாசியாகவே வளர்ந்தான். தொடர்ந்து கட்டிட வேலைக்கு காண்டிராக்டர் அழைத்துக்கொண்டிருக்க அந்த ரயில்வே லைன் சுவரோரக்குப்பம் கட்டிட வேலை செய்யும் குடும்பங்களின் ஸ்திரமான வாசஸ்தலாமாயிற்று. திராவிடக் கட்சி ஆட்சிக்கு வந்த பின்னர் குடிசை மாற்று வாரியத்தின் உபயத்தில் அந்தக் குடும்பங்கள் ஓட்டேரிக்கும் நந்தனத்துக்குமாய்ப் பிளவு பட்டன.

முத்துராசு சின்ன வயது முதலே கட்டட வேலைக்கு அப்பாவுடன் போய்ப் பழக்கப்பட்டு கொஞ்சம் கொஞ்சமாக தொழில் கற்றுக்கொண்டு மிகத்தேர்ந்த கொலுத்துக்காரனாக மிளிர்ந்தான். கடுமையாக உழைக்கக் கூடியவனாக இருந்த அவனை எல்லா மேஸ்திரிகளும் விரும்பி அழைத்து வேலை கொடுக்க அவன் கையில் காசு புரண்டது. கூடவே வேலை செய்த தெலுங்கு பேசும் லட்சுமம்மாவைக் காதலித்து கல்யாணம் பண்ணிக்கொண்டான். பத்தே வருடங்களில் மேஸ்திரியாகி காண்டிராக்டரின் நம்பிக்கைக்கு உட்பட்டவனாக ஆகி வேலை செய்து ஓட்டேரியில் சின்னதாக வீடு கட்டிக்கொள்ள காண்டிராக்டர் எண்ணூறு சதுர அடியில் நிலம் கொடுத்தார். அவன் வீடு கட்டின வருடம்

தொள்ளாயிரத்தி முப்பதோ முப்பத்தொன்றோ, கண்ணம்மா பிறந்தாள். முத்துராசுவின் திராவிட உடல் வாகும் லட்சுமம்மாவின் தெலுங்கு தேச வளப்பமுமாய் கண்ணம்மா கொழுகொழுவென லட்சணமாக இருந்தாள். அழகாலோ அல்லது அவள் சேர்க்கையில் உள்ள பெண்களைவிட கொஞ்சம் அதிக பணம் இருந்ததாலோ கண்ணம்மாவுக்கு உடன் பிறந்த ஒரு திமிர் இருந்தது. படிப்பெல்லாம் யோசிக்கவே இல்லை. பன்னிரெண்டு வயதானதுமே அப்பா அம்மாவுடன் சித்தாள் வேலைக்குப் போக ஆரம்பித்தாள். செல்லமாக வளர்க்கப்பட்டதால் தான் சம்பாதிக்கும் காசை தானே செலவு செய்யும் உரிமை பெற்றாள். குளிப்பதற்கு,, அவள் கூட்டத்திற்கே கட்டுப்படியாகாத மகாராணி சாண்டல் சோப்பும், துணிக்கு மஞ்சள் கலர் சன்லைட் சோப்புமாய் முகத்துக்கு ரெமி பவுடருமாய் வளர்ந்தாள். நிகுநிகுவென அவளின் இருவது வயசுக்கு கண்ணம்மா சித்தாட்களின் அத்தனை சாயல்களையும் இழந்து முழுக்க முழுக்க மெட்ராஸ் பெண்ணாகவே வளர்ந்திருந்தாள்.

“முகத்தில என்ன லட்சணம் பாரு” என்று சுத்துவட்டார ஆண்களும் ஏன் சக சித்தாட்களும்கூட பேசிக்கொள்வார்கள். பதினைந்து வயசுக்கு நல்ல வளப்பமாக இருந்த கண்ணம்மா தலையில் சும்மாடு கட்டிக்கொண்டு தண்ணீரை சேந்திக்கொண்டு “திங்கு திங்கு” என்று நடக்கும். எல்லோரிடமும் சிரித்துச் சிரித்துப் பேசும். அவ்வப்போது சீப்பை எடுத்து தலைவாரிக் கொள்ளும். மாலை கிளம்பும்போது “ந்தாடி! குங்குமம் இட்டுக்க” என்று பக்கத்து சித்தாள் பெண்ணிடம் கொடுத்து இட்டுக் கொள்ளச்சொல்லி தான் மட்டும் மையெல்லாம் தீட்டிக்கொண்டு போகும். கறுப்பாக முகம் தீர்க்கமாக இருக்கும். ஐந்தடி ஆறங்குலம் உயரத்துடன் உடல் உழைப்பினால் நல்ல வாட்டசாட்டமாக உரமேறிய பெண்ணாக கண்ணம்மா வளர்ந்தாள். மெட்ராசில் ஆல் இந்தியா ரேடியோ ஆரம்பிக்க, ராஜா சர் முத்தையா செட்டியார் மேயராக, தாம்பரம் பீச் உள்ளூர் டிரெயின் ஓட ஆரம்பிக்க எங்கோ உலகப்போர் தொடங்க இங்கே அடையார் ஆலந்தூர், கோடம்பாகம் கிராமங்கள் மெட்ராசின் கார்ப்பரேஷனோடு இணைக்கப்பட, வருடங்கள் நகர்ந்தன. வயதாகிவிட்டதால் முத்துராசு வீட்டோடு உட்கார்ந்துவிட, லட்சுமம்மாவும் அப்பாவுக்கு உதவி என்று தங்கிவிட, “முத்து ராசு மவ” என்னும் பெத்த பேருடன் கண்ணம்மா சீனியர் சித்தாளானாள்.

சூப்பரைசர் கோவிந்தனுக்கு கண்ணம்மாள் மேல் ஒரு கண் இருப்பது எல்லோருக்கும் தெரிந்த ரகசியமாகவே ஆகிவிட்டது. அவன் கண்ணம்மாவையே சுற்றி வந்தும் அவளுக்கென்று அலுங்காமல் நலுங்காமல் ஸ்பெஷல் டூட்டி போடுவதும் வேறு யாராவது மேஸ்திரியோ அல்லது கொலுத்துக்காரனோ கண்ணம்மாவை வம்பிழுத்தால் சட்டென்று அவளின் துணைக்குப் போவதோ பட்டவர்த்தனமாகவே நடந்தது. ஜாடை மாடையாகவே கோவிந்தன் கண்ணம்மாவிடம் பேசிப் பார்த்தான்.

"த பாரு சூப்பரைசர்! உம் பார்வையெல்லாம் எனக்குப் புரியாம இல்ல. என்னைக் கல்யாணம் கட்டி நெல்லா வெச்சுப்பியா சொல்லு, கட்டிக்கிடறேன்! ஒன்னைய நெல்லா வெச்சுக்கறேன், சோறாக்கிப் போட்டு பிள்ள பெத்துக்கொடுக்கறேன்! ஆனா இந்தக் கூத்தியா சமாச்சாரமெல்லாம் எனுக்கு ஒத்து வராது!"

கோவிந்தனுக்கு தாடப்பள்ளியில் முறைப்பெண் இருந்தாலும் அது வத்தக்காய்ச்சியாய் ஒல்லி உடம்புடன் இருக்கும். மாமன் பெண்தான். ஏகத்துக்கும் சொத்து இருந்தாலும் கோவிந்தனின் வயசில் கண்ணம்மாவின் வளைவுகளில் மதி மயங்கினான். கண்ணம்மாவின் நெருக்க வாசனையில் ஒரு நாள் திருமணத்துக்கு ஒத்துக்கொண்டான். அப்படியே வால்டாக்ஸ் ரோடு கடைசியில் ஒரு சின்ன மாடி வீட்டில் வசதியாக கண்ணம்மாவை குடி வைத்துவிட்டான். கண்ணம்மாவின் பெற்றோரும் தங்கள் பெண்ணின் "சூப்பரைசர்" அதிர்ஷ்டத்தை மெச்சி அவளை வாழ்த்தி அனுப்பிவிட்டு அவர்கள் ஓட்டேரியிலேயே தொடர்ந்தார்கள்.

சூப்பர்வைசர் சம்பளம், கோவிந்தனின் கையில் புரண்ட காசு, பட்டின வாசம் என்று இருவரும் குடும்ப வாழ்க்கையை அபாரமாக ரசித்து வாழ்ந்தார்கள் என்று சொன்னால் அது பொய். கோவிந்தனுக்கு கண்ணம்மாவின் உடம்பிலும் கண்ணம்மாவுக்கு கோவிந்தனின் காசிலுமே அதிக ஈடுபாடு இருந்தது. அதனாலேயே அந்த உறவு மூன்றே வருஷம்தான் நீடித்தது. கண்ணம்மாவின் உடம்பு வாசனையின் கவர்ச்சியிலிருந்து விடுபட்ட கோவிந்தன் கையிருப்புக் காசும் குறைய தாடப்பள்ளி நினைவு வந்தவனாகி மாமாவை வரவழைத்து தூபம் போட்டு ஏமாந்துவிட்டதாக அழுது அரற்றி மன்னிப்பு வேண்டி விட்டான். மருமகனுக்காய் தன் வத்தக்காய்ச்சி பெண் காத்திருப்பதால் மாமா தாடப்பள்ளியிலிருந்து

இரண்டு தாட்டியான முரடர்களை அனுப்பி கண்ணம்மாவை விரட்டித் துரத்திவிட்டு வால்டாக்ஸ் ரோடு வீட்டைக்காலி பண்ணி கோவிந்தனைக் கையோடு தாடப்பள்ளிக்கு இட்டுச்சென்று விட்டார்.

கண்ணம்மா வேறு கதியின்றி ஓட்டேரிக்கு பெற்றோருடன் குடி புகுந்து மீண்டும் சித்தாள் வேலைக்குப் போக ஆரம்பித்தாள். ஆரம்பமே சரியில்லை என்பதாலோ அல்லது ஒருமுறை திருமணம் ஆனதாலோ கண்ணம்மாவுக்கு நல்ல புருஷன் என்பவன் அமையவே இல்லை. அந்த வருடமே முத்துராசுவும் லட்சுமம்மாவும் ஒருவர் பின் ஒருவராக இறந்து போய்விட கண்ணம்மா தனியானாள். என்ன, அவளுக்கென்று ஓட்டேரியில் சொந்த வீடு இருந்தது. அடுத்த ஆண்டு அவளைக் கல்யாணம் செய்துகொண்ட மேஸ்திரி சில வருடங்களில் விட்டுவிட்டு குண்டக்கல் காண்டிராக்ட் வேலைக்கு ஓடிப்போய் விட்டான். மூன்றாவதாக அவளிடம் மனதைப் பறிகொடுத்தவன் கன்னியப்பன் என்னும் திருவாலங்காட்டு கொலுத்துக்காரன். முரடன் குடிகாரன். முதல் சில வருடங்கள் ஒழுங்காக கண்ணம்மாவை நடத்திக்கொண்டிருந்தவன் பின்னால் அவளைத் துன்புறுத்தலானான். கள்ளுக்குடி எல்லை மீறி காசுக்காக கண்ணம்மாவை மிரட்டி வேலைக்கு அனுப்பி அவள் கொண்டு வரும் காசைப் பிடுங்கிக்கொள்வான். சில இரவுகளில் கண்ணமா ஆய்ந்து ஓய்ந்து படுத்துக்கொண்டிருக்கும்போது காய்ந்த மாடுபோல அவளின் மேல் விழுந்து படருவான். ஆசை மோகம் எதுவுமில்லாத துர்நாற்றா சேர்க்கையாக இருந்தாலும் கண்ணம்மாவின் நாற்பதாவது வயதில் கண்ணம்மா சூலுற்ற போது இதேதடா தொல்லை என அவனும் ஒரு இரவு காணாமற் போனான். பெற்றோரும் இறந்துபோய்விட்டிருக்க தனியாளாக கண்ணம்மாவால் சித்தாள் வேலைக்கும் செல்ல உரமில்லாமல் வாடி வதங்கியபோது அடுத்த வீட்டுப் பெண் ஒருத்தி உதவினாள்

“கண்ணம்மா! இன்னமே உன் உடம்புக்கு சித்தாள் வேலையெல்லாம் சரிப்படாது! எனுக்குத் தெரிஞ்ச யவாரி ஒருத்தரு ராயபுரத்துல மல்லாட்ட கடல தருவாரு, தெனிக்கும் கூடையில எடுத்தும் போய் வித்து பிற்பாடு முதல அவருக்கு கட்டுனாப் போறும்! செய்யிறியா?”

வேர்க்கடலை வியாபாரம் தொடங்கின கண்ணம்மா அங்கு இங்கு என்று அலைந்து தனக்கென ஒரு சரியான இடம் தேர்ந்தெடுத்து

மெட்ராஸ் ஹார்பரின் வாசலில். காலை எட்டு மணிக்குப் போனால் பதினோரு மணி வரைக்கும் அங்கே போகும் வரும் கூலி வேலையாட்களுக்கு கடல விற்பாள். அதுவும் சரியான பதினோரு மணிக்கு கபாலி டீ கொண்டு வரும்போது கண்ணம்மாவின் கடலைக்கு மவுசு உண்டாகி பரபரவென விற்கும். பன்னிரெண்டு மணிக்கு கடையைக் கட்டி வீட்டுக்குப் போய் சோறாக்கித் தின்று தூங்கிவிட்டு மறுபடி நாலு மணிக்கு கிளம்பினால் துறைமுகம் வாசலில் ஒரு மணி நேரம் விற்றுவிட்டு அப்படியே நடந்து மெட்ராஸ் யூனிவர்சிடிக்கு எதிரே பீச்சில் விற்பனை செய்துவிட்டு வீடு திரும்ப இரவு ஒன்பதாகி விடும்.

கர்ப்ப வயிறுடன் கண்ணம்மா கடலை விற்பனை நடந்து வர, அவளுக்கு சகாதேவன் பிறந்தான்.

1969 வரை
கபாலி, வேணுகோபாலன் நாயர்

லஸ் கார்னரைக் கடந்து நேரே போய் அனுமார் கோவிலுக்கு சற்றே முன்பாக வலது பக்கம் திரும்பி தண்ணித்துரை மார்க்கெட் வழியே நடந்து போனால் பக்கிங்ஹாம் கால்வாயின் மேல் சின்னதாக ஒரு பிரிட்ஜ் வரும். கால்வாயில் தண்ணீர் தேக்கம் இல்லாமல் அபரிமிதமாக ஓடிக்கொண்டு இருந்த நாட்கள். வேலை வெட்டி இல்லாதவர்கள் மீன் பிடித்தார்கள். படகுகள் அக்கம் பக்கம் பிரதேசங்களிலிருந்து உப்பு, சவுக்கு எனச் சரக்குகளைச் சுமந்து வந்தன. வெயில் நிறைந்த மதிய நேரங்களில் வாத்துகள் கூட நீந்திக் கொண்டு இருந்தன என்று சொல்லப்படுவது உண்டு. மேற்சொன்ன பிரிட்ஜுக்கு இடப்புறம், நான் சொல்லும் தொள்ளாயிரத்தி நாற்பதுகளில், பி எஸ் செகண்டரி ஹை ஸ்கூல் வரும். அதற்குப்பிறகு தெரு இரண்டு கிடுக்கியாக பிரியும் இடத்தில் வலது பக்கம் போனால் உடனே வரும் தெருவில் தான் முண்டகக்கண்ணியம்மன் திறந்த வெளியில் காற்றோட்டமாக ஆலமரத்தினடியில் அமர்ந்து வருவோர் போவோருக்கெல்லாம் இலவசமாக அருள் பாலித்தாள், அந்தக் கோவில் தெருவின் ஆரம்பத்திலேயே ஒரு பெரிய வாழைத் தோட்டம் இருந்தது. கொஞ்ச தூரம் போனால் இடது பக்கம் கல் டி சாக் என்றும் டெட் எண்ட் என்றும் நாம் சொல்லும் சின்னச்சந்து போன்ற தெருவில் அந்நாளைய சந்திரலேகாவின் சூப்பர் ஸ்டார் ரஞ்சனின் வீடு

வரும், அதையும் தாண்டினால் மூன்று நான்கு கடைகள் - ஒன்றில் உயரமான முஸ்லிம் டெய்லர் கடை வைத்திருப்பார். கூடவே கிராமஃபோன் வைத்து பழைய நௌஷத் ஹிந்திப் பாடல்கள் போடுவார். அதற்கடுத்து தகரம் போட்டு மூடிய மெகானிக் ஷாப்பும் ஒரு கெரசின் டிப்போவும் இருக்கும். அதற்கும் அடுத்த மளிகைக்கடைதான் நம் கவனத்துக்குரியது.

செவ்வந்தி நாடார் என்னும் சிவகாசியைச் சேர்ந்த அவர் போன தலைமுறையிலேயே மெட்ராஸ் வந்துவிட்ட குடும்பம். அந்தக் கடை வாசலில்தான் சின்னப்பையன் உட்கார்ந்திருந்தான். அழுதுகொண்டிருந்தான். மிஞ்சிப் போனால் பத்து வயது இருக்கும்.

“இங்க நிக்காதன்னா கேக்க மாட்டியா? அடிச்சு வெரட்டணுமா?”

பையன் கதி கலங்கி என்ன செய்வது என்பது தெரியாமல் விசித்துக்கொண்டிருந்தான். போன வாரந்தான் செவ்வந்தி நாடார் அவரின் சொந்த ஊரான் ஆலமரத்துப்பட்டி, சிவகாசியிலிருந்து ஆறாவது கிலோமீட்டரில் இருக்கிறது, கிராமத்துக்குப் போயிருந்தார். அவரின் தாய் வழிச்சொந்தம் ஒன்று, கிழவி அறுபத்தைந்து வயசு, போய்ச் சேர்ந்திருந்தாள். ஆதரவில்லாமல் இருந்த அவளுக்கு மாதாமாதம் செவ்வந்தி நாடார்தான் பணம் அனுப்பிக்கொண்டிருந்தார். இவர்தான் கொள்ளி போட வேண்டிப் போயிருந்தார். போன பிறகுதான் அங்கே கிழவி யாரோ ஒரு சின்னப் பையனை வளர்த்து வந்திருக்கிறாள். எங்கோ கள்ளிக்காட்டில் அனாதையாக அலைந்துகொண்டிருந்தான் என்று போன வருடம் தூக்கி வந்திருக்கிறாள். அவளே அவனுக்கு கபாலி என்று பெயரும் சூட்டி சோறு போட்டு வந்திருக்கிறாள். காரியங்கள் முடிந்தபிறகு செவ்வந்தி நாடாருக்கு இரக்கம் பிறக்கவே அவனையும் மெட்ராசுக்கு கூட்டி வந்து கடையில் வேலை செய்யப் பணித்திருக்கிறார். பையனுக்கு மெட்ராஸ் மிரட்சி கூடவே கடை வேலை வேளா வேளைக்கு சாப்பாடு கிடைக்காத ஏக்கம் என்று ஒருவித குழப்பத்திலும் அதீத பசியிலும் போக வர முந்திரி திராட்சை என்று வாயில் போட்டுக்கொண்டிருக்கிறான். சண்டை முடிந்த பின்னும் சரக்கு ஒழுங்காக் கிடைக்காதது, விலையேற்றம், போன மாத மழையில் பருப்பு வகையறாக்கள் நாசமாப்போனது என்பதால் சில மாதங்களாக கடையில் நஷ்டத்தையே கண்டு வந்த நாடாருக்கு பையனின் இந்தச் சின்ன திருட்டு பெரிசாகப்பட்டுவிட்டது. ஏதடா வேண்டாத

தொல்லை என்று எண்ணிக்கொண்டிருந்த நாடார் அவனை விரட்டி அடிக்க முடிவு பண்ணிவிட்டார். ஆலமரத்துப்பட்டி கிராமத்தில் திரிந்துகொண்டிருந்த பையனுக்கு பட்டணமே திகிலாக இருக்க, இப்போது தன்னந்தனியே விரட்டியடிக்கப்படும்போது பயத்தில் குலை நடுங்கி விசித்துக்கொண்டிருந்தான். கபாலியின் ஜாதகத்தில் துளியூண்டாவது சுக்கிரதசை இருந்திருக்க வேண்டும். அந்த தசாபுத்தியினால்தான் ஆலமரத்துப்பட்டியிலும் சரி, இங்கே மெட்ராசிலும் சரி, அவனுக்கென ஆபத்பாந்தவர்கள் அகப்பட்டார்கள்.

கடுமையான கிரஸின் தட்டுப்பாட்டால் யாரிடமெல்லாமோ விசாரித்து கடைசியில் மைலாப்பூர் போலீஸ்கார நண்பர் ஒருவர் வேணுகோபால நாயரிடம் முண்டகக்கண்ணியம்மன் தெரு சந்து டிப்போவில் கிடைக்கிறது என்ற நல்ல செய்தியைத் தெரிந்துகொண்டு அதே நாள் காலையில் அங்கு வந்தவர் டிப்போவில் கிரஸின் வாங்கும்போது நாடார் கடையில் எழுந்த சப்தத்தைக் கேட்டார். துறைமுக காண்டீனுக்குத் தேவையான ஐந்து லிட்டர் கிரோஸீனை வாங்கினவர், விதிதான் நாடார் கடைப்பக்கம் அனுப்பியிருக்க வேண்டும்.

“என்னங்க என்ன ஆச்சு? ஆரு பையன்?” நாடார் பதில் சொல்லும் நிலையில் இல்லை.

“எந்தலையெழுத்துங்க! வந்து சேர்ந்தான் பாருங்க அனாதைப்பய! இதுல திருட்டு வேற!”

நாயருக்கு பையனைப் பார்க்கையில் இரக்கமே மேலிட்டது. அவன் கண்களில் திருட்டுத்தனம் இல்லை. அதீத பயமும் வெகுளித் தனமுமே மிளிர்ந்தன. முழுவதுமாக நாடாரிடம் விசாரித்தார்.

“அப்ப நீங்க இவன வெரட்டத்தான் போறீங்களா?”

“ஆக்கங்கெட்ட களவாணிப்பய! பேசுதானா பாத்தியளா? நிக்கான் அப்படியே! இப்பமே இடும்பு பிடிச்சுக் கெடக்கு! விட்டா நம்மள கோட்டிப் பயலாக்கிடுவான்!”

“ச்சே! அப்படிச் சொல்லாதீங்க! சின்னப் பையன்! சூது வாது தெரியாது! ஏதோ பசியில எடுத்துத் தின்னிருப்பான்!”

“த பாருங்க! உங்களுக்கு வேணுமின்னா நீங்க கூட்டிப்போங்க! பொறத்தால என்ன கேக்கப்படாது, பாத்துக்கிடுங்க!”

வா தம்பி ! என்னோட வா! நா உன்னப் பாத்துக்கறேன்!"

கபாலி நாயருடன் நடந்து போனான்.

ஆயிரத்தி தொள்ளாயிரத்தி எழுபத்திரெண்டாம் வருஷம் ஒரு கட்சிப் பிரமுகர் ஹார்பர் காண்டீன் காண்டிராக்டை தன் சின்ன வீட்டின் தம்பிக்கு வாங்கிக் கொடுப்பதற்காக நாயரை ஹார்பரிலிருந்து விரட்டும் வரை கபாலி அங்குதான் நாயருடன் இருந்தான்.

துறைமுகம் காண்டீன் காண்டிராக்டை எடுத்தவர் வேணுகோபாலன் நாயர். எர்னாகுளத்தை சேர்ந்த அவர் எட்டு வருஷத்துக்கு முன்னமே மெட்ராசுக்கு வந்து சாந்தோம் போலீஸ் ஸ்டேஷன் அருகில் டீக்கடை போட்டார். கடைக்கு வந்து டீ குடிக்கும் போலீஸ்காரர்களுடன் நட்பாகப் பழகி, அந்த போலீஸ் ஸ்டேஷனில் டீ சப்ளை ஆர்டரைப் பிடித்தார். இரண்டு வருடங்களிலேயே பெரிய போலீஸ் அதிகாரிகளிடம் அவர் பேர் பரவி ஐஜி ஆஃபீஸ் டிஃபன் காண்டீன் காண்டிராக்டைப் பெற்றார். அடுத்த மூன்றாம் வருஷம் ஒரு இன்ஸ்பெக்டர் அவரிடம் சேதி சொன்னார்.

"நாயரே! அடுத்த மாசம் ஹார்பர்ல காண்டீன் காண்டிரக்ட் வருது. பெரிய இடம். நல்ல வியாபாரம்! அப்ளை பண்ணி வையும்! உமக்குத்தான் இந்த ஆஃபீசில நல்ல பேராச்சே!"

நாயரின் நல்ல மனசோ அல்லது அதிர்ஷ்டமோ அல்லது போலீஸ் அதிகாரிகளின் சிபாரிசோ, அவனுக்கு ஹார்பர் காண்டீன் காண்டிராக்ட் கிடைத்துவிட்டது. நாயர் ஒரு நாளும் தான் விற்கும் பொருளில் சுணக்கம் செய்தில்லை. காசுக்குப் பார்த்து தரம் குறைக்க மாட்டார். ஒன்றுக்கு இரண்டாகவே கொடுத்து காண்டிராக்ட் எடுத்த ஒரே வருஷத்தில் எல்லோரின் நம்பிக்கையையும் பெற்றுவிட்டார். கபாலி அவரிடம் வந்து சேர்ந்த ஓரிரு வருடத்தில் கபாலியின் நல்ல மனசையும் உண்மைத்தன்மையையும் புரிந்துகொண்டார்.

"டேய் கபாலி! உனுக்கு என்ன சம்பளம்டா தர்ரது?"

"எனுக்கு இன்னா தெரியும்? அத்த நீயே வெச்சுக்க! எனக்கு கல்யாணம் காட்சின்னு எதுனா நடந்தா அப்ப தா!"

கபாலியும் உண்மையாக நாயருக்கு உழைத்தான். இரண்டு

வேளையும் ஹார்பர் முழுக்க சுற்றி எல்லோருக்கும் டீ சப்ளை பண்ணுவான். மீதி நேரம் கடையில் வருபவர்களுக்கு டீ தந்து காசு வாங்கி, டம்ளர் கழுவி என்று அவன் எல்லா வேலையையும் இழுத்துப்போட்டு செய்வான். கபாலி மெட்ராசுக்கு வந்த பிறகு அவனுக்கு ஏற்பட்ட ஒரே வீக்னெஸ் சினிமா பார்ப்பது. சனிக்கிழமை மாலை அவனை நாலு மணிக்கெல்லாம் விட்டுவிட வேண்டும். நாயரிடம் இரண்டு ரூபாய் வாங்கிக்கொண்டு அப்படியே நடந்து வாலாஜா ரோடு வழியாக மவுண்ட் ரோடு வரை போய் பாரகன் அல்லது எலிஃபின்ஸ்டன் குளோப் என்று ஏதாவது ஒரு தியேட்டரில் சினிமா பார்த்துவிட்டு இரவு நடந்தே வந்துவிடுவான்.

கபாலி வந்து சேர்ந்த சில வருஷங்களிலேயே நாயருக்கு அடுத்த இடத்துக்கு உயர்ந்து விட்டான். இதுக்கெல்லாம் பதவி உண்டா? நாயரே எதற்கெடுத்தாலும் கபாலி கபாலி என்று விளிப்பதைப் பார்த்த வாடிகையாளர்களே கபாலிக்கு அடுத்த இடத்தைக் கொடுத்து அவனை சின்ன முதலாளியாகவே நடத்தினர். அடுத்தடுத்த வருடங்களில் கபாலியை நம்பி காண்டீனை விட்டுவிட்டு நாயர் குருவாயூர் திருவனந்தபுரம் சோட்டானிக்கரா என்று ஆலய தரிசனத்துக்குக்கூட போக ஆரம்பித்து விட்டார்.

கபாலியும் சோம்பியதே இல்லை. வாரம் இரண்டு மூன்று முறை துறைமுகத்தின் எல்லா பகுதிகளுக்கும் அவனே டீ எடுத்துக்கொண்டு போய் வருவான். எல்லோரையும் பரிச்சயம் செய்து கொண்டான். துறைமுக ஆஃபீசர்கள் தம் வீட்டு விசேஷங்கள் கிருஸ்துமஸ் புது வருஷ பார்ட்டிகளில் சில சமயம் ஆஃபீஸ் கூட்டங்களில் டீ சப்ளை செய்ய, மற்ற சின்ன வேலைகளைச் செய்ய கபாலியை அனுப்பச் சொல்லி நாயருக்கு தாக்கீது வரும். கபாலியும் ஆனந்தமாகப் போய் வேலை செய்து காசு, புது துணிமணிகள் வாங்கி வருவான்..

தொள்ளாயிரத்தி ஐம்பதுகளில் ரோட்ரிக்ஸ் என்னும் ஆங்கிலோ இந்தியர் சூப்பரிண்டெண்டெண்டாக இருந்தபோது சில விச்ராந்தியான நேரங்களில் ரவுண்ட்ஸ் வந்தால் காண்டீனுக்கும் வருவார்.

“வாட் கபாலி! டமில் பிக்சர்ஸ் பாக்கறியாமே? இங்லிஷ் பிக்சர் பாரு மேன்!”

"புரியாது சார்!"

"அடப்போ மேன்! சினிமால புரிஞ்சுக்க என்னா இருக்குது! இந்தா டூ ருபீஸ்! இந்த சண்டே எலிஃபின்ஸ்டன் போ. சார்லி சாப்ளின் படம் மாடர்ன் டைம்ஸ் திரும்ப வந்திருக்குது போ அத்தப்பாரு!"

அவர் சொன்னாரே என்று அந்த வாரம் ஞாயிற்றுக்கிழமை போய் சார்லி சாப்ளினின் மாடர்ன் டைம்ஸ் படம் பார்த்துவிட்டு வந்து பல மாதங்களுக்கு அவன் இங்க்லிஷ் படம் பார்த்த கதையைச் சொல்லிக்கொண்டிருந்தான்.

கப்பலில் வரும் மலேயா ரங்கூன் சிலோன் தமிழர்களையும் கபாலி நட்பாக்கிக்கொண்டான். ஓடி ஓடி அவர்களுக்கு உதவுவான். அவர்கள் தரும் ஒரு ரூபாய் இரண்டு ரூபாயைக்கூட நாயரிடமே கொடுத்து வைத்துக் கொள்ளச் சொல்வான். கப்பலில் வரும் பல ரெகுலர் பிரயாணிகள் ஒரு நடை காண்டீன் வந்து கபாலியைப்பார்த்து டீ குடித்துவிட்டுச் செல்வது வழக்கம்

இந்த ரீதியில்தான் கபாலிக்கு பினாங்கைச் சேர்ந்த அபூபக்கர் பழக்கமானார்.

அபூபக்கர் பெனாங்கில் என்ன வியாபாரம் செய்கிறார் என்பதெல்லாம் அதிகம் விவரமில்லை. அவர் மாதமொருமுறை வருவார். பல பொட்டிகள் இறங்கும். எல்லாம் துணி மணிகள் என்பார்கள். கடத்தல் பொருளும் வருமாம். எப்படி அவர் கஸ்டம்ஸைத் தாண்டி கொண்டு வருவார் என்பதெல்லாம் ரகசியம். ஆனால் மெட்ராஸ் துறைமுகத்தில் அபூபக்கருக்கு எல்லா மரியாதைகளும் கிடைக்கும். அவர் தனியாகத்தான் வருவார். அவருக்கு எஜண்ட்டோ அல்லது நண்பரோ அல்லது எடுபிடியோ என்று சொல்லும்படி பார்க் டவுனிலிருந்து ஒரு ஆசாமி வருவார். அபூபக்கர் அவரைச் சின்னான் என்று அழைப்பது வழக்கம். அபுபக்கர் வரும் கப்பல் டாக் ஆகும் அன்று சின்னான் கரெக்டாக வண்டியோடு வந்துவிடுவார். அபூபக்கர் அவருடன் கிளம்பிப் போவார். ஆயிரத்தி தொள்ளாயிரத்தி ஐம்பத்து நாலில் தாஸப்பிரகாஷ் ஹோட்டல் திறந்த பிறகு அபூபக்கர் அங்குதான் தங்குவார். இரண்டு வாரங்கள் வரை இருப்பார். அப்போது ஒரு காரை ஏற்பாடு பண்ணிக்கொண்டு அவரும் அந்தச் சின்னானும் காரைக்குடி போவார்கள். இந்தப்

பயணங்கள் அபூபக்கர் ஒவ்வொரு முறை மெட்ராஸ் வரும்போதும் நடைபெறும். மலேயாவில் இருக்கும் பல செட்டியார்களின் குடும்பங்கள் காரைக்குடி பகுதியில் இருந்தன. அபூபக்கர் அங்கே செட்டியார்களிடம் மலேயா டாலராக வாங்கி தன் வியாபாரத்துக்குப் பயன்படுத்துவார் என்றும் இங்கே வந்து அந்தந்த செட்டியாரிடம் வாங்கின பணத்துக்கான வட்டியுடன் அதை ரூபாயாக அவர்கள் குடும்பத்துக்குத் தந்துவிடுவார் என்று ஊகம் உண்டு. இன்று நாம் ஹவாலா என்று சொல்லும் பணப்போக்குவரத்தைத்தான் அபுபக்கர் செய்து கொண்டிருந்தார். தவிரவும் அவர் கொண்டு வரும் கடத்தல் பொருட்கள் பல நடு ஆசாமிகளால் மூர் மார்க்கெட், குஜிலி பஜார், பின்னாளில் பர்மா பஜார் என்று விற்பனையாகிக்கொண்டிருந்தது.

இந்த அபூபக்கரிடம் தான் கண்ணாம்மாவை அறிமுகம் செய்து வைத்தான் கபாலி.

1969 வரை

கண்ணம்மா

1946இல் மெட்ராசின் பஞ்சம் கண்ணம்மாவையும் தாக்கியது. அரிசிக்குப் பதிலாக கோதுமை உண்ணுபடி அரசாங்க விளம்பரங்கள் அலறின. சமைக்க அடுப்பு பற்ற வைக்கும் சுள்ளி விறகுகள் ஒரு கட்டு கறுப்பு மார்க்கெட்டில் ஆறணா வரை விற்றன. சகாதேவன் சுதந்திரத்தன்று பிறந்தது கண்ணம்மாவுக்கு எந்தவித பரவசத்தையும் உண்டு பண்ணவில்லைதான். அவளுக்கு பிழைப்பே சவாலாக இருந்த நேரம். வறுகடலை வியாபாரத்தில் என்ன கிடைத்து விடப் போகிறது. அது மட்டுமில்லாமல் கைக்குழந்தையுடன் வெய்யிலில் விற்பனைக்குப் போக முடியுமா? அடுத்த குடிசைப்பாட்டி உதவிக்கு வந்தாள். கண்ணம்மா காலையில் எழுந்து சகாதேவனுக்கு பால் புகட்டி வீட்டு வேலைகள் முடித்து இரண்டாம் பாலையும் கொடுத்துவிட்டு எட்டு மணிக்கெல்லாம் கிழவியிடம் அவனை விட்டுவிட்டு துறைமுக வாசலுக்கு கூடையுடன் ஓடுவாள். பதினோரு மணி வரை வியாபாரம். வெயில் உக்கிரமாகி வியாபாரம் டல்லடிக்கும்போது புறப்பட்டு ஓடி குடிசைக்கு வருவாள். சகாதேவனுக்கு மறுபடி பால், சோறாக்கி ஊட்டிவிட்டு தானும் உண்டு அவனோடு பாட்டுப்பாடி, விளையாடி தூங்கப்பண்ணிவிட்டு தானும் தூங்குவாள். மூணு மூணரைக்கு மறுபடி அவனுக்கு ஏதாவது சாப்பிடக் கொடுத்து மறுபடி கூடையுடன் ஹார்பர் வாசல். ஐந்து வரை விற்றுவிட்டு அப்படியே மெரீனா பீச்சுக்குப்போவாள். ஏழு

மணி வரை இருப்புக் கொள்ளாமல் விற்பனை செய்வாள். சில நாட்களில் சுமாரான வியாபாரத்துக்கே எட்டு மணியாகிவிடும். மறுபடி ஓடி வீட்டுக்கு வந்து சகாதேவனுக்கு உணவு கொடுத்து தானும் சாப்பிட்டு...

போராட்ட வாழ்க்கையில் கண்ணம்மா இரவு சாப்பிடாமல் தூங்கின நாட்கள் பல. ஒரு நாள் துறைமுக வாசலில் கபாலியுடன் பேசினதில் அவளுக்கு விடிவு காலம் பிறந்தது.

கபாலிக்கு கண்ணம்மாவின் கதை ஓரளவுக்குத் தெரியும். அவளை அக்கா மாதிரி வாஞ்சையுடன் நடத்துவான். பல நாட்கள் அவளிடம் டீக்கு காசே வாங்க மாட்டான்.

“இந்தா டீ குடி! முகமெல்லாம் வாடியிருக்கு!”

“வாணாம் கபாலி! இன்னிக்கு காசு இல்லப்பா!”

“நா உன்னையக் காசு கேட்டேனா? ந்தா குட்ச்சுட்டு ஜல்தி டம்ளரைக் குடு!” நாயரிடம் தைரியமாகச் சொல்லிவிடுவான்.

“நாயரே! இன்னிக்கு கண்ணம்மா டீ கோயிந்தா கணக்குதான்!”

கபாலி அன்றும் கண்ணம்மவுக்கு டீ கொடுத்துக்கொண்டே பேச்சை வளர்த்தான்.

“இன்ன கண்ணம்மா! சொம்மா ஹார்பருக்கே வந்துகினுருக்கியே! அந்தப்பக்கம் பீபிள் பார்க் உயிர்க்காலேஜுப்பக்கம் போனா நல்லா யாவாரம் ஆகுமில்ல? கூடக் காசு கெடைக்குமே!”

“அதெல்லாம் நமக்கு ஒத்து வராதுப்பா! விசாரிச்சிட்டேன்!பார்க்குக்குள்ள போய் யாவாரம் பண்ணனும்னா காசு கட்டணுமாம். அந்த காண்டிரக்டருக்கு எதோ டிப்பாசிட் தரணுமாம்! தெனிக்கும் கைக்கு வாய்க்குமே போதல. நா எங்க அங்கெல்லாம் போவுறது!”

“ஆமா சகாதேவன் எப்படிக்கிறான்?”

“நல்லா வெள்ளாடறான் கபாலி! பேச்சும் நல்லா வந்திருச்சு!”

“என்னா வயசாவுது அவனுக்கு?”

“சுதந்திரத்தன்னிக்கில்ல பொறந்தான்! பார்த்துக்கியேன்!”

“ஆமா நாலு வயசாச்சே! இஸ்கூல்ல சேர்க்கப்போறியா?”

“எனுக்கு ரொம்ப ஆசைதான் கபாலி! அவனையாவது நெல்லாப் படிக்க வெச்சு கவர்மெண்ட் உத்தியோகத்துக்கு அனுப்பணும்! எம் பொயப்புதான் நாறிப் பூட்ச்சு!”

“செய்யி செய்யி!”

“என்னாத்த சேய்யி செய்யி? துட்டு வாணாவா?”

“த பாரு கண்னம்மா! நா ஒண்ணு சொல்றேன் கேக்கறியா?”

“சொல்லு கபாலி!”

கபாலி நெருங்கி வந்து ரகசியக்குரலில் பேசினான்.

சுதந்திரம் வந்த கையோடு கொண்டாடிவிட்ட இந்திய மக்கள் அதற்குப்பிறகு அப்படி ஒன்றும் சுறுசுறுப்பாகி விடவில்லை. இது நாள் வரை வெள்ளைக்காரனோடு போட்ட சண்டை முடிந்து போய்விட்டதால் பொது எதிரி என்று யாரும் இல்லை. சட்டென்று அவன் சுதந்திரத்தைக்கொடுத்து விட்டு போய்விட, நமக்கு என்ன பண்ணுவது என்று தெரியாத திகைப்பு. சில வருஷங்களுக்கு முன்பு முடிந்த உலகப்போர், அவ்வப்போது வரும் மழை வெள்ளம் என்பதையெல்லாம் தாண்டி ஒரு அலுப்பு, சோம்பேறித்தனம் ஒரு ஆயாசம். வட இந்தியாவில் ஹிந்து முஸ்லீம் கலவரங்கள் தங்கள் கோர முகத்தைக் காட்டி சேதாரம் ஏற்படுத்தியிருக்க, இங்கே, தென்னிந்தியாவில் அதுவும் மெட்ராஸில் போரட்டத்தின் தீவிரங்கள் வட இந்தியா அளவுக்கு இல்லததால் அந்த தீவிரத்தன்மையின் வீரியம் தெரியாத சுகவாசிகளாகவே இருந்தனர். நடுத்தர வர்க்கத்தினருக்கு விச்ராந்தியான வாழ்க்கை கை கூடிக்கொண்டுதான் இருந்தது. நாம் இருவர் படம் வெளியாகி சக்கை போடு போட்டது. ஊரெங்கும் கிராமஃபோன்களில் “மஹான், காந்தி மஹான்” ஒலித்துச் சீராட்டியது. குமாரி கமலா டான்ஸ் ஆடியதைக் கொண்டாடி மைலாப்பூர் மந்தவெளி குடும்பங்களில் ஒவ்வொரு சிறுமியும் தானும் பரத நாட்டியம் கற்றுக்கொள்ள வேண்டும் என பிடிவாதம் பிடிக்க தெருவெங்கும் மாலைப்பொழுது சாய்ந்தால் “தை தை தித்தி தை” ஒலிக்க ஆரம்பித்தன. வருடா வருடம் ஆகஸ்டு 15 தேதி ஆனால் ஊரெங்கும் கோலாகலமும் கொண்டாட்டமுமாக இருக்க, துறைமுகத்தில் அன்று கப்பல்கள் தம் ஹாரனை ஒலித்து சப்தமெழுப்ப செயிண்ட் ஜார்ஜ் கோட்டையின் 150 அடி உயரக் கொடிக்கம்பத்தில் ஹூப்ளியில் நெய்யப்பட்ட மூவண்ணக்கொடி

படபடத்துப் பறந்தது. ஆனால் அரசாங்க அலுவலகங்களில் பிரிட்டிஷ்காரன் ஆட்சி போய் இந்திய அரசின் செயல்பாடுகள் உள்ளே வர, ஒருவித சோம்பேறித்தனத்துடன் இயக்கம் நடந்து கொண்டிருந்தது.

மெட்ராஸ் ஹார்பரில் போலீஸ் கெடுபிடிகள் குறைய எல்லோரும் இயந்திரத்தனமாக தம் வேலைகளைச் செய்தனர். கிழக்காசிய நாடுகளிலிருந்து இங்கே கொண்டு வரப்படும் கடத்தல் தொழில் தான் ஒரு வித சுறுசுறுப்பாக செயல்பட்ட தொழில். மலேயா, பர்மா, சிங்கப்பூர் ஏன் சிலோனிலிருந்து கூட பலர், முக்கியமாக தமிழர்களே ஏராளமாக பொருட்களைக் கடத்திக்கொண்டு வந்து இங்கே கிடைக்காதவற்றை அதிக விலைக்கு விற்றனர். ஃபர்ஸ்ட் லைன் பீச் ரோடில் பர்மா பசார் என்று நாம் சொல்லும் அந்த வரிசைக்கடைகள் தோன்றுவதற்கு முன்னால் மூர் மார்கெட்டின் வெளிப்புற பிளாட்ஃபாரங்களிலும் உள்ளே சில கடைகளின் நிழலான பின்புறத்திலும் முக்கியமாக சென்ட்ரல் ஸ்டேஷன் ரயில்வே ஆஃபீசுக்குக்குப் பின்னால் இருந்த குஜிலி பசார் அல்லது திருடர் பசாரில் இந்த கடத்தல் சாமான்களை விற்பதற்கென்றே வியாபாரிகள் இருந்தனர். அவற்றை வாங்குவதற்கும் மெட்ராசின் நவ நாகரீக கஸ்டமர் பட்டாளம் ஒன்று இருந்தது. பவுடர், சோப், ஸ்னோ, ஷேவிங் கிரீம்,. பிளேடு, கலைப்பொருட்கள் எல்லாம் தவிர, தங்கம் வைரம் முத்து பவழம் கூட இங்கே விற்கவும் வாங்கவும் ஆட்கள் இருந்தனர்.

தெருவில் அல்லது பிளாட்ஃபாரத்தில் அமைதியாக உட்கார்ந்து சினிமா பாட்டுப் புத்தகங்கள் விற்கும் ஒரு கந்தசாமியோ காதர் பாட்சாவோ அந்த அஞ்சு பைசா பாட்டுப் புத்தகங்கள் விற்றா குடும்பம் நடத்த முடியும்? அவர்களில் பலர் துறைமுகத்துலிருந்து வரும் மலேயா ரங்கூன் சிங்கப்பூர் சிலோன் ஆசாமிகளுடன் தொடர்புகொண்டவர்கள். அவர்கள் கடத்தி வரும் சாமான்கள் சந்தேகாஸ்பதமில்லாத சாதாரண ஆசாமிகள் மூலம் இவர்களை வந்தடைந்து விற்கப்பட்டு காசு அங்கே போய்ச் சேரும். துறைமுகத்திலிருந்து பசாருக்குக் கொண்டு வந்து கொடுத்து, காசை வாங்கி அங்கே திருப்பி விடும் நடு ஆசாமிகளும் நல்ல லாபம் பார்த்த தொழில் இது.

கபாலி அதைத்தான் கண்ணம்மாவுக்கு சிபாரிசு செய்து கொண்டிருந்தான்.

"த பாரு கண்ணம்மா! பல பேரு இங்க பொருள் எடுத்து வர்றாங்க! அவுங்க எப்படியோ கஸ்டம்ஸைத் தாண்டி வந்துர்றாங்க! அந்த சூட்சுமம் நமக்கெதுக்கு? ஆனா அந்தப் பொருளுங்கள வாங்கி எட்த்துப் போய் குஜிலி பஜார், மூர் மார்க்கெட்டுன்னு கொடுத்து காசு வாங்கி ஒயுங்கா அத்த இவங்க கையில குட்த்தா கணிசமா தர்றாங்க! நம்ம கம்பவுண்டர் அவினாசி இருக்கானே அவன் மாசத்துக்கு நூறு நூத்தைம்பது ரூவா பாத்துடறான் இதுல?"

"என்னாது நூறா? அப்பாடியோ!"

"த பாரு கண்ணம்மா! உனுக்குதான் வேர்க்கடல முதல் தர்றவரு இருக்காரே! அவராண்ட போய் கேட்டுப்பாரு! அவுங்களாம் பல யாவாரஞ்செய்வாங்க! இந்த மாரி நான் அப்பப்போ எட்த்தாந்து தர்றென்! நெல்ல வெலைக்கு வித்து காச என்னாண்ட குடுன்னு பேசு!"

"குஜிலி மார்க்கெட்ல கூட எங்கப்பாரோட சினேகிதம் ஒருத்தரு இருப்பாரு! அவராண்டயும் கேக்கட்டா?"

"கேளு! உனுக்குன்னு மூணு நாலு யாவாரிங்கள பிடிச்சு வெச்சிக்க. நா அட்த்த தபா மலேயாவுலேர்ந்து அபூபக்கக்கருன்னு வருவாரு. காயல்பட்டினத்து ஆசாமி!ஆனா அவுங்க அப்பாரு காலத்துலயே மலேயா போயிட்டதா சொல்வாரு! அவுரு ஜாமானெல்லாம் கொண்டாருவாரு! அவராண்ட உன்னையப் பத்தி சொல்லி வெக்கிறேன், என்னா?"

"சரிப்பா கபாலி! ஏன் நீ பண்ணலியா?"

"இல்ல கண்ணம்மா! எனக்கு இந்த இடத்த விட்டு வெளியே போற வேல கெடையாது! அத்தோட பணம் சேர்த்து நா என்ன பண்ணப்போறேன்! குடும்பமா குட்டியா?"

"எனுக்கு காசு வந்தா உனக்கு தர்ரேம்ப்பா!"

"அதெல்லாம் வாணாம் கண்ணம்மா! நீ சகாதேவன நல்லா படிக்க வெய்யி! அவனும் இங்க ஹார்பர்ல என்ன மாரி உன்ன மாரி அல்லாட வேண்டாம்!"

கண்ணம்மா சின்ன முறையில் கடத்தல் பொருள் விற்பனை தொடங்கியது இப்படித்தான்.

1969 வரை
சவரி, ராகினி

1708ஆம் ஆண்டு மெட்ராசுக்கு வடக்கே ஐந்து புதிய கிராமங்களை மெட்ராஸ் பிரெசிடென்ஸியுடன் இணைத்தது அன்றைய பிரிட்டிஷ் அரசாங்கம். சென்னைக்கு அருகாமை எண்ணூர் என்ற பெயர் கொண்ட இது ஒரு தீபகற்பம் போல அமைந்திருக்கிறது. ஒரு பக்கம் வங்கக்கடலும் இன்னொரு பக்கம் கொசஸ்தலை ஆறும் இருக்க, மூன்றாவது பக்கத்தில்தான் கடற்கழி அல்லது உபநதி அல்லது சிற்றோடை என்போமே, அது இருக்கிறது... இந்த எண்ணூரில் தாழக்குப்பம் நெட்டுக்குப்பம் என்றெல்லாம் சில மீனவக்குடியிருப்புகள் நிறைந்த பகுதியும் உண்டு. அந்தக் குடியிருப்பில் ஒரு சுமாரான வீடு. குடிசை இல்லைதான், ஆனால் அழுக்குப் படிந்த சுவர்களுடன் ஓட்டு வீடுதான். மூன்று படிகள் ஏறினால், காரை விழுந்த சுவருடன் ஒரு திறந்த வெராண்டாபோல ஒரு ரூம். கதவைத் திறந்து உள்ளே போனால் பத்துக்குப்பத்து என்பதாக ஒரு அறை, வலது பக்கம் சின்ன சமையல் அறை, பின் பக்கம் ரேழி போன்ற பன்னிரெண்டு எட்டாக ஒரு நீண்ட வாகு ரூம். அடுத்து மீண்டு இரண்டு படிகள் இடதுபுறம் கக்கூஸ் பாத்ரூம் ஏஸ்பெஸ்டாஸ் போட்டது. இருவது அடிக்கு இருவதாக ஒரு தோட்டம். ஆனால் ஒன்றிரண்டு காய்ந்த மரங்களைத் தவிர ஒன்றுமில்லாத மொட்டைத் தோட்டம். ஓரத்தில் ஒரு கையடி

பம்ப். அருகில் துணி துவைக்கும் மேடை. பிறகு மேடைக்குப் பக்கத்திலிருந்து நீண்டு கட்டின நைந்துபோன துணி காயப்போடும் கயிறு, அதில் ஒன்றிரண்டு மாக்ஸிகள், காக்கி பேண்ட், முதுகில் ஓட்டை விழுந்த பனியன்கள் அப்புறம் ஒரு லுங்கி காற்றில் அல்லாடிக்கொண்டிருந்தன.

"மணி என்னாச்சு? இன்னும் செகண்ட் டோஸ் காபி வரலை! ஒரு டிஸிப்ளின் கெடையாது இந்த வீட்ல. நானெல்லாம் போலீஸ்ல இருந்தபோது டீ தர ரெண்டு நிமிஷம் லேட்டானா விசிறி அடிப்பேன் அவன் முகத்துல. டைமுடா! டைம கீப் அப் பண்ணலேன்னா நீ என்ன பெரிய.........!"

வயதான ஆசாமி கிட்டத்தட்ட எழுபது இருக்க வேண்டும். நல்ல விறைப்பான ஆனால் கசங்கிய பாண்ட் ஷர்ட் அணிந்திருக்க, பேச்சு, பாவனையில் கம்பீரமும் பெருமிதமும் புலப்பட்டது.

"இப்ப என்ன கெட்டுப்போச்சு மாமா! ரெண்டு நிமிஷம் லேட்டா காபி குடிச்சா செரிக்காதா? இந்த பழம் பெருமைக்கு ஒண்ணும் கொறச்சல் இல்ல. எல்லாம் வெறும் பெருங்காய டப்பாதான்! வாசங்கூட மிஞ்சல!"

பூப்போட்ட கலர் மங்கின மாக்ஸி அணிந்த பெண். கழுத்தில் ஒரே ஒரு கருகமணி மாலை. மேலே போட்டிருந்த துண்டு அவளின் வளப்பத்தை மறைக்க முயன்று தோற்றது. மாக்ஸி முழங்காலுக்கு சற்றே கீழேயே முடிந்து காலில்களில் பித்த வெடிப்பு. முகத்தில் களை. கலைந்த நெற்றிப் பொட்டு வளைந்த உதடுகளும் அவளை தைரியமான அலட்சியமான பெண்ணாகக் காண்பித்தது.

பெரியவர் அலட்சியமாக காபியை வாங்கி சத்தம் போட்டு உறிஞ்சிக் குடித்தார்.

ஒரு நடுத்தர வயது ஆசாமி பின் பக்கத்திலிருந்து வந்தான். அரைக்கை பனியனும் அழுக்கு லுங்கியுமாய் இருந்தான்.

"ஏய் ராகினி! நேத்து கொடுத்த பணத்துல எதுனா பாக்கி இருக்கா! பாஞ்சு ரூவா குடேன்! இன்னைக்கிப்போய் நைலான் நூல் வாங்கிட்டா வலை தெச்சுக் கொடுக்க ஒரு வாரத்துக்கு காணும்!"

"என்னாண்ட ஏது பாஞ்சு ரூவா? அல்லாம் நேத்தே போயிடுச்சுங்க! செங்கமலக்காவாண்ட கடன் வாங்கியிருந்தமே அத்தக் குடுக்க

வாணாவா? திரியும் வேணுமுன்னா நமக்கு கடன குடுக்கணுமில்ல? நீங்கதான் வேற எங்கனா போய் கடன் வாங்கிக்கணும்!"

"என்னாடி இது! அல்லாத்தையுமா திருப்பிக் கொடுத்துட்ட? வூட்டுக்குனு அம்பது ரூவா எடுத்து வெக்கறதில்ல?"

"நா என்ன எங்கப்பன் வூட்டுக்கா எட்த்துக்கினு போறேன். இங்க மூணு பேரு தின்னக் கொள்ளத்தானே செலவழிக்கிறேன்!"

"இல்ல ராகினி! வூட்டுக்குன்னு அம்பது ரூவாயாவது எடுத்து வெச்சிருந்த்தானே நமக்கு ஒரு அவசரம்னா...?"

"என்னா அவசரம்! என் நெலம தெரியுமா ஒனக்கு?"

"என்ன ஆச்சு ராகினி! என்னமோ மறச்சுப் பேசறே?"

ராகினி குரலைத் தாழ்த்திக்கொண்டு பேசினாள்.

"இதுக்கே ஒரு வாரம் லேட்டாக் குடுத்தோம்னு செங்கமலக்கா கத்திச்சு! அதுகூட பரவாயில்ல! அவந்தம்பி அந்த ரவுடி இசக்கி இருக்கானே அவனுக்கு எம்மேல நெனப்பு இன்னும் போவல. கண்டபடி பேசறான்யா! கடனத் திருப்பிக்குடுக்க வக்கில்ல. ஏண்டி வாங்கறீங்கன்னுட்டு கூடவே...!"

"என்ன கூடவே?"

"அத்த விடு! இப்ப அதுக்கு என்ன?"

"சொல்லு ராகினி! என்னையக் கேவலமாப் பேசியிருப்பான்! அவனுக்கு ஒரு நா இருக்கு என் கையில!"

"எல்லை மீறிப்போறான் அவன்! அடுத்த தபா கடனத் திருப்பல, வூடு பூந்து உன்னைத் தூக்கறேம் பாருன்னு மெரட்டினான்!"

"அடித்தே.......! இன்னிக்கு அவன என்ன பண்றேன் பாரும்!"

"தா! நீ குதிக்காத! நா உன்னையக் கட்டிக்கிட்டபோதே அவனுக்கு எரிஞ்சது! இஸ்கோல் காலத்துலேர்ந்தே எம்மேல அவனுக்கு கண்ணு! அப்ப மாமா போலீஸ்ல இருந்தாரா வாலைச் சுருட்டிக்கினு கெடந்தான்! இப்ப துளுத்திருக்கான்! போதாக்கொறைக்கு நாம வேற அவங்கக்காவாண்ட கடன வாங்கறோம்! பேசறதல்லாம் கேட்டு கோவப்படா இங்க வாழ முடியுமா, சொல்லு!"

“இல்லை ராகினி! எத்தன நாளைக்குதான் நீ இப்படி அவனாண்ட அவமானப்படுவே சொல்லு?”

“தலையெழுத்து! ஆனா ஒரு நா இல்ல ஒரு நா அவனுக்கு எங்கையாலேயே துடப்பத்தால அடி இருக்கு! சரி விடு! மாமா காதுல விழுந்தா இன்னம் கத்துவாரு!”

இப்போது காபியைக் குடித்து முடித்த பெரியவர் குறுக்கிட்டார்.

“நா அப்பவே சொன்னேன்! போலீஸுல சேர்ரான்னு! கேட்டியா? இன்னைக்கு சும்மா ஜம்முனு சம்பளம் வாங்கலாமில்ல! எங்க..? அதுவும் கோட்டையில!”

“யாரு நானு? போலீசு வேலையா கோட்டையில? நல்லா குடுப்பானே எனக்கு வேல? நீ பண்ணிட்டு வந்திருக்கற காரியத்துக்கு நம்ம தலைமுறைக்கே கவர்னமெண்ட்டுல வேல கெடைக்காது!”

“அடப்போடா! நான் என்ன சாதாரண போலீசா? பிரிட்டிஷ் கவர்னமெண்ட்டுடா! வெள்ளைக்காரன்னா சும்மாவா? அதுவும் வில்லியம்ஸ், பயஸ் ஜோசெஃப்பு.......!”

“ஆரமிச்சுட்டியா? உன் வில்லியம்ஸ் கதைய? போதும்ப்பா நிறுத்து! சுதந்திரத்துக்கு முன்னால எவ்ளோ வசதியா இருந்தம். எல்லாம் என் ஓம்பதாவது கிளாசோட போச்சு. நீ என்னமோ கெத்தா இருக்கியேன்னு பார்த்தா என்னல்லாம் அக்கிரமம் பண்ணியிருக்க. அதான் சுதந்திரம் வந்தாவுடனே வெச்சான் மொத்தமா வேட்டு! ஏம்ப்பா! இந்த நாட்டு மேல உனக்கு மரியாதையே வரலியே! ஏம்ப்பா?”

“டேய்! ட்யூட்டின்னா என்ன தெரியுமா? எப்படி இருக்கணும் தெரியுமா? இப்பல்லாம் எப்படி இருக்கானுங்க! நமக்கெல்லாம் சுதந்திரமே வந்திருக்கக்கூடாதுடா! எல்லாம் குட்டிச்சுவர்!”

“மாமா! சும்மா என்ன அதையே சொல்லிக்கினு இருக்கீங்க! என்ன கெட்டுப்போச்சு இப்ப?”

“அடப்போடீ! என்ன கெட்டுப் போச்சா? அல்லாம் கெட்டுப் போச்சு! பார்த்தீல்ல ஹிந்தி ஒழிகன்னு என்னா சேதம், என்னா நஷ்டம்! நானெல்லாம் இருந்தா எப்படி அடக்கியிருப்பேன் தெரியுமா? இந்த தேர்தல் ஜனனாயகம் சுதந்திரம் எல்லாம் நமக்கெல்லாம் லாயக்கே இல்ல!”

“சுதந்திரம் கெடைச்சப்புறம் வேற எப்படி இருக்கணும்ன்ற?”

“இந்த நாட்டுக்கு ஒரு சர்வாதிகாரி வேணுண்டா! ரைஃபிள் வெச்சிருக்கற சர்வாதிகாரி ஒர்த்தன் வேணும்! ரொட்டி என்ன வெல விக்குது? முட்டை என்ன விலை விக்குது? சிக்கன்? கொஞ்சமானு டிசிப்ளின் இருக்கா இப்ப? நேத்து ஒரு சின்னப்பையன் என்னைப்பார்த்து நடு விரலைக் காமிச்சு சிரிச்சுட்டுப்போறான்! சின்னப்பையன்! இதுவே சுதந்திரத்துக்கு முன்னாடியா இருந்தா? அவன என்ன பண்ணிருப்பேன் தெரியுமா? போடா போடா! சுதந்திரமாம், எலக்ஸனாம்!”

“இதெல்லாம் நல்லா பேசு! ஒழுங்கா ட்யூட்டி பார்த்திருந்தா நீயும் சுதந்திரத்துக்கு அப்புறம் அப்படியே நம்ம கவர்மெண்ட்டுலயும் போலீசா இருந்திருக்கலாமில்ல? எல்லாத்தியும் தொலைச்சிட்ட? நெட்டுக்குப்பம் சார்லஸ்! இத்தனைக்கும் வெறும் டவாலிதான்! மூணாம் வருஷம் ரிட்டயர் ஆயிட்டு இப்ப பாரு பென்ஷனே நானூறு ரூவா வாங்கறாரு!

“போடா பொசும்பா! சார்லஸைப்பத்தி பேசாத என்னாண்ட! டவாலியா? டேய்! நான் இண்டியன் இம்பீரியல் போலிஸுல கான்ஸ்டபிளா தொடங்கி இனிஸ்பெக்டர் வரைக்கும் உசந்தவண்டா! நான் யூனிஃபார்ம் போட்டு நீ பார்த்திருக்க இல்ல! ஷூவுல முகம் பாக்கலாம்!”

“போச்சு! ஆரமிச்சுட்டாரு அந்தக் கதைய! நீங்க கெளம்புங்க! இன்னிக்கி ரெண்டு வல தெச்சுக் குடுத்தாதான் வீட்ல அடுப்பெரியும்! போங்க போங்க!”

“டேய்! சவரி! நீயெல்லாம் வெவரம் தெரியாதவண்டா! எவ்ளோ சம்பாரிச்சேன்! உங்கம்மா வைரத்தோடு போட்டுப்பா பாத்திருக்கல்ல?”

“அதான் அத்தனையும் புடுங்கிட்டாங்களே! நேர்மையாவா சம்பாரிச்சே! போலீசா இருந்துங்கூட ஏமாத்தி கொள்ளையடிச்சு தானே அத்தன பணம் வந்துது? யார் வூட்டு வயத்தெரிச்சலோ?”

“ராகினி! விடு அதை! ஏதோ வயசாய்டுச்சு பொலம்பறாரு! எங்களையெல்லாம் நல்லாத்தானே வெச்சிருந்தாரு! போறாத காலம் மாட்டிக்கினாரு! என்னமோ தெரியாத மாரிப் பேசறியே! நீயும் அவரோட தங்கச்சி பொண்ணுதானே! உங்கூட்டுக்கும் எவ்ளோ

செய்திருக்காரு! இந்தாப்பா! பேப்பர் படி! டீக் கடையிலேர்ந்து எடுத்தாந்தேன்! ராகினி! ஒன்னவருல பேப்பர திருப்பிக்கொண்டு போய் கொடுத்துடு!

பெரியவர் பேப்பரை எடுத்துக்கொண்டு உள்ளே போனார்.

“சரி, நா கௌம்பறேன்! நீ அப்பாவுக்கு எதுனா சாப்பிடக் கொடுத்துட்டு வேலைக்கிப்போ, என்ன?”

“சரிங்க!”

சவரி கிளம்பிப்போக ராகினி உள்ளே போய் சமையலைக் கவனித்தாள்.

அது ஜனவரி மாதம் 1969.

1969 வரை
கபாலி, வேணுகோபாலன் நாயர்

*1967*இல் காங்கிரஸ் ஆட்சி மாறி திமுக ஆட்சிப் பொறுப்பேற்றது. தடங்கலில்லாமல் தமிழ் பேசுபவர்களின் எண்ணிக்கை அதிகமானது. ஹிந்தி எதிர்ப்பு, மொழிப் போராட்டம் என்றெல்லாம் தலைவர்களுடன் முழக்கம் போட்ட தொண்டர்களுக்கு அவர்களின் உழைப்புக்கு தியாகங்களுக்கும் உரிய பயன்கள் கிடைக்க ஆரம்பித்தன.

“தலைவரே நல்லா இருக்கீங்களா?”

“அடேடே! மணிமாறா! எப்படி இருக்கு? ஆளக்காங்கலியே கொஞ்ச நாளா?”

“ஒரு மாசமா திண்டிவனத்துல ஒரு பில்டிங் ரியிஸ்ட்ரேஷன் வேல!அதுல முனைப்பா இருந்துட்டேங்க! நம்ம தமிழ் நம்பி இருக்காரே, அதான் ஆரணி செயலாளர், அவரோட எடம்!”

“செல்வி ரியல் எஸ்டேட்ஸ் எப்படி போய்க்கினு இருக்கு?”

“உங்க கம்பெனி நல்லாத்தானுங்க போவும்! நீங்க மாவட்டச் செயலாளரா இருக்கும்போது எனக்கென்னங்க கவலை?”

“லேய்! சும்மாருப்பா! என் கம்பெனி அது இதுன்னுட்டு?”

“தலைவரே! எம்பேர்ல ஓடுது! மத்தபடி போட்ட முதலு உங்களுதில்லையா? அத்த நா மறப்பேனா?”

“இப்ப அத உன்னைச் சொல்லச் சொன்னாங்களா? விடு, எங்கல்லாம் இப்ப வேல செய்யற?”

“திருவாமூர்ல பெரிய எடம் வருதுங்க! அப்பறம் மகாபலிபுரம் ரோட்ல இருவத்தஞ்சு ஏக்கர்! சினிமா நடிகரோடதாம்! வாங்கிப் போட்டுட்டம்னா பின்னாடி பிளாட் போட்டுக்கலாம்னு அத்த டிரை பண்ணிக்கினு இருக்கேனுங்க!”

கவர்மெண்ட்டுல பெரியவரு மனசுல சில ஐடியா வெச்சிருக்கறதா பேசிக்கறாய்ங்க! மகாபலிபுரம் வழியில தொழில் வளர்ச்சி சம்மந்தமா எடமெல்லாம் பாக்கப் போறாங்களாம். அங்க வர்ர நெலத்தை கூடவே குடுத்து வாங்கிடு, என்னா?”

“சரிங்க?”

“ஆமா இப்ப எதுக்கு வந்தே என்னையப் பாக்க? எதுனா அர்ஜெண்ட் மாட்டரா?”

“இந்தாங்க!”

“என்னப்பா இது?”

“பானசானிக் டேப் ரிகார்டருங்க! ஜப்பான்லேர்ந்து வந்துது, உங்களுக்காக எட்த்து வெச்சிருந்தேனுங்க! ”

“அட! மல்லிகா இதப்பத்தித்தான் நேத்து சொல்லிக்கிட்டிருந்தது, இன்னிக்கு ஏதோ இட்சிணி மாறி கொண்ட்ட்டு வந்துட்டியே! அதெல்லாம் சரி, நம்ம வூட்ல சொல்லிடாத, இது மல்லிகாவுக்கு மட்டுந்தான்! ஒவ்வொரு வெள்ளிக்கிழமை மட்டுந்தான் போவ முடியுது. அதுக்கு ஒரே கோவம். இத வெச்சு ரெண்டு மூணு வெள்ளிக்கிழமை ஓட்டிடலாம்!”

“நா ஏங்க வாயத்தொறக்கறன்! மகேஸ்வரியக்கா கூட ஜப்பான் சில்க் பொடவையாமே வந்திருக்குதான்னு கேட்டாங்க!

அதெல்லாம் நீ பாத்துக்க மணிமாறா! அவ கேக்கறதச் செஞ்சு கொடு! உன்னய நா கவனிச்சுக்கறன்!”

“இப்பம் கூட ஒரு உதவி….?”

“சொல்லு!”

மெட்ராஸ் ஹார்பருல காண்டீன் காண்டிராக்ட் ஒண்ணு ரினியூவாகுதாம்! அத்த எம் மச்சானுக்கு வாங்கிக் கொடுக்கணூம்!

பய உருப்பபடியா வேலை இல்லாம ரவுடித்தனம் பண்ணிக்கினு சுத்தறான்! வூட்ல ஒரே சண்டை! எந்தம்பின்னா ஒண்ணும் செய்ய மாட்டீங்கண்ணு!”

“அப்படி போடு மக்கா! உன் வீட்லயும் அதே ரவுசுதானா?”

“என்ன பண்றதுங்க! அல்லார் பொண்டாட்டிங்களும் ஒரே மாதிரிதான் போல தலைவரே! இதுல மட்டும் தலைவரு தொண்டருன்னு வித்தியாசமே கெடையாதாங்காட்டியும்!”

பகபகவென சிரித்த மாவட்டம் கேட்டார்.

“இப்ப ஆருடா அங்க காண்டீன் காண்டிராக்டு?”

“யாரோ ஒரு வேணுகோபால நாயர்னு மலையாளத்தாங்க!”

“அப்ப சுளுவா போச்சு!”

“முப்பது வருஷத்துக்கு மேல அவந்தானாம்!”

“அத்த எங்கிட்ட விடு! தமிழ்நாட்டிலேயே தமிழனுக்கு உரிமை இல்லாத வேற மாநிலத்தானுக்கு உரிமையா அது இதுன்னு பேசியே வாங்கித் தந்துடறேன் போதுமா?”

“அது போதுங்கய்யா!”

“சரி நா கெளம்பறேன்! மந்திரி கூட்டுவிட்டுருக்காரு! எதுனா முக்கியமா இருந்தா நேர்ல வீட்டுப்பக்கம் வா!”

அந்த ரின்யூவலில் நாயரின் காண்டீன் காண்டிராக்ட் பிடுங்கப்பட்டது. துறைமுக அதிகாரிகள் சொல்லிப்பார்த்தும் நாயரின் முப்பது வருஷத்துக்கும் மேலான சர்வீசுக்கும் மதிப்பின்றி அரசியல் விளையாடியது. மணிமாறனின் மச்சான் காண்டிராக்டை எடுத்துவிட்டான். நாயருக்கு வெறுத்துப் போய்விட்டது.

“என்ன நாயரே இப்படி ஆகிப்போச்சே? இப்ப என்ன பண்ணப் போறம்?”

“தெரியல கபாலி! எனக்கு வெறுத்துப்போச்சு! நா இத்தினி வருஷம் தமிழனாத்தான் இங்க இருந்தேன். இப்பத்தான் இவங்க சொல்லி என் சொந்த ஊர் கேரளாங்கற நெனப்பே எனக்கு வருது!”

“என்ன பண்ணப் போறீங்க நாயரே?”

"அல்லாத்தையும் விட்டுட்டு ஊரப்பாக்க போய்டலாம்னு இருக்கேன் கபாலி!"

"அய்யோ என்ன நாயரே! என்னை விட்டுட்டா போப்போறீங்க?"

"அடச்சீ! நீ எம்புள்ள மாறிடா! உன்னைய அம்போன்னு விட்டுற மாட்டேன்!"

"அப்பக் கெளம்புங்க! நானுமே உங்களோட ஊர்ப்பக்கம் வந்துடறேன்!"

"இல்லடா கபாலி! நீ இன்னும் சின்னவந்தான்! நீ நல்லா வளரணும்! எங்கூர்ல உனக்கு ஒண்ணும் பெரிசா கெடைக்காது! இரு உனக்கு நா ஒரு வழி பண்ணி வெக்காம நா எங்கியும் போக மாட்டேண்டா!"

நாயர் யார் யாரிடமோ பேசி முண்டகக்கண்ணியம்மன் கோவில் தெருவுக்குப் பக்கம் மாதவபுரத்தில் சின்னதாக ஒரு வீட்டை முப்பதாயிரத்துக்கு வாங்கி கபாலி பேரில் ரெஜிஸ்தர் பண்ணிக் கொடுத்தார். அவரே ஒரு நல்ல நாளில் அவனை அழைத்துக்கொண்டு போய் குடிவைத்தார். வீட்டு வாசலில் அடைப்பு செய்து சின்னதாக தகரக்கூரை போட்டு அடுப்பேற்றி சின்னதாக டிஃபன் செய்யக்கூடிய வகையில் சமையல் இடம் வைத்தார். அடுப்பு, பாய்லர், சமையல் சாமான்கள் எல்லாம் துறைமுகம் காண்டீனில் அவர் உபயோகப்படுத்தியவை, அப்படியே கபாலியிடம் தந்தார்.

"த பாரு கபாலி, என்னோட நீ இருவது வருஷத்துக்கு மேல இந்த சாப்பாட்டுக்கடை வேல செஞ்சிருக்கே! இதுதான் உனக்குத் தோதான தொழில். இதையே செய்யி! நல்லா வருவே!"

கபாலி நெகிழ்ந்து போய் கண்ணீர் விட்டு அழுதான்.

"போடா போடா! போய் கடைக்கு போர்டு எழுதி வாங்கி வா!"

கபாலி மஞ்சள் பெயிண்ட் அடித்த போர்டுடன் வந்தபோது நாயர் அவனைக் கட்டிக்கொண்டு அழுதார். அன்று மாலை முதல் முதலில் அடுப்பை பற்ற வைத்து நாயர் மெஸ்ஸைத் தொடங்கி, அங்கேயே இரண்டு தோசை வடை காபி சாப்பிட்டுவிட்டு வேணுகோபாலன் நாயர் இரவு டிரெயினுக்கு எர்ணாகுளம் கிளம்பிப்போனார்.

1969 வரை
எஸ் எஸ் குறிஞ்சி

அக்டோபர் மாதம் ஒன்றாம் தேதி 1943ஆம் வருஷம் கடலில் விடப்பட்ட அந்த சரக்குக்கப்பல் எஸ் எஸ் குறிஞ்சி தொள்ளாயிரத்தி அறுபத்தொன்பதாம் ஆண்டு ஃபிப்ரவரி மாத முதல் வாரத்தில் அண்ணாதுரையின் இறப்புக்கு இரண்டு நாட்கள் முன்பு மீண்டும் சென்னைத் துறைமுகத்துக்கு வந்துவிட்டது. கோலாலம்பூரிலிருந்து கடைசி பயணமாக குறிஞ்சி சென்னை வந்து சரக்குகள் இறக்கப்பட்டபின் திரைபொரு கடலின் அலைகளினால் தாலாட்டப்பட்டுக் கொண்டிருந்தது. இந்தக் கால கப்பல்களே இருவத்தைந்து அல்லது முப்பது வருடங்களுக்குத்தான் ஓடும்போது குறிஞ்சி இருவத்தாறு ஆண்டுகள் ஓடினது சாதனைதான். கடைசியாக கப்பலை விட்டு இறங்கும்போது காப்டனும் மாலுமிகளும் குறிஞ்சியைத் தொட்டு தடவி கண்ணீர் சிந்தினார்கள். இது எந்தக் கப்பலுக்கும் நிகழும். சிறந்த கப்பல் காப்டன்களுக்கும் மாலுமிகளுக்கும் அவரவர் கப்பல் குழந்தை மாதிரியும் துணை மாதிரியும் தான். ஆறுமாதம் வரை கடலிலேயே அதனுடன் நாட்களைக் கழிப்பவர்கள். தங்களை பத்திரமாக நாடு விட்டு நாடு சேர்த்து, புயலிலும் அலையின் சீற்றத்திலும் ஊழிக்காற்றிலும் சமாளித்து சேதமின்றி கரைகொண்டு சேர்க்கும் கப்பல் அவர்களின் வாழ்வில் முக்கியப் பங்கு வகிக்கிறது.

அதன் கடைசி பயணமும் பிரிவதும் மனித இழப்புப்போல நெகிழ்ச்சி உண்டாக்கக் கூடியதே. பல ஆண்டுகள் மிதந்த கடல் நீரின் உப்புத்தன்மையினால் பாதிக்கப்பட்டு கப்பலின் உலோக பாகங்களில் அரிப்பு அல்லது உலோக அழற்சி ஏற்பட்டு அவை கடல் பயணத்துக்கான தகுதியை இழந்துவிடும். அந்த மாதிரியான கப்பல்கள் உடைக்குமிடத்துக்குக்கொண்டு செல்லப்பட்டு அவை உடைக்கப்பட்டுவிடும். உலகெங்கிலும் கப்பல் உடைத்தல் மிகப்பெரிய தொழில். ஒரு கப்பலை உடைக்கும்போது அதிலிருந்து மீட்டெடுக்கப்படும் உலோகங்கள், உதிரிப் பாகங்கள் என்று அவற்றிற்கு சந்தை மதிப்பு மிக அதிகம்.

இதோ எஸ் எஸ் குறிஞ்சி இன்னும் ஓரிரு நாளில் இங்கிருந்து புறப்பட்டு குஜராத்தின் அலங் என்னும் கப்பல் உடைப்புத் தளத்திற்கு கிளம்பப் போகிறது. தொள்ளாயிரத்தி நாற்பத்தி மூன்றாம் வருஷம் தொடங்கப்பட்ட கம்பெனியின் பங்குகள் யாழ் சிவநேசுந்தரம் பிள்ளை, நாகநாத முதலியார் மற்றும் உதவிக்கவர்னர் துரையின் பினாமியாக சுப்பராம அய்யர் பேரிலுமாய் இருந்தது. நாற்பத்தி ஆறாம் ஆண்டு உதவிக்கவர்னர் துரை ரிடயர் ஆகி மெட்ராஸிலிருந்து இங்கிலாந்துக்கு திரும்ப அனுப்பப்பட்டான். போகும்போது கடந்த மூன்று ஆண்டுகளில் அவனுக்காய் சுப்பராம அய்யர் சேர்த்து வைத்திருந்த கமிஷன் பணத்தையும் ஏராளமான வைர தங்க நகைகள் மற்றும் தங்க பிஸ்கெட்டுகளையும் தன் சாமான்களுடன் இரும்பு ரிவெட் அடித்த பெட்டிகளில் பல இடங்களில் மறைத்து எடுத்துக்கொண்டு சொந்த ஊரான கவெண்ட்ரிக்குப் போனான். கவெண்ட்ரி லண்டனுக்குப் புறநகரில் இருக்கும் அழகிய ஊர். இரண்டாம் உலகப்போரில் ராயல் ஏர் ஃபோர்ஸ் ம்யூனிக் மீது நடத்திய தாக்குதலுக்கு பழிவாங்க ஹிட்லர் தொள்ளாயிரத்து நாற்பத்தி மூன்றில் பிரிட்டனின் கவெண்ட்ரி மீது தன் போர் விமாங்களை ஏவினார். அந்த ஊரின் அழகான புராதன கதீட்ரல் இடிந்து விழுந்ததும் அது மீண்டும் சரி செய்யப்பட்டதும் வரலாறு. அங்கு இருக்கும் ஹெர்பெர்ட் ஆர்ட் காலரி உலகப்புகழ் பெற்றது, அந்த ஊரின் பெண்மணியாக வைத்து எடுக்கப்பட்ட மௌரீன் ஓ ஹாரா என்னும் நடிகை நடித்த லேடி கொடிவா ஆஃப் கவெண்ட்ரி என்ற படத்தின் நினைவாக லேடி கொடிவாவின் படங்களும் சித்திரங்களும் இருக்கின்றன. ம்யூசியத்துக்கு வெளியில் லேடி

கொடிவா நிர்வாணமாக குதிரை மீது பயணம் செய்யும் சிலை வைத்திருப்பது ஒரு சின்ன சுவாரஸ்யம்.

லண்டனில் எல்லாவற்றையும் பவுண்டாக மாற்றிக்கொண்ட உதவிக்கவர்னர் துரை ஒரு நடை ஆண்ட்வெர்ப் போய் வைரங்களையும் ராட்டர்டாமில் மரகதம் போன்ற மற்றை ரத்திங்களையும் காசாக மாற்றினான். அந்தக் கவெண்ட்ரியில் பெரிய வில்லாக்கள் உலகப்போர் முடிந்த சில வருஷங்களுக்கு சல்லீசான விலைக்குக் கிடைக்க துரை அதில் ஒன்றை வாங்கிப் போட்டார். இருக்கும் காசில் வெஸெக்ஸ் என்னுமித்தில் ஜார்ஜ் ஆர்டிஷ் என்பவரின் திராட்சைத் தோட்டத்திலிருந்து பழங்கள் வாங்கி அவற்றிலிருந்து ஷெர்ரி என்னும் ஆங்கிலேய ஒயின் தயாரிக்கும் கம்பெனி ஒன்றைத் தொடங்கினார். அது அவரே எதிர்பாராமல் தாறுமாறாய் வெற்றி பெற தனது எழுபத்தி மூன்றாம் வயதில் அந்தக் கம்பெனியை தன் மகனுக்கு கொடுத்துவிட்டு ஒரு அதிகாலையில் பைப் புகைத்தவாறே தனது சாய்வு நாற்காலியில் உயிரை விட்டார்.

நாகநாத முதலியார் யாருமே எதிர்பாராமல் தொள்ளாயிரத்தி ஐம்பத்தேழில் ஃபிப்ரவரி 15ஆம் தேதி நல்ல மாசி மக நாளில் மாரடைப்பால் உயிரிழந்தார். சுப்பிரமணி என்னும் ஒரே பிள்ளை கொண்டிருந்த நாகநாதரின் சொத்துக்களை புள்ளையாண்டான் அரசியலில் அழித்தான். சீட்டுக் கிடைக்கும் என்று இரண்டு மூன்று தேர்தல்களில் கட்சிக்கு வாரி வழங்கியும் சில வேட்பாளர்களுக்கு செலவழித்தும் சொத்து கரைந்தது. அப்பாவைப்போல கூரிய புத்தி இல்லாமல் சுகவாசியாகவே இருந்த பிள்ளை சம்பாதிக்க வேறு ஏற்பாடு எதுவும் பண்ணாமல் உட்கார்ந்தே தின்று சொத்து போயிற்று. தொள்ளாயிரத்து அறுபத்தி ஆறாம் ஆண்டு வேறு வழியில்லாமல் கப்பல் கம்பெனிப் பங்குகளை பம்பாயைச் சேர்ந்த ஒரு பெரிய குடும்பத்துக்கு விற்றுக்காசாக்கிக்கொண்டு எல்லா அரசியல் ஏமாற்றங்களையும் தாங்கி பதவி ஆசைகளைத் துறந்து கைலாசபுரத்தில் நடுத்தர குடும்பங்களில் ஒருவனாக வாழ்ந்து முடிந்தான். அவனுடன் திருநெல்வேலிப் பிரதேசத்தில் சுதந்திரத்துக்கு முன்ப் இருந்தே பிரக்யாதி பெற்றிருந்த அந்த முதலியார் குடும்பம் வாரிசு இல்லாத அந்த சுப்பிரமணியுடன் முடிவுக்கு வந்தது.

யாழ்சிவநேச சுந்தரம் இலங்கையின் சண்டைகளில் ஒரு பக்கம்

சார்ந்தவராக இருந்தமையால் இன்னொரு பக்கம் அவர் செல்வத்தின் மீது குறி வைத்து அவரை அறுபத்திரெண்டிலேயே கொன்று போட்டு செல்வங்களை சூறையாடினது. அவரின் முதல் மகனும் அவரோடு அந்த தாக்குதலில் இறந்து போய்விட, இரண்டாம் மகன் அம்மாவை அழைத்துக்கொண்டு இந்தியாவுக்கு தப்பி வந்து சில ஆண்டுகளில் ஃப்ரான்ஸுக்குப்போய் அங்கே லூவர் ம்யூசியத்தில் காவலனாகச் சேர்ந்து ஃப்ரெஞ்சுப் பிரஜையாகிப் போனான்.

உதவிக் கவர்னர் துரையின் பினாமியாக இருந்தே கமிஷன் மூலம் கணிசமான சொத்து சேர்த்த சுப்பராம அய்யருக்கு சுக்கிரதசை பலமாக அடித்தது. ஊருக்குப் போகுமுன் அய்யர் மூலம் தனக்குக் கிடைத்த செல்வத்தினால் அகமகிழ்ந்து துரை "என் கம்பெனி பங்குகளின் உரிமையை நீரே வெச்சுக்கும்" என்று எழுதிக் கொடுத்து விட்டுத்தான் கப்பலேறினான். அய்யரும் சுதந்திரம் வந்த பிற்பாடு கம்பெனி வ்யாஜ்யங்கள் சரிப்படாது என்பதால் தன் பங்குகளை சிந்தியா கம்பெனிக்கு விற்று காசை எடுத்துக்கொண்டு மாயவரம் போய்ச் சேர்ந்தார். மயிலாடுதுறை திருத்துறைப்பூண்டி மெயின் ராஸ்தாவிலிருது கிளை ராஸ்தா ஒன்றில் பெரிசாக பங்களா கட்டிக்கொண்டு தினமும் ஸ்னானபானாதிகளுடனும் காலை மாலை மயூரநாதர் தரிசனத்துடனும் அமோக வாழ்க்கை வாழ்ந்தார் சுப்பராம அய்யர். அவரின் பிள்ளை மாயவரம் ஏவிஸி காலேஜிலேயெ முதல் மாணவனாக வந்து பிற்பாடு ஐ ஏ எஸ் தேறி ஒரிசாவில் கலெக்டராக, பிற்பட்ட வகுப்பு கமிஷன் மெம்பராகவெல்லாம் இருந்துவிட்டு சில வருடம் முன்பு வரை மின்சாரக் கார்ப்பரேஷனின் மானேஜிங் டைரக்டராக பணி புரிந்தார்.

அன்றைய கப்பல் கம்பெனி குறிஞ்சி கப்பலின் வாழ்க்கை முடிந்துவிட்டதை அடுத்து அதை குஜராத்தின் அலங் கப்பல் உடைக்கும் தளத்திற்கு அனுப்ப காண்டிராக்ட் போட்டுவிட, அதன் கடைசி இன்ஸ்பெக்ஷனுக்காக ஆய்வாளர்கள் டெல்லியிலிருந்து மெட்ராஸ் துறைமுகம் வந்திருந்த தேதி ஃபிப்ரவரி 5, 1969...

1969 வரை
கண்ணம்மா, சகாதேவன், அபூபக்கர்

கண்ணம்மாவின் தினசரி வாழ்க்கை போராட்டமாகத்தான் நடந்து கொண்டிருந்தது. அவளுடைய மிகப்பெரிய, ஏன் ஒரே ஒரு முனைப்பே சகாதேவனைப் படிக்க வைப்பதுதான். அவனை முத்தியால்பெட் ஸ்கூலில் சேர்த்திருந்தாள். வருடா வருடம் சொல்பமான ஸ்கூல் ஃபீஸ் கட்டுவதற்கும் அவனுக்கு நோட்டுப் புஸ்தகங்கள் வாங்குவதற்கும் யூனிஃபார்ம் எடுத்துக் கொடுப்பதற்கும் கண்ணம்மாவுக்கு தாவு தீர்ந்துவிடும். வேர்க்கடலை முதலாளியிடம் கெஞ்சி கூத்தாடி கடன உடன வாங்கி என்று சகாதேவனை எஸ் எஸ் எல் ஸி வரை கொண்டு வந்து விட்டான். சகாதேவன் அம்மாவின் சிரமங்களைப் பார்த்து வளர்ந்த பிள்ளை. எட்டாவது வரும்போதே சமையல் கற்றுக்கொண்டு பல நாட்களில் மாலை கண்ணம்மா பீச்சிலிருந்து ஆய்ந்து ஓய்ந்து வரும்போது சோறாக்கி வைத்திருப்பான். அம்மாவின் கால்களைப் பிடித்து விடுவான்.

பெரிய பரிட்சை எழுதியவுடன் லீவு நாட்களில் லிங்கி செட்டித் தெருவில் வரிசையாக உட்கார்ந்து டைப் அடிக்கும் கடைகளில் வாசலில் போய் நின்றான். கொஞ்சம் வயதான டைப்பிஸ்டைத் தேர்ந்தெடுத்துப் பேசினான்.

“சும்மா இருக்கும்போது எனுக்கும் கத்துத்தரீங்களா? நா உங்களுக்கே வேலை செஞ்சு அந்த ஃபீஸைச் சரிசெஞ்சுடறேன்!”

சகாதேவனின் முனைப்பும் அவனின் கண்களில் தெரிந்த நேர்மையும் அந்த வயதான டைப்பிஸ்டை ஏதோ செய்திருக்க வேண்டும். அவன் கதையைக் கேட்டார்.

"சரி வா! இங்க்லீஷு நல்லா வருமா உனுக்கு?"

"சுமாரா வருமுங்க! முத்தியால்பேட்ட இஸ்கூலுலதான் எஸ் எல் சி பரிட்சை எழுதினேனுங்க!"

அந்த வயதான டைப்பிஸ்ட் ராமாமிர்தம் கும்பகோணத்து ஆசாமி. அப்பா துக்காம்பாளையத்தெருவில் வக்கீல் குமாஸ்தாவாக இருந்தவர். பிள்ளைக்கும் டைப்பிங் கற்றுக்கொடுத்து அதே தொழிலில் ஈடுபட வைக்க முனைந்தார். ஆனால் டைப்பிங்கை நன்றாகக் கற்றுக்கொண்ட ராமாமிர்தத்துக்கு கும்பகோணமும் வெத்தலையும் ரோட்டுப்புழுதியும் காவிரித்தண்ணியில் மஞ்சளோடிய வேஷ்டியும் வக்கிரப்பேச்சும் பிடிக்காமல் வீட்டில் சொல்லாமல் மெட்ராஸ் ஓடி வந்துவிட்டார். கையில் டைப்பிங் தொழில் இருந்தமையால் ஹைகோர்ட் வளாகத்தில் சுற்றித் திரிந்து இரண்டொரு வக்கீல்களின் சகாயத்தில் டைப்பிங் ஜாப் கிடைக்க வருமானம் வர ஆரம்பித்தது. மெட்ராஸ் வந்த நாலாம் வருஷம் ஊரில் அப்பா செத்துப்போய்விட, அப்பாவின் வக்கீல், சம்பள பாக்கி இருந்தது என்று ஒரு தொகை கொடுத்தார். அந்தப் பணத்தில் லிங்கிசெட்டித் தெருவில் சின்ன இடத்தை வாடகைக்குப்பிடித்து தகரத்தில் தடுப்புகள் செய்து ஜாப் டைப்பிங் வேலையைத் தொடங்கிவிட்டார். ரெகுலராக ஏழெட்டு வக்கீல்கள் அவர்களது குமாஸ்தாக்கள் என்று வாடிக்கை பிடித்து ஜாப் டைப்பிங்கில் செட்டில் ஆகி விட்டார். ராமாமிர்தத்துக்கு ஏனோ சகாதேவனின் முனைப்பு பிடித்துப் போய்விட்டது. பொறுமையாக அவனுக்கு டைப்பிங் சொல்லித் தந்தார்.

சகாதேவன் அடுத்த மூன்று மாதத்தில் ஓரளவு வேகத்துடன் டைப் அடிக்க கற்றுக்கொண்டான். பெரிய பெரிய டாகுமெண்ட்டெல்லாம் அவர் அடிக்க, சின்னதாக லெட்டர் அல்லது நோட்டீஸ் வரும்போது சகாதேவனிடம் கொடுத்து டைப் அடிக்கச் சொல்வார். அடுத்த ஆறு மாதங்களில் சகாதேவன் நல்ல வேகத்துடன் பார்த்துப் பிழையில்லாமல் டைப் அடிக்க கற்றுக்கொண்டான்.

"த பாரு சகாதேவா! டைப் அடிச்சா மட்டும் போறாது! ஷார்ட் ஹேண்டும் கத்துக்க! அரசாங்க உத்தியோகத்துப் போகலாம்டா!"

இரண்டு கடை தள்ளி இருந்த இன்னொரு ஜாப் டைப்பிங் ஆசாமி ஷார்ட் ஹேண்டிலும் வல்லவராக இருக்க, ராமாமிர்தம் சகாதேவனுக்கு சொல்லித்தர வேண்டினார். அதற்கு ஃபீசாக சகாதேவன் தினமும் இரண்டு மணி நேரம் அவன் கடையில் ஃப்ரீயாக டைப் அடிக்க ஒப்புதல் ஆயிற்று. அடுத்த ஒரு வருடத்தில் சகாதேவனுக்கு மாதாமாதம் சம்பளம் போல இருநூறு ரூபாய்க்கு மேல் வரும்படி கிடைக்க ஆரம்பித்து. கண்ணம்மாவும் சகாதேவனும் வீட்டில் இரண்டு வேளையும் சுடுசோறு சாப்பிட்டார்கள்.

"அம்மா! நாந்தான் எரநூறு ரூவா கொண்டாறேனே! நீ ஏன் தெனிக்கும் கடல வித்து அலைஞ்சு கஷ்டப்படறே?"

"இல்லடா கண்ணா! நமக்கு இது போதாது! இன்னம் இன்னம் மேல வரணும்! நீ கூட ஹைகோர்ட்டுல எதுனா உத்தியோகம் வருதான்னு பாரு! கவர்மெண்ட் உத்தியோகமுன்னா காலத்துக்கும் நிலைக்கும்டா!"

"இத்தினி வருஷம் கஷ்டப்பட்டியேம்மா!"

"உடம்புல தெம்பு இருக்க சொல்ல உழைச்சுடலாமேடா! முடியலென்னா இருக்கவே இருக்கு! நீ காப்பாத்த மாட்டியா?"

"அடப்போம்மா! இப்பமே நா பாத்துக்கறேன்றேன்!"

"நீ சொல்ற வார்த்தையே போறுண்டா! ஆட்டும் ஆட்டும் இன்னும் கொஞ்ச நாளு! கையில பணத்த சேர்த்து வீட்ட மராமத்து பண்ணிடலாம்! மழ வந்தா ஒழுவுதே! வாடக வாங்கறானே தவிர எதுவும் செய்ய மாட்றான் அந்த ஓனர் படுபாவி!"

"சரிம்மா! நா கெளம்பறேன்!"

"சோறு எட்த்துக்கினியா? சரி, பார்த்துப்போயிட்டு வா!"

அன்று எஸ் எஸ் ராஜுலா டாக் ஆகியிருந்தது. கபாலி முன்னமே சொல்லியிருந்தான்.

"கண்ணம்மா! நாளைக்கோ நாளன்னிக்கோ ராஜுலா வருது. அபூபக்கர் நிச்சயம் வருவாரு. காண்டீனுக்கு வராம போவ மாட்டாரு. ஒங்கியும் போய்டாத!"

"எத்தன மணிக்குப்பா வருது கப்பல்?"

"அது மதியம் டாக் ஆவும்! கஸ்டம்ஸ் எல்லாம் முடிச்சு அபூபக்கர்

வர்ரப்போ நாலாய்டும். நீ மூணு மணிக்கே கேட்டாண்ட வந்துரு. கேட்ல தர்மன்ட்ட சொல்லி வெச்சிரு!"

கபாலி அபூபக்கருடன் கேட்டுக்கு வரும்போது நாலரை ஆகிவிட்டது. சின்னான் வண்டியுடன் காத்திருந்தார். அபூபக்கருக்கு சற்று முன்னால் ஓடி வந்த கபாலி கேட்டில் ஆவலோடு காத்திருந்த கண்ணம்மாவை வா வா என்று அவசரமாக அழைத்தான்.

"முதலாளீ! இதான் கண்ணம்மா! நல்லவுங்க! இங்க வாசல்ல வேர்க்கடல யாவாரம். சுத்து வட்டாரத்துல் அல்லா யாவாரியும் தெரியும். புருஷன் இல்ல. ஒரே பையன். கஷ்டப்படற குடும்பம். நீங்க பார்த்து எதுனா...அதான் சொன்னேனே!"

"சரி கபாலி! நீ போ! நா பாத்துக்கறேன்!"

"வணக்கம் அய்யா!"

"கண்ணம்மா! இப்படி என்னோட வா! சின்னான்! கார் எங்க?"

"அங்க நிப்பாட்டியிருக்கேனய்யா!"

"வாம்மா!"

அபூபக்கர் காரில் ஏறி உட்கார்ந்துகொண்டார். கண்ணம்மா பவ்யமாக திறந்த கதவுக்குப்பக்கமாக நின்றாள்.

"இதப்பாரு கண்ணம்மா! இது சுளுவான தொழில் மாரி தெரியும்!ஆனா ஆபத்தானது! மாட்னா என் பேரச்சொல்லக்கூடாது! என்ன சொல்லணும் யார் பேரச்சொல்லணும் எப்படி சொல்லணும்ங்கறதெல்லாம் இந்தச் சின்னான் உனுக்கு சொல்லித்தருவான்!"

"அதெல்லாம் நா செய்வேனுங்க!"

"முதல்ல சின்னச்சின்ன பொருளா வித்துக்கொடு. நீ செய்யறதைப் பார்த்து விலை அதிக பொருளெல்லம் பொறவு செய்யலாம், என்ன?"

"சரிங்கய்யா!"

"சின்னான்! அந்த மஞ்சா கலர் பாக்கெட்டை இந்தம்மாட்ட கொடு!"

சின்னான் ஒரு கையளவு அகல மஞ்சள் பொட்டணத்தைக் கொடுத்தான்.

"த பாரு கண்ணம்மா! இதுல எமரால்ட்னு சொல்ற மரகதக்கல் இருக்கு. ரெண்டு கல்லு இருக்கு. இதக்கொண்டு போய் விக்கணும்.

ஒரு கல்லுக்கு விலை ரெண்டாயிரம் ரூபாவுக்கு குறையாம சொல்லணும். எனக்கு இந்த ரெண்டு கல்லுக்கும் நீ நாலாயிரம் குடுத்துடணும். உன் சாமர்த்தியம் அதுக்கு மேல என்ன விலைக்கு வேணா வித்து அத நீ எடுத்துக்க!"

"அய்யா! இன்னைக்குதான் என்னைய முத முதலா பாக்கறீங்க! அதுக்குள்ள நாலாயிர ரூபா பொருள என்னை எப்படி நம்பி...?" அபூபக்கர் சிரித்தார்.

"கண்ணம்மா! நா உன்னைய ரொம்ப நாளா பார்த்து வரேன். உன்னைப் பத்தி விஜாரிக்கவும் செஞ்சுட்டேன்! ஆமா உம் பையன், சகாதேவனா அவம்பேரு, போக வர நேரம் தவிர அந்த மைதானத்துலதானே வெளையாடிட்டு இருப்பான்!" முகம் கடுமையாகியது.

"அத்தோட என்னை அவ்ளோ சுலபமா யாரும் ஏமாத்திட்டு தப்பிக்க முடியாது!"

அமைதியாக இருந்தாலும் அவர் பேச்சில் இருக்கும் தீவிரம் கண்ணம்மாவுக்குப் புரிந்தது. கண்ணம்மா தான் கடலை முதல் வாங்கும் வெங்கடேச நாயுடுவைப் போய் பார்த்தாள்.

"இன்னாது மரகதமா? அது ஏது உனுக்கு? கண்ணம்மா! ஒங்கியும் திருடலியே?"

"யோவ்! முதலாளியாச்சேனு பாக்கறேன்! எத்தினி வருஷமா நா உன்னாண்ட மல்லாட்ட முதல் வாங்கி யாவரம் செய்யறேன்! ஒரு தம்பிடிக்கு ஏமாத்தியிருப்பேனா? இல்லாத போதுகூட உன்னாண்ட சொல்லி கடனாத்தானே வாங்கிட்டுப் போவேன்? இப்படி கேக்கறியே இது நாயமா?"

"இல்ல கண்ணம்மா! திடிர்னு மரகதக்கல்லுன்றியே அதான்?"

"மலேயாவுலேர்ந்து ஓர்த்தர் எட்த்தாந்தாருப்பா! இங்க ஏதோ அவசர பணத்தேவை! அதான் விக்கறாரு! மூவாயிர ரூபாதான் ஒரு கல்லு! பாத்தியா இந்த மாதிரி இப்பல்லம் எங்க கெடைக்கும்? அவுங்க தலைமுறை சொத்தாம்! போறாத காலம்னு விக்கறாரு!"

"நா கூட தெனாலில எம் பொண்ணுக்கு மாப்பிள்ள பாத்திருக்கன்! நகை நட்டெல்லாம் வாங்கிரணும்!"

"ந்தா இத்த வாங்கிக்க! நெல்லா இருப்பா உம்மவ!"

"மூவாயிரஞ் சொல்றியே! கிராக்கிய இருக்கேன்னு பாகறேன்!"

"ஒரு ஆளு கஷ்டத்துல விக்கறாம்ப்பா! அப்ப போய் பேரம் பேசறியே? சரி, நா அந்தாள்ட்ட சொல்லிக்கறேன். நீ ரெண்டாயிரத்தி ஐநூறு குடு!"

வெங்கடேச நாயுடு ஐயாயிரம் குடுத்து மரகதக்கற்களை வங்கிக்கொண்டார். கண்ணம்மா அடுத்த வாரம் அபூபக்கரிடம் நாலாயிரத்தைக்கொண்டு போய் கொடுத்தாள்.

"என்ன கண்ணம்மா எவ்வளவுக்கு வித்தே?"

"ஐயாயிரம் அய்யா!"

"நல்லது! உண்மையச் சொல்றே பாரு! அப்படித்தான் இருக்கணும்! அப்பத்தான் நாள் பட தொழில் பண்ண முடியும்!"

கண்ணம்மாவின் கடத்தல் பொருள் விற்பனைத் தொழில் தொடங்கி நன்றாக நடைபெற ஆரமித்தது. குஜிலி பஜாரிலும் மூர்மார்க்கெட்டிலும் ஆட்களைப் பிடித்து கண்ணம்மா அபூபக்கர் தரும் பொருட்களை விற்று லாபம் பார்க்க ஆரம்பித்தாள்.

"என்னம்மா! திடீர்னு பணம் புரளுது உங்கையில? கடன் கிடன் வாங்கறியா?"

"இல்லடா! இன்னொரு யாவாரம் ஆரமிச்சிருக்கேன்!"

"அதென்ன யாவாரம்? இவ்ளோ பணம் வருது!!"

"உனுக்கு அந்த விவரமெல்லாம் வேண்டாம் கண்ணா! அம்மா உன் நெல்லதுக்குதான் எதுவும் செய்வேன்!"

1969ஆம் வருடம் ஃபிப்ரவரி இரண்டாம் தேதி எஸ் எஸ் சாந்தலா என்னும் ரங்கூன் பெனாங்கு நாகப்பட்டினம் மெட்ராஸ் ரூட்டில் அபூபக்கர் வந்தார். கையில் ஒரு பெரிய சோனி டேப்ரிகார்டருடன் இறங்கின அவர் தேடியது கண்ணம்மாவைத்தான்.

ஃபிப்ரவரி 3, 1969
அபூபக்கர், கண்ணம்மா

அன்று ஊரே அல்லோலகல்லோலப்பட்டது. முந்தைய இரவு 11.30க்கு பிறகு அவர் உடல் நிலை மிகவும் மோசம் அடைந்தது. டாக்டர் தீவிர சிகிச்சை அளித்தும் பயன் இல்லை. நாடித்துடிப்பு திடீர் என்று அதிகரித்தது. நள்ளிரவு 12.20 மணிக்கு (அதாவது 3 ந்தேதி அதிகாலை) உயிர் பிரிந்தது. அப்போது, அண்ணாவின் மனைவி ராணி அம்மாள் மற்றும் குடும்பத்தினர், அமைச்சர்கள் மற்றும் எம்.ஜி.ஆர். அங்கு இருந்தனர்.

அண்ணா இறந்த ஐந்து நிமிடத்திற்கெல்லாம், ஆஸ்பத்திரிக்கு ஈ.வெ.ரா.பெரியார் வந்தார். அண்ணா உடலைப் பார்த்து, பெரியார் கண்ணீர் விட்டார். அண்ணாவின் மரணச் செய்தியை, வெளியே கூடியிருந்த நிருபர்களிடம் அமைச்சர் நெடுஞ்செழியன் வந்து அறிவித்தார். அப்போது அண்ணாவின் உடல் ஆஸ்பத்திரியில் இருந்து, அவர் உடல் 'ஆம்புலன்ஸ்' காரில் ஏற்றப்பட்டு, நுங்கம்பாக்கத்தில் உள்ள அவர் வீட்டுக்கு கொண்டு செல்லப்பட்டது.

காமராஜர், சி.சுப்பிரமணியம், பக்தவச்சலம், சி.பா.ஆதித்தனார், ம.பொ.சிவ ஞானம் மற்றும் பல தலைவர்களும், பிரமுகர்களும்

வந்து இறுதி மரியாதை செலுத்தினர். கவர்னர் உஜ்ஜல்சிங், மனைவியுடன் வந்தார். அண்ணா அண்ணாவின் உடல், அவர் வீட்டில் அரை மணி நேரம் வைக்கப்பட்டு இருந்தது. பிறகு, ராஜாஜி மண்டபத்துக்கு கொண்டு போய் அங்கு, பொதுமக்கள் அஞ்சலி செலுத்துவதற்காக வைக்கப்பட்டது. அமைச்சரவையில் அவருக்கு அடுத்த இடத்தை வகித்த நெடுஞ்செழியனை தற்காலிக முதல் அமைச்சராக கவர்னர் நியமித்தார். அண்ணா இறுதி ஊர்வலத்தில் பங்கு கொள்ள தமிழ்நாடு முழுவதும் இருந்து பல்லாயிரக்கணக்கான பேர், ரெயில்களிலும், பஸ்களிலும் சென்னைக்கு விரைந்தனர். மதுரையில் இருந்து சென்னைக்குப் புறப்பட்ட ஜனதா எக்ஸ்பிரசில், கூட்டம் அலைமோதியது. ரெயில் பெட்டிகளில் இடம் இல்லாததால், பலர் ரெயில் பெட்டிகளின் கூரை மீது உட்கார்ந்து கொண்டனர்.

சிதம்பரத்துக்கு முன்னதாக உள்ள கொள்ளிடம் நிலையத்தை அதிகாலை நேரத்தில் அந்த ரெயில் அடைந்தபோது, கூட்டம் நிரம்பி வழிந்தது. “இந்தப் பகுதியில் உள்ள பாலங்கள் ஆபத்தானவை. கீழே இறங்கி விடுங்கள்” என்று சொல்லி ரெயில் பெட்டி உச்சி மீது இருந்தவர்களை இறக்கினார்கள். ஆனால், ரெயில் புறப்பட்டதும், எல்லோரும் மீண்டும் மேலே ஏறிக்கொண்டார்கள். கொஞ்ச நேரத்தில் கொள்ளிடம் ஆற்று இரும்புப் பாலம் வந்தது. அதன் மீது இரும்புச் சட்டங்கள் பொருத்தப்பட்டு உள்ளது. இதை, ரெயில் பெட்டி உச்சியில் இருந்தவர்கள் கவனித்தார்கள். பாலத்திற்குள் ரெயில் நுழைந்தபோது, தலையை குனிந்து கொண்டும், படுத்துக்கொண்டும் தப்பிவிட்டார்கள்.

ஆனால் சற்று தூரத்தில் வல்லம்படுகை என்ற இடத்தில், இதேபோன்ற இன்னொரு ஆற்றுப்பாலம் இருந்ததை அவர்கள் கவனிக்கவில்லை. அந்த பாலத்துக்குள் ரெயில் நுழைந்தபோது உச்சி மீதும், படிக்கட்டுகளிலும், தொத்திக்கொண்டும் இருந்தவர்கள் இரும்புச் சட்டங்களில் பயங்கரமாக மோதி நசுங்கினார்கள். வேறு சிலர் பயந்து போய் ஆற்றில் குதித்தார்கள். இந்த விபத்தில் அந்த இடத்திலேயே 24 பேர் பலியானார்கள். 48 பேர் காயம் அடைந்தார்கள். காயம் அடைந்தவர்கள் சிதம்பரம் ஆஸ்பத்திரியிலும், கடலூர் ஆஸ்பத்திரியிலும் சேர்க்கப்பட்டார்கள். அவர்களில் 8 பேர் இறந்து போனார்கள். எனவே, சாவு எண்ணிக்கை 32 ஆக உயர்ந்தது.

சென்னையிலும் ராஜாஜி மாளிகையில் இருந்து சாந்தோம் பீச் வரை கூட்டம் அலைமோதியது. அந்தப் பக்கம் துறைமுக வாசலில் எல்லாம் கூட்டம். தர்மன் வெஸ்டெர்ன் கேட்டைப் பூட்டி பாதுகாப்பாக நின்றான். கூட இன்னும் நாலைந்து செக்யூரிடிகள். கண்ணம்மாவால் கடலை விற்பனையைக் கவனிக்க முடியவில்லை. கண்ணம்மாளின் கவலை அபூபக்கர் வருகை பற்றியதுதான். மூன்று நாளுக்கு முன்பு சின்னான் தகவல் சொல்லியிருந்தான். தான் துறைமுகத்துக்கு வர மாட்டேன் என்றும் அபூபக்கர் கண்ணம்மாவைத்தேடுவார் என்றும் அவளுக்கு சேதி வந்திருந்தது. எனவே கேட் வாசலில் கூட்டத்தைப் பொருட்படுத்தாமல் உள்ளுக்குள் கவனமாகப் பார்த்திருந்தாள்.

அன்று டாக் ஆகியிருந்த எஸ் எஸ் சாந்தலாவிலிருந்து இறங்கின பிரயாணிகளில் அபூபக்கரும் இருந்தார். ஏழு நாட்களுக்கு முன்பு க்ளாங் துறைமுகத்திலிருந்து புறப்பட்ட போது அவர் அண்ணாவின் மரணச்செய்தியை எதிர்பார்க்கவில்லை. இந்த முறை அவரிடம் ஒரு முக்கியப்பொருள் தவிர மற்ற சாமான்கள் ஏதும் இருக்கவில்லை. கிட்டத்தட்ட ரெண்டு லட்சம் மலாய் டாலருக்கு மேல் செட்டியார்களிடம் வாங்கி இருந்தார். அதை வைத்துத்தான் அந்த சோனி டேப் ரிகார்டரை வாங்கி ரெடி பண்ணி எடுத்து வந்திருந்தார். அதை விற்று ஒரு வாரத்துக்குள் காரைக்குடி போய் அந்த ரெண்டரை லட்சத்தையும் வட்டியாக இன்னொரு ஐம்பதாயிரத்தையும் கொடுக்க ஏற்பாடு. டேப் ரிகார்டர் ஐந்து லட்சத்துக்காவது போகும்!

ஹெராய்ன் என்னும் போதைப்பொருள் ஆசிய பாப்பி ஆலை விதைகளில் இருந்து வரும் மொரிஃபின் என்ற வஸ்துவிலிருந்து செயலாக்கப்படும் ஒரு போதை மருந்து . இது மத்திய நரம்பு மண்டலத்தை பாதித்து மனதில் சலங்களை உண்டு பண்ணி போதை அளிக்கிறது. மனித மன வக்கிரத்தின் இன்னொரு வெளிப்பாடு இந்த ஹெராயின் பயன்பாடு. இந்த ஹெராயின் அதன் தூய்மையான வடிவத்தில் பொதுவாக வெள்ளைத் தூளாக இருக்கும். இதனை ஊசியாக நரம்புகளில் போட்டு போதையேற்றிக் கொள்கிறார்கள். இதற்கான மார்க்கெட் சர்வதேச அளவிலானது. ஒரு கிராம் ஹெராயினுடைய விலை சுமார் பன்னிரெண்டாயிரம் வரை இருக்குமாம். அபூபக்கர் கொண்டு வந்த டேப்ரிகார்டரில் அடைத்துவைக்கப்பட்ட வஸ்து கிட்டத்தட்ட நாற்பது கிராம்

அளவிலானது. அதாவது ஐந்து லட்ச ரூபாய் மதிப்பான அந்த டேப்ரிகார்டரை அபூபக்கர் இந்த முறை சின்னான் மூலமாக வெளியே விட முயலவில்லை. அவருக்குக் கிடைத்த ரகசிய தகவல் மெட்ராஸ் போலீசுக்கு சின்னான் மேல் சந்தேகம் ஏற்பட்டுவிட்டதாக தெரிவித்தது.

அபூபக்கர் கஸ்டம்ஸெல்லாம் சாமர்த்தியமாக முடித்த கையோடு காண்டீனுக்குப் போகவில்லை. சில மாதங்களுக்கு முன்னால் நாயர் காண்டிராக்ட் கான்சல் செய்யப்பட்டு கபாலியும் அவருடன் வெளியேறிவிட்டதால் அவர் நேராக வெஸ்டெர்ன் கேட்டுப்பக்கம் நடந்தார். இந்த முறை சின்னானை துறைமுகத்துக்கு வர வேண்டாம் எனச் சொல்லிவிட்டார். மெதுவாக வெஸ்டெர்ன் கேட் பக்கம் நடந்தார். அவரைக் கண்டதும் தர்மன் நட்போடு சிரித்தான். அபூபக்கர் அவனை நெருங்கி இரண்டொரு வார்த்தைகள் பேசினார். தர்மன் கூட வந்து கேட்டைத் திறக்கச் செய்து அவரை வழி அனுப்பி வைத்தான்.

ராஜாஜி மண்டபத்தை நோக்கிச் செல்லும் கூட்டம் அலைமோதியது. கூடுமானவரை துறைமுகம் கேட் வட்டாரத்துக்குள் சுற்றிலும் இரும்புச் சங்கிலி கட்டி போய் வருபவர்களுக்கும் வண்டிகளுக்கும் இடையூறு இல்லாதபடி செய்து வைத்திருந்தார்கள். ஓரத்தில் கண்ணம்மாள் நின்றிருந்தாள். அபூபக்கர் அவளைப் பார்த்தும் பார்க்காது போல இடது பக்கம் திரும்பி கூட்டத்திற்குள் புகுந்து வார் மெமோரியல் வழியாக நடந்து தீவுத்திடல் ரோடில் சென்டிரலை நோக்கி நடந்தார். அவர் போனதும் சற்றுத் தொலைவு விட்டு கண்ணம்மாள் பின் தொடர்ந்தாள். கூட்டத்தின் நடுவே அவரைப்பின் தொடர்வது சிரமமாக இருந்தாலும் கண்ணம்மா முகத்தைக் கவலையாக வைத்துக்கொண்டு நடந்தாள்.

அபூபக்கர் சென்டிரல் ஸ்டேஷனைத் தாண்டி ரிப்பன் பில்டிங்கைத் தாண்டி பூந்தமல்லி ரோடில் முன்னே நடந்தார். டாக்ஸி ஆட்டோவெல்லாம் கிடைக்கும் என்று தோன்றவில்லை. அண்ணாவின் சடலத்தைப் பார்க்க மெட்ராஸின் அத்தனை பேர்களும் கிளம்பிவிட்டது போல கூட்டம் ராஜாஜி ஹாலை நோக்கி போய்க்கொண்டிருந்தது. பூந்தமல்லி ஹை ரோடில் கொஞ்சம் முன்னே வந்ததும் கூட்டம் அவ்வளவு அதிகமில்லை. அபூபக்கர் வேர்க்க விறுவிறுக்க நடந்தே தாஸப்பிரகாஷ்

ஹோட்டலை நெருங்கினார். ஆனால் உள்ளே நுழையவில்லை. கூட்டத்தை வேடிக்கை பார்ப்பது போல நின்றார். அதற்குள் அங்கே நடந்து வந்துவிட்ட கண்ணம்மா அபூபக்கரை நெருங்காமல் சற்றுத்தள்ளி அப்படியே தன் கடலைக்கூடையை முன்னால் வைத்து வேர்க்கடலை விற்பவள் போல நின்றாள். ஒன்றிரண்டு பேர் அவளிடம் வந்து கடலை கேட்க "வித்துப்போச்சி சார்" என்று பதில் சொல்லிவிட்டு ஓரக்கண்ணால் அபூபக்கரைப் பார்த்தவாறு அப்படியே நின்றாள்.

அபூபக்கரும் சற்று நேரம் நின்றார். அவர் கையில் இரண்டு லக்கேஜுகள். ஒன்று சூட்கேஸ் வகை சின்னதாக "ஓவர் நைட்டர்" என்போமே அதுமாதிரி. இன்னொன்று ஜிப் வைத்த சின்ன சைஸ் பை. இப்போது அபூபக்கர் கண்ணம்மாவிடம் ஏதோ சைகை செய்துவிட்டு மேலே நடந்தார். கண்ணம்மா அவரையே பார்க்க, அவர் தாஸப்பிரகாஷுக்கு எதிரே சின்ன சந்தின் முனையில் இருந்த டீ கடைக்குப் போனார். அங்கு யாரும் இல்லை. அடுப்பு கூட எரியவில்லை. முடிந்துவிட்டது போல கடைக்காரன் யாருடனோ சுவாரஸ்யமாக பேசிக்கொண்டிருந்தான்.

"ஆரு நெடுஞ்செழியனா? இல்லப்பா! அவருக்கு சாமர்த்தியம் பத்தாது! அத்தோட எம்ஜார் அவரை சப்போர்ட் பண்ண மாட்டாரு!"

அபூபக்கர் கடையை நெருங்கி "ஒரு டீ போடுப்பா?" என்று கேட்டார்.

"இல்லீங்க! பால் தீர்ந்து போச்சு!"

"சரி இந்த கேக் ஒண்ணு குடு!"

பாட்டிலைத் திறந்து ஒரு கேக்கை எடுத்துக்கொண்டார். கண்ணம்மாவும் டீ கடையைக்கு வந்தாள்.

"ந்தாப்பா! ஒரு டீ போடு!"

"ஏம்மா இப்பத்தானே இவர்ட்ட சொல்லிக்கினு இருந்தேன்! பால் இல்லம்மா!"

"முதலமைச்சரு வேற போய்ட்டாரு! நீ இன்னிக்கே பால் இல்லைன்ற? நாளைக்காவது வருமான்னு தெரியல! சரி, நானும் இந்த கேக் ஒண்ணு எடுத்துக்கறேன்!"

கை விட்டு ஒரு கேக் எடுத்துக்கொண்டு அபூபக்கருக்கு பக்கத்தில் நின்றாள். டீக்கடைக்காரன் பேச்சில் சுவாரஸ்யமா ஈடுபட, அபூபக்கர் ஜிப் பையை கீழே கண்ணம்மா பக்கமாக வைத்தார்.

“என்னா பெரியவரே! இன்னிக்கு பார்த்தா ஊர்லேர்ந்து வந்திருக்கே?”

“ஆமாம்மா! கல்கத்தாலேர்ந்து வரேன்! ஒரு ஹோட்டல்லயும் இடமே இல்லைன்றாங்க!”

“லாட்ஜா பாக்கற? நா இட்டுக்கினு போட்டா?”

“இடம் காலி இருக்குமா? இன்னிக்கு ஒரு ராத்திரி போதும்மா! நாளைக்கு ரேணிகுண்டா போயிருவேன்!”

“அங்க கல்யாண மண்டபம் இருக்குல்ல? அதும்பக்கத்துல ஒரு லாட்ஜ் இருக்கு! எங்கூர்க்காரருதான்! வாங்க! எங்கேக்குக்கும் நீயே காசு குடுத்திடேன்!”

அபூபக்கர் கடையில் காசு கொடுத்துவிட்டு நடந்தார். இப்போது தாஸப்பிரகாஷ் அருகாமை வந்தும் சற்றே நின்றார். படபடவெனப் பேசினார்.

“இந்த பையை எடுத்துக்கோ! நேரா சால்ட் கோட்ரஸுக்குப்போ. வால்டாக்ஸ் ரொடு பக்கம் போவணும். இன்னொரு பக்கம் காவாய் ஓடுதில்ல? அதுக்கு மூணாம் பக்கம் பேஸின் பிரிஜ் ஸ்டேஷன் பக்கமா வந்துரும். நீ அங்க ஸ்டேஷனுக்கு ஓட்டி இருக்கற சந்து! வெறகு தொட்டி இருக்கும்! தெரு முனையிலயே பாத்தா கண்ணுக்கு தெரியும்! என்னா, அங்க போய் பார்த்தீன்னா முதலாளி இருப்பான். வெறகுக்கடை சண்முகம்னு பேரு! அவனாண்ட கொடு! “ஆரு நீ”ன்னுவான். பெனாங்கு பாஷா குடுத்தார்ன்னு சொல்லு! நல்ல கேட்டுக்கோ பெனாங்கு பாஷா! போய்ட்டு நாளைக்கு வாம்மான்னுவான். பேசாம வந்துரு. நாளைக்கு மறுபடியும் போ! உள்ள இட்டும்போய் காசு எண்ணிக்கொடுப்பான்!அஞ்சு லெச்சம்!”

கண்ணம்மாவுக்கு மூச்சு அடைத்தது.

“அய்யோ! அவ்வளோ பணமா? என்னைய நம்பியா? என்னால அத்தினி பணமெல்லாம் சமாளிக்க முடியாது அய்யா!”

"தபாரு கண்ணம்மா! வேற வழி இல்லாம நா இருக்கேன். உன்னைய நம்பறேன்! சின்னான் மேல சந்தேகம் வந்துருச்சி போலீஸுக்கு! அவன நெல்லூர்ப் பக்கம் போகச் சொல்லிட்டேன். ஆனா உனக்கு ஒரு பயமும் இல்ல. இந்த ஓதவி பண்ணினா உனக்கு பத்தாயிரம் ரூவா தர்ரேன்!"

"அடேயப்பா! பத்தாயிரமா?"

"ஆமா பத்தாயிரந்தான்! கண்ணம்மா! ஜாக்கிரதை அஞ்சு லெச்சம். நூறு ரூவா கட்டாத்தான் இருக்கும் இதே பையில தருவான். அம்பது கட்டு, எண்ணிக்கோ. உடனே பொறப்பட்டு பஸ் பிடிச்சு வீட்டுக்குப் போயிடு. அங்கன ஜாக்கிரதையா வெச்சுக்கோ. நாளை மறு நா, அதாவது அஞ்சாம் தேதி ஹார்பருக்கு எட்த்தா. எப்பவும் போல கேட்டாண்ட நில்லு. ஒரு ரெண்டு மணி சுமாருக்கு நா வந்துருவேன். பையை நா வாங்க்கிக்கறேன், என்ன?"

"எனக்கு ஒண்ணும் ஆபத்து வராதுங்களே?"

"உனக்கு ஒரு ஆபத்தும் வராது கண்ணம்மா! சரி போறப்போ வரப்போ பஸ்ஸுலயே போ! அப்பத்தான் ஆருக்கும் சந்தேகம் வராது! ஆனா பை ஜாக்கிரதை கண்ணம்மா!"

அபூபக்கர் திரும்பி டீ கடையைப் பார்த்தார். கடைக்காரன் இன்னமும் சுவாரஸ்யப் பேச்சில் இருந்தான். இவர்கள் பக்கம் திரும்பவில்லை.

"சரி நீ கெளம்பு! அஞ்சாம் தேதி! ரெண்டு மணி1"

அபூபக்கர் வேகமாக நடந்து தாஸப்பிரகாஷ் ஹோட்டலுக்குள் நுழைந்து மறைந்து போனார்.

கண்ணம்மா பேசினதை நினைவில் கொண்டு வந்து "சால்ட் கோட்ரஸ், பேசின்பிரிஜ்ஜு ஸ்டேஷன் சந்து, வெறகு தொட்டி, பெனாங்கு பாஷா, வெறகுக்கடை சண்முகம்" என்றெல்லாம் மனசுக்குள் ஓட்டிப் பார்த்தாள். பத்தாயிரம்! வீட்டை நல்லா மராமத்து பண்ணிடலாம்.ரெண்டு நெல்ல புடவ வாங்கலாம். சகாதேவனுக்கு ஒரு டைப்ரைட்டர் வாங்கித் தரலாம். அவனே டைப் கடைப்போட்டுக்குவான்! மனசுக்குள் பயப் பிரவாகமும் சந்தோஷ ஊற்றும் எடுக்க, வேகத்தை அதிகப்படுத்தி நடந்து வீட்டுக்குப் போனாள்.

ஃபிப்ரவரி 4 1969
கண்ணம்மா, வெறகுக்கடை சண்முகம்

அன்று காலை எழுந்திருக்கும்போதே கண்ணம்மாவுக்கு படபடவென்றுதான் இருந்தது. ராத்திரி முழுவதும் ஜாக்ர சொப்ன, சுஷுப்தி என்ற கலவையான அவஸ்தையில் தான் பயத்தோடும் கனவுகளோடும் கழித்தாள். அபூபக்கர் கொடுத்த ஜிப் பையை தலைமாட்டிலேயே வைத்துக்கொண்டிருந்தாள். நல்ல வேளை சகாதேவன் களைப்பாக எட்டரைக்கு வந்து சாப்பிட்டான். ரேடியோ சிலோன் கேட்டவாறே தூங்கிவிட்டான்.

காலையில் சகாதேவன் எழுது பத்து மணிக்கு வேலைக்குக் கிளம்பியவுடன் கண்ணம்மா குளித்துவிட்டு சாப்பிட பசியில்லாமல் அள்ளிப் போட்டுக்கொண்டு வீட்டைப் பூட்டிவிட்டுகிளம்பினாள். லா காலேஜுக்கு வந்து பஸ் பிடித்தாள். கூட்டம் அதிகமில்லை. பையைக் கெட்டியாக இறுக்கிக் கொண்டாள். பேசின் பிரிஜ்ஜு ஸ்டேஷனுக்கு முன்பு இறங்கிக் கொண்டாள். இந்த சால்ட் கோட்ரஸ் இருக்கிறதே அதை எல்லோரும் சாலி குவார்ட்டர்ஸ் என்று நினைத்துக் கொள்கிறார்கள். இல்லை, அது சால்ட் கோட்ரஸ் தான். தெலுங்கில் கோட்றாவோ அல்லது கோட்ரஸோ என்றால் குடவுன் என்று அர்த்தமாம். புதுச்சேரி, மரக்காணம், கோவளம் பகுதியில் பெரிய அளவில் உப்பு காய்ச்சப்பட்டு, ரயில் மூலம் தென்னிந்தியா முழுவதும் விநியோகிக்கப்பட்டது.

ரயிலில் அனுப்புவதற்காக சென்னை சென்ட்ரல் ஸ்டேஷன் அருகில் ஒரு பக்கம் வால்டாக்ஸ் ரோடு, பேசின் பிரிட்ஜ் ஸ்டேஷன், இன்னொரு பக்கம் பக்கிங்காம் கால்வாய் என்று உப்புக்கிடங்குதான் சால்ட் கோட்ரஸ் என்று அழைக்கப்பட்டது.

பஸ்ஸிலிருந்து இறங்கின கண்ணம்மா கூடுமானவரை முகத்தை சாதாரணமாக வைத்துக்கொண்டு நடந்தாள். ரயில்வே சைடிங்கில் குட்ஸ் வண்டி ஒன்று அனாதையாக நின்றிருக்க கொடக்கு கொடக்கு என மெயின் லைனில் ஒரு நீண்ட குட்ஸ் வண்டி ஓடினது. கண்ணம்மா ஸ்டேஷனைத் தாண்டி சந்தைத் தேடினாள். ரோடுக்கு முன்னே துருத்திக்கொண்டிருந்த ஒரு ஹார்ட்வேர் கடைக்குப் பின்னால் சின்ன சந்தாக ஒன்று திரும்பியது. அதன் முனையில் போய் நின்று நோட்டம் விட்டாள். ஒரு சைக்கிள் ரிக்ஷா அவளைக் கடந்து போனது. ஒரு சைக்கிளில் பின் பக்கம் கூடை வைத்து கோழிக்குஞ்சுகள் தம் இறுதியை நோக்கிப் பயணித்தன. சற்றுத்தள்ளி தெருவோரமாக ஒரு வயசான ஆசாமி வேஷ்டியை மடித்துக்கொண்டு அல்பசங்கயைக்கு உட்கார்ந்தார். கண்ணம்மா சற்றுத்தொலைவில் நீண்ட சவுக்கு கட்டைகள் அடுக்கி வைத்திருப்பதைப் பார்த்தாள். அதை நோக்கி நடந்தாள்.

அந்த விறகுத்தொட்டி அதிக விஸ்தாரமாக இல்லை. இரண்டு பக்கத்திலும் நீண்ட நீண்ட சவுக்கு கட்டைகள் அடுக்கியபடி நின்றிருந்தன. ஆளுயர தராசு தொங்கிக்கொண்டிருக்க ஒரு சின்னப்பையன் அதில் சாக்கு மூட்டை ஒன்றை வைத்து எடை போட்டுக்கொண்டிருந்தான். கண்ணம்மா நெருங்கி கடைக்குள் நுழைந்தாள்.

“ஆரும்மா! என வேணும்?”

கட்டைக்குரல் உள்ளே இருட்டிலிருந்து வந்தது.

“சண்முகம்னு...?”

“ஆரும்மா நீயி? உனக்கு என்ன வேணூம்?”

வெளியே வந்தவன் நிச்சயம் முரடன். புஸ்தி மீசை. கண்களின் சிவப்பில் நேற்றைய சாராயம். வெள்ளை முழுக்கை சட்டையை முழங்கை வர உருட்டி மடித்திருந்தாண். சொட்டு நீலம் ஏறின வெள்ளை வேஷ்டி.

“சண்முகங்கறது..?”

"ஆமாம்மா நாந்தான்!"

"நீ யாருன்னு சொல்லாத சண்முகம் சண்முகன்றே?"

"பெனாங்கு பாஷா அனுப்பிச்சாரு!"

சண்முகம் சட்டென்று உஷாரானான். முகத்தில் ஒரு கணம் பயம் உடனே கோபம்.

"யாரும்மா அது? எனக்குத் தெரியாதே! எடம் மாறி வந்துட்ட போல!"

"இல்லியே! பெனாங்கு பாஷாதான் இந்தப் பைய குட்த்துவுட்டாரு!"

ஜிப் போட்ட பையை நீட்டினாள். சண்முகம் பையை வாங்கிக்கொண்டான்.

"உள்ற வாம்மா!"

கண்ணம்மா அவனைப்பின் தொடர்ந்து உள்ளே போனாள். மேஜை நாற்காலியைத் தாண்டி ஒரு கதவு இருந்தது. அதைத் திறந்தால் உள்ளே டிரம் டிரம்மாக என்னவோ அடுக்கியிருந்து. நடுவில் இன்னொரு பெரிய மேஜை. எதிரில் மடக்கு நாற்காலி.

"யாருமா நீயி? உன்ன இது வரை நா பார்த்ததே இல்லியே?"

"ரொம்ப வருஷமா சாயபுக்கு நாந்தான் பொருள் விக்கறேன் இந்தப் பேட்டையில!"

"பக்கரு பொம்பிளைங்களக்கூட வேலைக்கு வெச்சுப்பாரா?"

"ஏன் எங்களுக்கு இன்னா கொறச்சலு?"

"அதில்லைம்மா! இதக்கூட உன்னாண்ட கொட்த்துருக்காருன்னா அவரு உம்மேல நம்பிக்கை வெச்சிருக்காருன்னு புரியுதே!"

"நாளைக்கு வருவேன்! அம்பது கட்டு வாங்கிக்கன்னு சொல்லியிருக்காரு!"

"சரிம்மா சரிம்மா! நளைக்கு வா!"

"காலையில பத்து மணிக்கெல்லாம் வந்துருவேன்! மதியம் ஹார்பருல அவரப் பாக்கணும்!"

"சரி வாம்மா! டீ சாப்பிடறியா?"

"இல்ல வேணாங்க! நாளைக்கி வரேன்!"

கண்ணம்மா விறுவிறுவென்று நடந்து வெளியே வந்தாள். படபடப்பு அடங்கியிருந்தது. தெருமுனையில் நடமாட்டம் இல்லை. சட்டென்று ரோடைக்கிராஸ் செய்து பஸ் ஸ்டாண்ட் வந்து பஸ் பிடித்து வீட்டுக்குப் போனாள். இன்று ஹார்பருக்குப் போகும் மனநிலை அவளுக்கு இல்லை.

பத்தாயிரம் ரூபாய்!

ரேடியோவில் அண்ணாதுரை வாழ்க்கை பற்றி யாரோ செந்தமிழில் பேசிக்கொண்டிருந்தார்கள். அணைத்துவிட்டுப் படுத்தாள். இரவு வராத தூக்கம் வந்து அவள் ஆழ்ந்து உறங்கிப்போனாள். அவளது தூக்கத்தில் பெனாங்கு பாஷா "நான் ஆணையிட்டால்" என்று பாடிக்கொண்டே வெறகுதொட்டி சண்முகத்தை சவுக்கால் வீறினார்.

ஃபிப்ரவரி, 4 1969
சவரி, ராகினி, தாஸ்

சவரி பிறந்தபோது ஆரோக்கிய தாஸ் துறைமுகத்தில் இன்ஸ்பெக்டராகி விட்டான். காலை வேளையில் விறைப்பாக யூனிஃபார்ம் மாட்டி பல பலவென ஷூக்களுடன் அவன் தன் ராயல் என்ஃபீல்ட் மோட்டர் சைக்கிளில் வெடித்துப் புறப்படுவது அந்தத் தெருவிலேயே ஒரு முக்கிய நிகழ்ச்சி போல இருக்கும்.

"தாஸ் புறப்பட்டாச்சு! தாஸ் புறப்பட்டாச்சு!"

கணவனுக்குத் தெரியாமல் ஜன்னல் வழியாக எட்டிப் பார்க்கும் பெண்களும், இனிமேல் தைரியமாக விளையாடப்போகலாம் என்று தெருவுக்கு இறங்கும் சிறுவர்களும் தாஸ் வீட்டில் இருக்கும்போது உள்ளூர பயத்துடன் நடமாடும் ஆட்கள் அவன் கிளம்பினவுடன் குரலில் தைரியம் பெற்று மனைவிகளை சாடுவதும் நடக்கும்.

தாஸின் மனைவி ஒரு அப்பாவி. தாஸின் கடுமைக்கும் முரட்டுத் தனத்துக்கும் ஈடே இல்லாதவள். ஆனாலும் தாஸுக்கு அவள் மேல் வாஞ்சை உண்டு. எப்படி சம்பாதிக்கறான் என்பது தெரியாமலேயே அவன் கொண்டு வரும் நகைகளை மாட்டிக்கொண்டு அக்கம்பக்கம் வலம் வருவாள். சுத்துப்பட்டவர்கள் ரகசியமாக தாஸின்

நேர்மையற்ற சம்பாதியத்தைப்பற்றி கிசுகிசுத்தாலும் அது தாஸ் காதுக்கு எட்டாமல் பார்த்துக்கொண்டார்கள். தாஸின் ஒரே தங்கை நெட்டுக்குப்பத்தில் இருந்தாள். மாப்பிள்ளை மீனவப் படகு ரிப்பேர் செய்யும் மெக்கானிக். தாஸ் தன் மனைவிக்குப் போலவே தங்கைக்கும் அவள் பெண் ராகினிக்கும் கூட நகை நட்டுக்கள் போட்டான். வெள்ளிக்கிழமையானால் மேல் நாட்டு சாராய பாட்டில்கள் மச்சானுக்கும் அனுப்பிவிடுவான். ஆனால் அவனை அதிகம் கிட்டத்தில் சேர்க்காமல் கெத்து காட்டுவான்.

அந்த அக்டோபர் மாதத்திற்குப்பின் எல்லாம் போயிற்று.

பதவியைப் பிடுங்கி பென்ஷன் அது இது என்ற எல்லா வசதிகளும் நிறுத்தப்பட்டு அவமானப்படுத்தப்பட்டு ஆரோக்கியதாஸ் மரியாதை இழந்து யாரும் உதவிக்கின்றி வீடு திரும்பினான். கான்வெண்ட்டில் படித்துக்கொண்டிருந்த சவரியின் படிப்பு நிறுத்தப்பட்டது. தாஸ் குடும்பமும் நெட்டுக் குப்பத்தில் சின்ன வீடெடுத்து நகர்ந்தார்கள். தாஸின் மனைவி நாத்தனாரின் சகாயத்தில் மார்க்கெட்டுக்குப்போய் மீன் வியாபாரம் செய்தாள். சவரி கரைக்கு வரும் மீனவப் படகுகளை இழுத்துக் கட்டுவது, வலை தைக்கும்போது உதவுவது என்று சில்லறை வேலைகள் செய்து சம்பாதித்தான். தாஸ் மட்டும் பழைய கெத்து குறையாமல் மிடுக்காக வீட்டோடு இருந்துவிட்டான். அம்மாவும் பிள்ளையும் தாஸின் மன நிலையைப் புரிந்துகொண்டு அவனை அவன் போக்கிலேயே விட்டுவிட்டார்கள். தாஸுக்குத் தெரியாமல் தங்கையும் மச்சானும் அவ்வப்போது இந்தக் குடும்பத்துக்கு காசு கொடுத்து உதவினார்கள். நெட்டுக் குப்பத்தின் செயலான செங்கமலக் குடும்பத்தில் இசக்கிக்கு ராகினியைப் பெண் கேட்டாலும், அவள் சவரிக்குத்தான் என்று மச்சான் மறுத்து ராகினியை சவரிக்கு கட்டிவைக்கவும் செய்தார்கள். ராகினியின் வாளிப்பான உடலில் மயங்கின இசக்கி கறுவிக்கொண்டிருந்தான்.

அந்த ஃபிப்ரவரி மாதம் நான்காம் தேதி காலை.

"சவரி! இன்னாடா மணி எட்டாவுது! இன்னுமா பேப்பர் எட்த்தாரல?"

"மாமா! நாம என்ன காசு போட்டா வாங்கறோம்? சலூன் கடையில ஏதோ பாவம் பாத்து தர்ரான்! இப்ப லேட்டா படிச்சா என்ன கொறஞ்சுடப் போவுது?"

"அடப்போடீ! ஒரு பேப்பரு வாங்க முடியல உம்புருஷனால! இதே போலீஸ் வேலைக்கிப் போயிருந்தா.....!"

"அடச்சே! சும்மாருங்க மாமா! ஆரமிச்சிட்டீங்களா மறுபடி? அத்தையே சொல்லிக்காட்டிக்கினு! நீங்க மட்டும் ஒயுங்கா போலீஸ் வேலை பாத்திருந்தா சுதந்திரத்துக்கப்பால பெரிய பதவி வந்திருக்கும்! அத்த விட்டுட்டு பயஸ் பாட்ரிக்குன்னு அவனுங்களோட சேர்ந்து அட்டூழியம் பண்ணினீங்க! அவனுங்கள்லாம் உங்கள காட்டிக்கொடுத்துட்டு தப்ச்சு பூட்டானுங்க! சாவுறது நாமதான்!"

தாஸ் அமைதியாக இருந்தார்.

"என்ன அவமானம்! என்ன ஏச்சு வாங்கினீங்க! அத்தை முதுகொடிய வேல செஞ்சே செத்தாங்க! இவுரு அங்க கான்வெண்ட்டுல படிச்சிருக்க வேண்டியது! இப்ப பாருங்க மீன்பிடி வலை தெக்கற கூலி வேல! அடப்போங்க மாமா! இத்தினி வருஷமாச்சு! இன்னும் நீங்க பழம்பெரும பேசிட்டு எங்களையெல்லாம் ஏடுத்தெறிஞ்சுக்கிட்டு... முடியல! மாமா, முடியல!"

சவரி பேப்பருடன் உள்ளே வந்தான்.

"என்ன ராகினி! மறுபடியும் ஆரமிச்சுட்டாரா?"

"அட விடுங்க! ஏதோ என்னோட பொலம்பலு! பாவம் அவருந்தான் எத்தன ஏச்சுப்பட்டு நிக்கிறாரு! நம்மகிட்டதானே பொலம்பறாரு! போட்டும் விடு!"

"அப்பா! இந்தா பேப்பரு! அதிகம் கசக்காம படிச்சுட்டு குடு! சலூன்காரன் கத்தறான்!"

தாஸ் பேப்பரை வாங்கிப் புரட்ட ஆரம்பித்தார்.

"வாய்யா! வந்து ஒரு வா பழையது துன்னுட்டு வேலைக்கிப்போ!"

திடிர்ரென தாஸின் குரல் உரத்துக்கேட்டது.

"சவரி! டேய்! என்னை குறிஞ்சி பார்க்க கூட்டிப்போடா! குறிஞ்சி பாக்கணுூண்டா!"

"என்னது குறிஞ்சியா? என்னாப்பா இது?"

“குறிஞ்சி கப்பல் மெட்ராஸ் ஹார்பருக்கு வந்திருக்குதாமில்ல? தோ பேப்பர்ல போட்ருக்கானே! கடைசி தடவையாமேடா! இத்தோட அத்த குஜராத்துக்கு எட்த்துப் போய் ரிடயர் பண்ணிடறாங்களாம்! ஓடச்சிப் போடப் போறாங்களாம்! எனுக்கு குறிஞ்சி பாக்கணுண்டா! அன்னிக்கும் குறிஞ்சிதான்! அன்னிக்கு ஹார்பருல....!”

“அப்பா! மறுபடி குறிஞ்சியா? தல வலின்னு நேத்தெல்லாம் பொலம்பின இல்ல? வீட்டோட ரெஸ்ட் எடுத்துக்கப்பா.!”

“டேய் இந்த ஒரு தடவ அந்தக்கப்பல பாக்கணும்டா! அன்னிக்கு.. அன்னிக்கு...!”

“அதான் எல்லாம் முடிஞ்சி போச்சேப்பா! பணம் காசு வசதி மதிப்பு மரியாத எல்லாம் போச்சே! தினத்துக்கும் பேசறியே போதாதா! நேர்ல வேற போய்ப் பார்க்கணுமா?”

“சவரி! டேய்! இந்தாம்மா ராகினி! நீயானு சொல்லும்மா! ஒரு தடவ கூட்டிப்போடா! நாளைக்கு ஒரு தடவ?”

“நாளைக்கு எனுக்கு வேல இருக்குப்பா! காசு சம்பாரிக்க வாணாவா? ராகினி நீ வேணா கூட்டிப் போறியா? இப்படிக் கெஞ்சறாரே?”

“இல்லைய்யா! என்னைய எண்ணூர் சப் ஸ்டேஷன்ல காஷுவல் லேபருக்கு கூப்ட்டாரு ஏழுமலை மேஸ்திரி. நா போனா ஒரு நாளைக்கு எம்பது ரூவா கெடைக்கும்! நீ வேணா நாளைக்கு கூட்டிப்போய்ட்டு வா. ஏதோ வயசானவரு ஆசைப்படறாரு!”

“சரி சரி! அப்பா! கூட்டுப்போறேன்! நாளைக்கு காலையில நாஷ்டா பண்ணிட்டு கெளம்பிடலாம். ராகினி! நா இப்ப கடைக்கிப் போறேன்! மதியம் வந்துர்ரேன்! நீ அப்புறமா போய் ஏழுமலை மேஸ்திரியைப் பாரு!

“மாமா! நா இதோ குளிச்சிட்டு கெளம்பறேன்! சோறு டேபிள் மேல வெச்சிட்டுப்போறேன்! எடுத்து சாப்பிடுங்க, என்ன?

தாஸ், ராகினி பேசியதைக் கவனிக்கவே இல்லை. அவர் முகத்தில் சந்தோஷம்! குறிஞ்சி! குறிஞ்சி என்று தனக்குள் சொல்லிக்கொண்டே கண்களை மூடிக்கொண்டு பழைய நினைவுகளில் ஆழ்ந்தார்.

ஃபிப்ரவரி 5, 1969 காலை 9 மணி
எஸ் எஸ் குறிஞ்சி

எஸ் எஸ் குறிஞ்சி என்னும் அந்தக் கப்பல் தன் கடைசிப் பயணத்தை முடித்துக்கொண்டு இரண்டு நாட்களுக்கு முன் மெட்ராஸ் ஹார்பரை வந்தடைந்து விட்டது. எத்தனையோ புயல், அலையின் பேயாட்டம் சுழிக்காற்று பார்த்துவிட்ட அந்தக் கப்பல் இருபத்தைந்து வருஷ ஓட்டத்திற்குப் பிறகு இனி அது கடலில் ஓட லாயக்கற்றது என்று கருதப்பட்டு உடைக்கப்படப் போகிறது. அலங் என்னும் கப்பல் உடைதளம் குஜராத்தில் இருக்கிறது. அங்கே கொண்டு செல்வதற்கு முன் கப்பல் முழுமையாக நிபுணர்களால் ஆய்வு செய்யப்பட வேண்டும். ஆய்வு செய்து சர்ட்டிஃபிகேட் வாங்கிய பின்னர் தான் அதை உடைதளத்திற்கு கொண்டு போக முடியும். டெல்லியில் இருக்கும் கப்பல் ஆய்வு நிபுணர்கள் குழு ஒன்று துறைமுகத்திற்கு வந்து எஸ் எஸ் குறிஞ்சியின் மீது ஏறி ஆய்வைத் தொடங்கியிருந்தனர்.

"ஆச்சு எனக்கு முப்பது வருஷம்! இருந்தாலும் கண்டெம் பண்ணப்போற கப்பல் இன்ஸ்பெக்ஷன் ஈஸ் ஆல்வேஸ் இமோஷனல்! கப்பலுக்குக்கூட மனசு இருக்குமோன்னு எனக்கு டவுட் உண்டு!"

"ஓ கபூர்! மனசு உனக்குத்தான் இருக்கு! கப்பலுக்கு இல்ல!"

“இல்லை அருண்! ஐ அக்ரீ வித் கபூர்! எனக்குமே கொஞ்சம் டிஸ்டர்ப் ஆயிடுது இந்த மாதிரி டெர்மினல் இன்ஸ்பெக்‌ஷன்!”

“ச்சோடு தோ யார்! யேஹ் ஹமாரா காம்! கர்நாயி படேகா! இன்னிக்கு ஈவினிங் ஃப்ளைட் பிடிச்சுடலாமா? டிஃபென்ஸ் மினிஸ்ட்ரி மே மீட்டிங் ஹை, கல்!”

“கொயி சான்ஸ் நஹி வர்மா சாப்! யாத் நஹி ஹை க்யா? சி எம் செத்துப்போய் மூணு நாளு கூட ஆவலை. எல்லா ஃப்ளைட்டும் ஃபுல்லாப் போகுதாம்! பொலிடிக்கல் கிரைஸிஸ் வருமான்னு டெல்லி யோசிக்கறாங்க!”

“என்ன ஆகும் டமில் நாடுல அருண்! அடுத்த சி எம் யாரு? நெடுஞ்செழியனா?”

“அதெல்லாம் ஒரு கியாரண்டியும் இல்லை. எனக்கென்னமோ பி டபிள்யூ டி மந்திரி ரேஸுக்கு வருவாருன்னு தோணுது! அவரப்பத்தி கேள்விப்பட்டிருக்கேன்!”

“கரெக்ட்! அவினாஷ் இங்க அவர் கிட்ட டெபுடி செக்ரட்டரியா சர்வ் பண்ணியிருக்கானே! அவன் சொல்றான் அந்த மனிதர் படு ஷ்ரூடாம்!”

“ஆமா அந்த சினிமா ஆக்டர் எம் ஜி ஆர் இருக்காரே! அவருக்கு சான்ஸ் எப்படி அருண்?”

“நோ நோ! அவர் முன்ன வரமாட்டார். யாரையாவது சப்போர்ட் பண்ணுவார். அவ்வளவுதான்! மோஸ்ட்லி, பி டபிள்யூ டி மந்திரியத்தான் சப்போர்ட் பண்ணுவார்னு உள் வட்டச்செய்தி சொல்லுது!”

“ஓகே பாய்ஸ்! நாமல்லாம் டில்லி ஆசாமிகள்! நமக்கெதுக்கு ஸ்டேட் பாலிடிக்ஸ்! வேலைய முடிச்சுட்டு முதல்ல கெஸ்ட் ஹவுஸ் போய் பீர் அடிக்கணும்! அருண்! ஃபிப்ரவரிலேயே என்ன வெய்யில்யா உங்க ஊர்ல!”

மீண்டும் அவரவர்கள் தத்தம் நிபுணத்துவத்துக்கேற்ப கப்பலின் வெவ்வேறு தளங்களுக்குச் சென்று ஆய்வைத்தொடர்ந்தார்கள். கூடவே உதவியாளர்கள் நோட்டுப் புத்தகங்களுடனும் மெஷர்மெண்ட் டேப்புகளுடனும் சுறுசுறுப்பானார்கள்.

ஃபிப்ரவரி 5, 1969 காலை 10 மணி
கண்ணம்மா, விறகுக்கடை சண்முகம்

அன்று காலை கண்ணம்மா சீக்கிரமே எழுந்து சமையலை முடித்துக் குளித்தாள்.

“இன்னாம்மா! இலோ சுருக்கா கௌம்பிட்டே?”

“ஆமாண்டா கண்ணு! மல்லாட்ட முதலாளி வரச் சொன்னாரு! வாங்குன கடனக் கேக்காம இருக்கணும்னு சாமிய வேண்டிக்கினு போறேன்!”

“எவ்ளோம்மா கடன திருப்பித் தரணும்! நாந்தான் சம்பாதிக்கிறேனே! தந்துடலாம்!”

“வேண்டாம் கண்ணூ! நீ இடுப்பொடிய உக்காந்து டைப் அடிச்சு வேல செய்யிற காசு. ஜாகிரதையா வெச்சுக்க. உனுக்கு வர பொண்டாட்டிக்கி எதுனா பண்ணிப்போடு. அம்மா வாங்கின கடன அம்மாவே கட்டிடறேன்!”

“அட என்னம்மா! எனுக்காகத்தானேம்மா கடன் வாங்கியிருக்கே?”

“அதனால என்ன? புள்ளைக்கி செய்யாத வேற யாருடா இருக்கா எனக்கு! சரி, லேட்டாவுது! நீ சப்பிட்டு வீட்ட பூட்டிக்கினு கௌம்பு! சாவிய அடுத்த வூட்ல குட்த்துட்டு போயிரு!

கண்ணம்மா கிளம்பி மெதுவாக நடந்து ரிசர்வ் பாங்க் பக்கமாக வந்து சுத்தி லா காலேஜ் வரை போய் சால்ட் கோட்டேர்ஸுக்கு பஸ் பிடித்தாள். பேசின் பிரிட்ஜ் ஸ்டாப்பில் இறங்கினாள். ஆஃபீஸ் போகும் கூட்டம் அதிகமில்லாவிட்டாலும் ஓரளவுக்கு இருந்தது. சென்னைக்கு லேட்டாக வரும் ஏதோ ஒரு டிரெயின் ஆடி ஆடி பேஸின் பிரிட்ஜ் ஸ்டேஷனுக்குள் நுழைந்து ஆயாசத்துடன் சகல இரும்பு உதிரிப் பாகங்களும் சப்தமிட நின்றது. கண்ணம்மா ஸ்டேஷன் சுவரோரம் நடந்து அந்தச் சந்தை நெருங்கி முனையிலிருந்து பார்த்தாள். வெறகுக்கடை திறந்து விட்டிருந்தான். மெல்ல நடந்து கடைக்குள் போனாள். அன்று போலவே சின்னப்பையன் பெரிய தராசில் சுள்ளிகளை எடை போட்டுக்கொண்டிருக்க ஒரு கிழவி நின்று பார்த்துக்கொண்டிருந்தாள்.

“பாத்து போடு தம்பி! போன தபா எல்லா சுள்ளியும் ஈரச்சுள்ளி! ஊதி ஊதி என்னெஞ்சே கழண்டுடிச்சி!”

“வர்ர சுள்ளிங்களை தரேம்மா! நாங்களா ஈரம் பண்ணியா போடுறம்?”

“ஓ நீங்களா! மொலாளி இன்னம் வரலியே?”

“எப்ப வருவாரு?’

“வர்ர நேரந்தான்! உங்கள வரச்சொல்லியிருந்தாரா?”

“ஆமாம்!”

“அப்படி உள்ளுக்கா போய் குந்திக்குங்க!”

கண்ணம்மா கடைக்குள் போய் இரும்பு மடக்கு நாற்காலியில் உட்கார்ந்துகொண்டாள். அந்தப்பெண் போனவுடன் இன்னொரு ஆசாமி வந்து விறகு வாங்கிக்கொண்டு போனான். இன்னொரு பெண் வந்து கரி கேட்டாள். கண்ணம்மாவுக்கு படபடப்பு ஏறிக்கொண்டே இருந்தது. அஞ்சு லட்ச ரூபாய் பணத்தை ஜாக்கிரதையா கொண்டு போய் அபூபக்கரிடம் சேர்க்கும் வரையில் நிம்மதி இருக்காது.

“இன்னிக்கு பாய் கப்பல் ஏறுவார் போல. நா பையைக் கொடுத்ததும் பத்தாயிர ரூபாயக் குடுத்துடுவாரா? வீட்ல எங்க மறைச்சு வெக்கிறது? சகாதேவன் கேட்டா என்ன சொல்றது? உண்மையச் சொல்லிடணும்! என்னதான் விக்கிறாங்க ஜிப்

பையில! இத்தினி காசு தர்ரானுங்களே?"

கண்ணம்மாவின் எண்ண ஓட்டம் கலையும்படி சப்தம். சண்முகம் வந்துவிட்டான்.

"கரிக்டா வண்ட்டீங்களே?'

"இல்லேன்னா பெனாங்கு பாய் வுடுவாரா? கறாரா சொல்லியனுப்பியிருக்காரு!"

அது சரி! வாங்கம்மா உள்ர வாங்க!"

சண்முகம் அந்த இருட்டு அறைக்கு போனான். பட்டென்று குண்டு பல்பு எரிந்த பிறகு தான் கண்ணம்மா உள்ளே போனாள். சண்முகம் அங்கிருந்த ஸ்டூல் மீது ஏறி பரணையிலிருந்த ஒரு சாக்குப் பையை எடுத்தான். அதிலிருந்து ஜிப் பையை வெளியே எடுத்து கண்ணம்மாவிடம் கொடுத்தான்.

"சீக்கிரம் கௌம்புங்கம்மா!"

"இல்லீங்க பாய் எண்ணிப்பார்த்து எடுத்து வரச்சொன்னாரு!"

"உஷாரானா ஆளுதாம்மா நீங்க! த பாருங்க! நூறு ரூவா கட்டு. ஒரு கட்டுல நூறு நூறு ரூபா இருக்கு. எவ்வளவு ஆச்சு? பத்தாயிரம் ரூவா! மொத்தம் கட்டுங்களை எண்ணிக்கோ. அம்பது கட்டு இருக்கா? சரியா ஆச்சா, அஞ்சு லச்சம்?"

கண்ணம்மா நிதானமாக ஐம்பது கட்டுக்களை எண்ணி முடித்தாள். ஜிப் பைக்குள் அடுக்கினாள். ஜிப்பை இழுத்துப் போட்டாள். பையை எடுத்து இறுக்கிக் கொண்டாள்.

"ஜாக்கிரதையாப் போங்கம்மா!"

கண்னம்மா நடந்தாள். ஸ்டேஷன் ரோடு வழியே பஸ் ஸ்டாப்பைக் கடந்து போனாள். சற்றுத் தொலைவில் ஒரு சைக்கிள் ரிக்ஷக்காரன் உட்கார்ந்து பீடி பிடித்துக்கொண்டிருந்தான்.

"சவாரி வருமா?"

"எங்கம்மா போணும்?"

ஆர்பர் கேட்டாண்ட போணும்ப்பா!"

"அம்மாந்தொலைவா? சரி ஏழு ரூவா குடுப்பியா?"

“யோவ்! பஸ்ஸுல நாப்பது பைசா டிக்கிட்டுய்யா?”

“அப்ப பஸ்ஸுலயே போ!”

“நாலு ரூவா தர்ரென்! அவசரத்துக்குத்தானே சவாரி கேட்கறாங்க?”

“அஞ்சு ரூவா கொடுத்துடு தாயே!வா குந்து!”

“கப்பல்ல எந்த ஊருக்கு போறம்மா?”

“ஆமாய்யா போறாங்க கப்பலுல! பொழப்புக்கு வழி இல்ல, கப்பலாம் கப்பலு!”

“அட இன்னாம்மா! கப்பலுல போய் மலேயா ரங்கூனெல்லாம் போய் சம்பாதிக்கறாங்களே நம்ம ஆளுங்க?”

“சரி நீ பேசாம வண்டிய ஓட்டு! எனுக்கு தலைவலியா இருக்கு!”

“வழியில டீ சாப்பிடறியா? எனக்கு தெரிஞ்ச மலையாளத்துகாரவரு கடை இருக்கு! எனுக்கும் ஒரு டீ வாங்கிக் கொடேன்!”

“யோவ்! பேசாம போய்யா!”

கண்ணம்மா ஹார்பர் கேட் வாசலுக்கு சற்றுத் தள்ளியே தருமன் கண்ணில் படாமல் இறங்கி காசைக் கொடுத்தாள். ஜிப் பையை இறுக்கிக்கொண்டு ஹார்பர் கேட்டை நோக்கி நடந்தாள்.

மணி அப்போது பன்னிரெண்டு அடித்து ஏழு நிமிடம் ஆகியிருந்தது.

ஃபிப்ரவரி 5 1969 மதியம் 12 மணி

தருமன், சவரி, தாஸ்

மெட்ராஸ் ஹார்பரின் வாசல். மணி பன்னிரெண்டு தாண்டி இருபது நிமிடம். அதிக நடமாட்டம் இல்லை. செக்யூரிட்டி கேட்டில் அன்றைய ட்யூட்டியில் இருக்கும் தருமன். ரெஜிஸ்தரில் ஏதோ எழுதிக்கொண்டிருந்தான். வேர்க்க விறுவிறுக்க கண்ணம்மா நடந்து வந்தாள். ஒரு கையில் கூடை இன்னொரு கையில் இறுக்கப் பிடித்தபடி ஜிப் வைத்த பை. வந்தவுடன் சுற்றுமுற்றும் பார்த்துவிட்டு கொஞ்சம் ஆசுவாசப்படுத்திக்கொண்டாள். ஹார்பரிலிருந்து போய் வந்த வண்ணமிருக்கும் ஆசாமிகளில் ஒருவன் கண்ணம்மாவிடம் வந்து ஒரு அட்டைப்பெட்டியில் பொருளைக் கொடுத்தான்..

“என்ன கண்ணம்மா! இவ்ளோ லேட்டா வர்ர? எம்மாம் நேரமா காத்துக்கினு இருக்கேன் தெரியுமா?”

“யோவ்! நா என்ன நீ வேலைக்கி வெச்சா ஆளா? இல்ல ஒன்ன மாரி வெளி நாட்டு பொருள வித்தா சம்பாரிக்கிறேன். நாலு எடம் போய் நாலு பேராண்ட கடல வித்தாத்தான் வூட்டுல அடுப்பெரியும்ப்பா எனுக்கு!

“த பாருய்யா! சும்மா டூப் வுடாத கண்ணம்மா! எங்கள மாரி ஆளுங்க கிட்டேர்ந்து ஃபாரின் சாமானெல்லாம் கொண்டு போய் பர்மா பஜார்ல வித்தே நீ பணக்காரியாய்ட்டேன்றாங்க!”

“அட சும்மாருய்யா! வாய வெச்சுக்கினு! இன்னாத்த லாபம் வருதுன்ற? கொண்டு வர்ரவனுங்க இந்த வெலைன்னுடறீங்க. அங்க கடைக்காரன் கறார பேசறான். வாங்க வர்ரவனுங்க இவ்ளோ தான் மதிப்புன்னு வெவரமாயிட்டானுங்க. உங்களுக்கெல்லாம் போக எனுக்கு என்னாத்த மீதி நிக்குது! வேர்க்கடலதாம்ப்பா சோறு போடுது! சரி எட்டணாக்கு கடல வாங்கிக்கியேன்?

“இல்ல கண்ணம்மா வவுறே ரெண்டு நாளா சரியில்ல. தண்ணியாப்போவுது! சரி, இத்த வித்துக்கொடு!”

“த பாருய்யா இப்பல்லாம் இந்த மாரி வேல நா பண்றதில்ல! வேறு யார்னா ஆளப்பாத்து குடு! என்னைய விட்டுடு!”

“என்ன கண்ணம்மா! உன்னைய நம்பித்தானே அந்த சிங்கப்பூர் ஆள்ட்ட வாங்கியிருக்கேன்! நீ இன்னாடான்னா...?”

“த பாரு! என்னால முடியாது. நீ ஒண்ணு செய்யி! பர்மா பசார்ல பதிமூணாம் நம்பர் கடைக்கி போய் நா சொன்னென்னு சொல்லு. நெல்ல வெல குட்த்து வாங்கிக்குவான்!”

“சரி இத்தையாவது சொன்னியே! நாலு காசு சேர்ந்தவுடனே பேச்சுல எப்படி கெத்து காட்ற பாத்தியா?”

“அடப்போய்யா! எனுக்கு நாலு காசு சேர்ந்துடுச்சின்னு தந்தி பேப்பர்ல போட்டாங்க இவுரு பட்ச்சுட்டு வண்ட்டாரு! போ போ வேலையப்பாரு!”

அப்போது டிரேயில் ஏழெட்டு கிளாசுடன் டீ கொடுக்கும் பையன் வருகிறான்..

“வாய்யா இளம்பரிதி! இன்னா பேருய்யா! ஒரு டீ குடுய்யா! என்னா வெய்யிலு மாசி மாசத்துலயே!”

“கண்ணம்மா! பழைய பாக்கி தரல்லேன்னா டீ கெடையாதுன்னுட்டாரு முதலாளி! பழைய பாக்கியை எடு, டீய வாங்கிக்க!”

“என்ன தம்பி நீ கூடவா? ரெண்டு நாளா வேர்க்கடல போணியே ஆவலைப்பா! உனுக்குத்தெரியாதா?

“என்னம்மா சொல்றே? பீச்சுல அம்மாம் ஜனம் வந்துக்குது அண்ணாவோட ஊர்வலத்துக்கு! இந்நேரத்துக்கு பத்து கூடை வித்திருக்கணுமே நீயி?”

“அட நீ வேற! வர்ரவனுங்க துக்கத்துலக்குறாங்க. பசிக்குதும்மா அண்ணா போன சேதி கேட்டு ஊர்லேர்ந்து அப்டியே ஓட்யாரேன். சோறு கூட துன்னல. ஒரு பொட்டலம் கடலை குடும்மான்னு கேட்டு காசு குடுக்காம போய்டறாங்கப்பா! துக்கத்துல எங்க காசு கேக்கறது! அல்லாம் நஷ்டம்ப்பா!”

செக்யூரிடி தருமன் எழுதுவதிலிருந்து நிமிர்ந்து பார்த்துக் கத்தினான்.

“யோவ்! பரிதி! எவ்வளவு லேட்டா வர்ரே? இங்க வெயில்ல காஞ்சுக்கினு இருக்கேன்! கொண்டாய்யா டீய சீக்கிரம்!”

“தர்மன் சார்! தோ வண்ட்டேங்க! இந்தாங்க சூடா இருக்கு! ரெண்டு நாளா எதுமே சரியா நடக்கலீங்க! எங்க முதலாளி ஒடஞ்சி போய்ட்டாரு! அண்ணா போனது கையே ஒடிஞ்சா மாரின்னாரு!”

தருமன் அருகில் வந்து டீயை வாங்கி உறிஞ்சிக்கொண்டே சொன்னான்.

“அட ஆமாம்ப்பா! இப்படி சீக்கிரமா நம்ம விட்டுப் போய்டுவாருன்னு எதிரே பாக்கல. ரெண்டு வருஷம் முழுசா ஆவல முதலமைச்சராகி. ஏதோ கான்சர் நோயின்னாங்க!”

“எங்க குப்பத்து ஜனங்க அல்லாரும் அண்ணா கட்சிக்குதான் ஓட்டுப் போட்டம். இந்த ஹார்பர் ஏரியாவுல தி மு க சும்மா அடிச்சி ஜெயிச்சாங்க தெரியுமில்ல? நல்லவரு! இப்படி சாமி கொண்டு போயிட்ச்சே!”

“நாங்களும் தி மு க தான், தெரியுமில்ல?”

“நேத்து அவரு சவ ஊர்வலத்துல என்னா ஜனம்ன்ற! அலை அலையா மோதிக்கினு கூட்டம். பொம்பளைங்க கொயந்தீங்க! ஒரே அழுகை சத்தம். தோ இங்கித்து வரைக்கும் கேட்டுதுன்னா பாரேன்! ஆமா அடுத்து யாரு வருவாங்க முதலமைச்சரா? இன்னா பரிதி! உங்க மொதலாளி என்ன சொல்றாரு?”

“நெடுஞ்செழியன் தானே வரணும்! அவுருதானே சீனியர்?”

“அதெல்லாம் அசால்ட்டா சொல்லிட முடியாதுப்பா! இது பால்டிக்ஸ்! என்ன வேணா நடக்கும்! ரெண்டு வருஷம் மிந்தி

காங்கிரஸ் தோக்கும்னு யார்னா நெனச்சுப் பார்த்தாங்களா?”

சற்றுத்தொலைவில் சன்னமாக லவுட் ஸ்பீக்கரில் “நாங்க புதுசாக்கட்டிக்கிட்ட ஜோடிதானுங்க பாடல் ஒலித்தது.

“ஏன் எம்ஜிஆர் வரக்கூடாதா? வாத்தியார் முதலமைச்சரானா ஷோக்கா இருக்கும்ப்பா! இன்னா சேப்பு தெரியுமா அவுரு! வெள்ளக்காரன் கெட்டான்!”

“ஆகா! அவுரு வந்தா பொம்பளைங்க எல்லாம் சந்தோஷப்படுவோம், தெரியுமா? நெல்ல மனிசன்!”

“ச்சேச்சே எம் ஜிஆரல்லாம் வர வுட மாட்டாங்க! அவுரு சினிமா ஆளாச்சே!”

“ஏன் சினிமா ஆள்னா கொறச்சலா! அவுருதாம்ப்பா வரணும். நாட்டுல ஒரு கெட்டது நடக்க வுட மாட்டாரு! எங்க வூட்டுப்புள்ளையில நம்பியார சவுக்கால என்னா வீறு வீறராரு பாத்தீல்ல! ஏழைங்களுக்கு எம்மாம் ஒதவி பண்றாரு!”

“யோவ்! அதெல்லாம் சினிமா நடிப்புய்யா! நீ தில்லானா மோகனாம்பள் படம் பார்த்தியா? என்னா பாட்டு என்னா நடிப்பு! உங்க எம் ஜி ஆரால அந்த மாதிரி நடிக்க முடியுமா?”

“பத்மினி என்னா அழகுன்ற!”

“இன்னா நடிப்பு! சொம்மா அழுதுக்கினு! இதே எம் ஜி ஆரா இருந்தா பத்மினியோட அம்மாவ பொடனியில ஒரு அடி போட்டு பத்மினியக் கூட்டிக்கினு போய் கல்லாணம் கட்டியிருப்பாரு!”

“அடப்போடா! ரசனை கெட்டவனே! இப்ப என்ன, எம் ஜி ஆரு மந்திரி ஆவாருன்றயா?”

“நீ வேணாப்பாரு! அவுரு நெஜம்மாலுமே நெல்லவரு! அவுரு ஒரு நா அமைச்சராவாரு நாஞ்சொல்றேன் பாரு!”

“ஆமா நீ பெரிய நாடி ஜோஸ்யன்! போடா போய் இன்னம் நாலு பேருக்கு டீயக்கொடுரா!”

அப்போது அங்கு ஒரு முப்பது வயது ஆசாமி. அழுக்கான உடை தாடி. முகத்தில் ஒரு அசட்டுக்களை. தலையைச் சொறிந்துகொண்டே நடந்து போனான். போகும்போது “ங்கப்பாம்மா ஊருக்குப் போய்ட்டாங்க! ங்கப்பாம்மா ஊருக்குப்

போய்ட்டாங்க! என்று புலம்பலாக கொஞ்சம் பயம் கலந்த பார்வையோடு முணுமுணுத்துக்கொண்டே போனான்.

“ந்தாப்பா! இங்க எங்க வந்தே? காண்டிராக்டு வேலையெல்லாம் உள்ள தான்! கேட்டுக்கு வரக்கூடாது! போ உள்ள போ!”

தருமன் விரட்ட அந்த ஆசாமி மீண்டும் முணுமுணுப்பாக “ங்கப்பாம்மா ஊருக்குப் போய்ட்டாங்க! ”ங்கப்பாம்மா ஊருக்குப் போய்ட்டாங்க!” என்று சொல்லிக்கொண்டே பயந்தபடி ஹார்பருக்கு உள்ளே போய்விட்டான்.

“நா இங்க வந்ததுலேர்ந்து பாக்கறேன்! இதே பொலம்பல் தவிர வேறொண்ணும் பேச மாட்டாரு! நா கூட ரெண்டு மூணு தடவ பேரக் கேட்டுப் பார்த்துட்டேன். ங்கப்பாம்மா ஊருக்குப் போய்ட்டாங்க! ங்கப்பாம்மா ஊருக்குப்போய்ட்டாங்க!ன்னு அதே பாட்டுதான்! என்னதான் ஆச்சு? உங்களுக்கு எதுனா தெரியுமா தர்மா சார்?

“பாவம்ப்பா! நா இங்க போஸ்டிங் ஆன நாள்லேர்ந்து இந்தாளைப் பாக்கறேன். இப்படியேதான்! வேறொரு வார்த்தையும் வாயிலேர்ந்து வராது! சொல்ற வேலையெல்லாம் செய்வாரு! கூலி வாங்கிக்குவாரு! துட்டு எண்ணக்கூட தெரியாது. தேவராஜ முதலி இல்ல அவுருதான் சாப்பாடு போட்டு துணி மணி வாங்கிக்குடுக்கறாரு! உள்ளவே மெடிக்கல் செண்டர்ல தங்கிப்பாரு! உள்றயே படுத்து தூங்குவாரு. மேலதிகாரிங்கள்லாம் ஒண்ணும் சொல்ல மாட்டங்க! பாவப்பட்ட ஜென்மம் ஏதோ!”

“அடேடே! ரொம்பப் பாவம்! அன்னிக்கி ஏதோ முரண்டு பிடிச்சாப்ல. கன்சாமி மேஸ்திரில்ல அவரு அட்ச்சுட்டாரு. ஓரே அழுவ. நாந்தான் கூட்டு கடலை குடுத்து சமாதானப்படுத்தினேன். என்ன பொறப்போ போ!”

“சரி சரி போ பரிதி போ! சீக்கிரம் போய் மிச்சவுங்களுக்கு டீ குடு. உனக்கும் எனக்கும் பாவம் பாக்க ஆள் கெடையாது! கண்ணம்மா! நீ யாவாரத்தக்கவனி! நமக்கெதுக்கு பால்டிக்சும் ஊர் சமாச்சாரமும்! வேலயப்பாப்பம்! மாசம் பொறந்தா சம்பளம் கெடைக்கத்தாவல?”

டீ பையன், “நான் ஆணையிட்டால் அது நடந்துவிட்டால்” என்று பாடிக்கொண்டே நகர, தருமன் சிரித்தவாறே ஸ்டூலில்

உட்கார்ந்து கொண்டான். கண்ணம்மா மறுபடி ஓரத்தில் உட்கார்ந்துகொண்டு "வறுத்தடலை" என்று கூவினாலும் கண்கள் ஆவலுடன் அபூபக்கரின் வருகைக்காக கேட்டையே பார்த்துக்கொண்டிருந்தாள்.

அப்போது ஒரு சைக்கிள் ரிக்ஷா வந்து நிற்க, அதிலிருந்து வயசானவரும் ஒரு முப்பது வயசுக்காரனும் இறங்கி கேட்டில் நிற்கும் தருமனைப் பார்த்து வந்தார்கள்.

அப்போது மணி இரண்டை நெருங்கிக்கொண்டிருந்தது.

பார்த்து வாங்கப்பா!

தாஸின் நடை தளராமல் நிமிந்து இருக்க விறைப்போடு சவரியின் கையைப் பிடித்துக்கொண்டு நடந்தார்.

"அடப்போடா சவரி! இந்த எடத்தப் பத்தி எனக்குச்சொல்றியா? இங்கவே பல வருஷம் குப்பை கொட்டினவண்டா நானு!"

"அது சரி! இன்னிக்கு பார்த்து வரணுமான்னு கேட்டேன். அண்ணா சாவுக்கு ஊர்லேர்ந்து வந்த ஜனமெல்லாம் இன்னும் திரும்பிக்கூட போவல. அதுக்குள்ள என்ன உனுக்கு அவசரம்? நீ வேல பார்த்த எடத்துக்கு போவணும்னு? வந்து என்ன பண்ணப்போற இங்க!

"இப்ப வராத பின்ன எப்ப வர்ரதாம்! பேப்பர்ல காமிச்சேனில்ல? குறிஞ்சி கப்பலுக்கு இதான் லாஸ்ட் வாயேஜுன்னு போட்றுக்கான். இங்கிருந்து நேரா குஜராத்துக்குப்போய் ப்ரேக் பண்ணப் போறாங்க! எனக்கு அத்தப் பாக்கணுண்டா! அந்த சூப்பிரண்டு என்னால பணம் பண்ணினான். ஆனா கட்ச்சீல என்னைய மாட்டி விட்டுட்டான்!"

"எத்தினி தபா இதே கதையச் சொல்லுவே! வழியெல்லாம் என்னா ஜனம் பார்த்தியா! இந்தக் கூட்டத்துல போவணுமான்னு கேட்டேன்! இப்ப பாரு! உள்ளவே விட மாட்டாங்க போலருக்கே!"

"கூட்டத்துக்கெல்லாம் பயந்தா ஆவுமா? நான் யாரு? எப்பேர்ப்பட்ட போலீஸ்காரன் தெரியுமா?"

"மறுபடி ஆரமிச்சுட்டியாப்பா ? எவ்ளோ தடவைதான் சொல்லுவே உன்னோட ஒரே கதய!"

"உன்ன மாரி இந்தக் காலப் பசங்களுக்கு தைரியம்னா என்னன்னே தெரியலியேடா. கூட்டம்னு பயந்து சாவறீங்களே! நா இங்கித்து போலீஸ் இல்ல. பிரிட்டிஷ் அரசாங்க போலீஸ், தெரியுமில்ல!"

தருமன் அவர்களை கேட்டிலேயே நிறுத்தினான்.

"ஆருய்யா நீங்க? இங்க எங்க வந்தீங்க? இது வேடிக்கை பாக்கற எடம் இல்ல! மெட்ராஸ் ஹார்பரு, தெரியுமா?"

"உம்பேர் என்னடா?"

"என்னது என்னடாவா? தாத்தா வயசாச்சேன்னு பாக்கறேன்! எடுத்தவுடனேயே அடா புடான்றீங்க?"

"மன்னிச்சுடுங்க! அப்பா அந்தக்கால போலீஸ்காரவுக. அதான் ஆரையும் எடுத்தெறிஞ்சு பேசிப்புடுவாங்க. பெருசா எடுத்துக்காதீங்க! அப்பா! சும்மா இருக்க மாட்டியா நீயி?"

"அடச்சே! நீ சும்மா இர்ரா! இந்தாடா! நா யாரு தெரியுமில்ல? இதே ஹார்பர்ல தொள்ளாயிரத்து நாப்பத்தி ரெண்டுல செக்யூரிட்டி ஆஃபீசர்! உனக்கெல்லாம் சீனியர்!"

தருமன் கொஞ்சம் தணிந்து பேசினான்.

"ஆரு நீங்களா? சுதந்திரத்துக்கு மின்னாலயா? அட! இங்க ஹார்பருல இருந்தீங்களா?"

"இப்பவும் உள்ள போய் ரிகார்ட் ரூம்புல பாரு! தாஸ் இன்ஸ்பெக்டர்ன்னு இருக்கும்! தொள்ளாயிரத்து நாப்பத்தி மூணுலதான் என்ன இங்கேர்ந்து தூக்குனாங்க! முப்பத்தி நாலுலேர்ந்து நாப்பத்தி மூணு வரைக்கும் இங்கதான் எனக்கு ட்யூட்டி! செகண்ட் வோர்ல்ட் வார் கப்பல்லாம் வரும்! ஒரு பொட்டு லைட் கூட இல்லாம ராப்பூரா ரோந்து பாத்திருக்கன். என்னல்லாம் நடந்திருக்கு தெரியுமா?"

"அதெல்லாஞ்சரி இப்ப எதுக்கு வந்திருக்கீங்க? எதுனா பென்ஷன் மாட்டரா? அதெல்லாம் கோட்டைக்கு போயாச்சு! அங்க போய் கேளுங்க!"

"பென்ஷன் இல்லீங்க! நாங்க இங்க எண்ணூர் நெட்டுக்குப்பத்துல இருக்கம். அப்பா பொலம்பிக்கினே இருப்பாரு. ஹார்பருக்கு கூட்டிப்போ. நா வேல செஞ்ச எடத்த ஒரு தபா பாக்கணும்னு.

ரெண்டு வருஷமா புலம்பிக்கினே இருந்தாரு. இப்ப குறிஞ்சின்னு கப்பல் வந்திருக்காமே? அத்த கடசீ தடவையா பாத்துறமின்னு.....!"

தாஸ் இப்போது பரவசத்துடன் ஹார்பரைப் பார்த்துக் கொண்டிருந்தார்.

"கொஞ்சம் உள்ள வுட்டீங்கன்னா, இவுர அழச்சிட்டுப்போய் அவுரு இருந்த எடமெல்லாம் காட்டிட்டு உடனே திரும்பிடறோம். குறிஞ்சி கப்பல் வந்திருக்காமில்ல! இத்தோட கப்பல ஒடைச்சுடுவாங்களாமே! அத்தைப் பாக்கணும்னு துடிக்கிறாரு! அரைமணிக்குள்ள வந்துடறோம்!"

"ரொம்பக் கஷ்டம்ப்பா! உள்ளல்லாம் வுட முடியாதுப்பா! இன்னிக்குன்னு பார்த்து பெரிய ஆஃபீசருங்க டெல்லிலேர்ந்து வந்திருக்காங்க! உன்னொரு நாளைக்கி வாங்க!"

"எங்கப்பாருக்கு முடியலீங்க! இன்னமே எங்க வர்ரது? கொஞ்சம் பெர்ய மனசு பண்ணுங்க! அப்படியே ஓரமா கூட்டிக்கினு போய்ட்டு கமுக்கமா வந்துர்ரம்! ஒரு தொந்திரவும் வராம நா பாத்துக்கறேனுங்க!"

"என்னப்பா இப்படி கெஞ்சறே? பெரியவரோட நெலமையப் பார்த்தாலும் பாவமாத்தான் இருக்கு. சரி சரி நீங்களும் இப்படி நெழலா குந்துங்க. இன்னம் அரை அவருல ஆஃபீசருங்க கௌம்பிடுவாங்க. அப்புறமா நானே அழச்சிட்டுப் போறேன். வாங்க, இப்படி உட்காருங்க!

"எட்றா அந்த ஸ்டூல! ஒரு நல்ல சேர் இல்லியா? என்னடா வேல செய்யறீங்க! இதே வில்லியம்ஸ் இருந்தப்போ...!"

"அப்பா சும்மாரு! (தருமனிடம்) மன்னிச்சுக்கோங்கய்யா!"

"தாத்தாவுக்கு பந்தாவெல்லாம் கொறச்சலே இல்ல போல! தாத்தா இந்த ஸ்டூல்ல உட்காருங்க! ந்தாங்க கடல! ரெண்டணா குடுங்க!

"தாத்தா! குடிக்கத்தண்ணி வேணுமா?"

தாஸ் இப்போது ஒரு கம்பீரத்துடன் நடந்து ஸ்டூலில் உட்கார்ந்து கொண்டு. விறைப்பாக கண்ணம்மா கொடுத்த கடலையை மறுத்தார். தருமன் தந்த தண்ணீர் டம்ளரை அலட்சியமாக வாங்கிக் குடித்துவிட்டு அதை அதே கம்பீரத்துடன் அவனிடம் கொடுத்தார்.

ஃபிப்ரவரி 5 1969 மதியம் 2 மணி
தருமன், தாஸ், சவரி, கண்ணம்மா

ஹார்பர் கேட் வாசலில் மர நிழலில் தாஸ் ஸ்டூலில் உட்கார்ந்தபடியே கண் மூடியிருக்க சவரி பக்கத்தில் கேட்டருகில் உட்கார்ந்திருந்தான். தருமன் வந்து நின்று குரல் கொடுத்த லாரி டிரைவரிடம் பேசிக்கொண்டிருந்தான். கண்ணம்மாவும் கூடையை ஓரமாக வைத்துவிட்டு ஜிப் பையை இறுக்கமாக அணைத்தபடி எதிர் பக்கம் உட்கார்ந்திருந்தாள்.கண்கள் இன்னும் அபூபக்கரின் வருகைக்கு அலை பாய்ந்துகொண்டிருந்தது.

"என்னப்பா! பெரியவரு சாப்பிடலை! ரெண்டவரா இப்படியே குந்திக்கினு இருக்காரே?"

"காலையிலயே சாப்பிட்டுத்தான் வந்தம்! இன்னமே நாலு மணிக்கு மேலதான் எதுனா சாப்பிடுவாரு!"

டீ தரும் பரிதி மீண்டும் டிரேயில் டீ கப்புகளுடன் வந்துவிட்டான்.

"பெரியவரே! சாப்பிட்டீங்களா? இந்தாங்க டீ குடிங்க! வேர்க்கடலம்மா! சூடா இருக்கு டீ!"

சவரி டீயை வாங்கி தாஸிடம் கொடுத்து தானும் ஒன்று வாங்கிக்கொண்டான். தருமன் டீயை உறிஞ்சிக்கொண்டே பேசினான்.

"பெரியவர் இங்கவே வேல செஞ்சாருன்னீங்களே? எப்ப? சுதந்திரத்துக்கு மின்னயா?"

"செகண்ட் வோர்ல்ட் வாரும் போதாம்! அப்பா சொல்லுவாரு!"

"அப்படீன்னா தொள்ளாயிரத்து நாப்பத்தி ரெண்டோ மூணோ?"

கண்ணம்மா ஆச்சரியத்துடன் கேட்டாள்.

"டேயப்பா! இப்ப இவருக்கு என்ன வயசாகுது?"

"அப்பாவுக்கு இப்ப எழுவதாகுது!"

"அப்ப நாப்பஞ்சு வயசுல இங்கன வேல செஞ்சிருக்காரு! தாத்தா! என்னவா இருந்தீங்க இங்க?"

தாஸ் நிமிர்ந்து பார்த்தார். முகத்தில் கர்வமும் பெருமிதமும் கொப்பளித்தது. பழைய மிடுக்கு உடலில் ஒரு விறைப்பு ஏற்பட்டது.

"செக்யூரிட்டி ஆஃபிசர்டா! நா இன்ஸ்பெக்டர்! எனக்குக்கீழ பத்து பேர்! மேல சூப்பிரண்டெண்டெண்டு!"

சொல்லிவிட்டு தருமனை ஒரு அலட்சியப் பார்வை பார்த்தார்.

"நீ எல்லாம் என்ன செக்யூரிட்டி! இப்படி தடி மாடு மாதிரி அல பாஞ்சிண்டு இருக்க. அப்பல்லாம் செக்யூரிட்டின்னா விறைச்சு நிக்கணும்! ஒரு நிமிஷங்கூட முதுகு வளையக்கூடாது. பெரம்புலயே போடுவான்! ஆமா என்னடா ஷூ போட்டிருக்கே! புழுதி படிஞ்சு அழுக்கா! என்னோட ஷூல முகம் பார்க்கலாம். ஐ ஜி இருந்தான். வெள்ளைக்காரன்! என்னா மேன் ஷூ இது! பீ பெஞ்சு வெச்சா மேறி இருக்குன்னுவான்!"

கண்ணம்மாவும் டீ தரும் பரிதியும் ஏன் தர்மனும் கூட சிரிக்க, தாஸ் உறுமினார்.

"டேய்! இது ஜோக் இல்ல!"

எல்லோரும் சிரிப்பை உறைய வைத்தார்கள். தாஸின் உறுமலான பேச்சு தொடர்ந்தது.

"டிஸிப்ளின்னா அது டிசிப்ளின்! வெள்ளைக்காரன் டிஸிப்ளின்! தவறினா கைல கெடைக்கறதாலேயே வீறிப்பிடுவாங்க! ஏன் நானே எத்தனை பேர அடிச்சு தொவைச்சிருக்கேன்!"

"என்னாது? தாத்தா! நீயே அடிச்சி தொவைச்சிருக்கியா?"

"பின்ன என்ன நெனச்சே? அப்பல்லாம் நான் எப்படி இருப்பேன் தெரியுமா? என்னாண்ட ஒரு ராயல் என்ஃபீல்ட் மோட்டார் பைக் இருந்தது. பன்னண்டு குதிரை சக்தி! என் மார்புல வரிசையா மெடல் குத்தியிருக்கும்! என் ஷூவுல வானம் தெரியும்! த பார்!"

இரண்டு கைகளையும் விரித்துக்காட்டி சந்நதம் வந்தவர் போலப் பேசினார்.

"என் நரம்புகள் உலோக நரம்புகள்! விடியகாலையில இந்த தாஸ் மோட்டார்பைக்குல பட படன்னு கௌம்பினா தெருவே ஸ்தம்பிச்சு போயிடும்! ஹா..ஹா...!"

மூவரும் ஆச்சரியத்துடன் வாய் பிளந்து கவனிக்க பெரியவர் தொடர்ந்தார்.

"என் மோட்டார் சைக்கிள் கடக்கும்போது வயசுக்கு வந்த பொண்கள் எல்லாம் மடிமேல் கை வெச்சு அழுத்திக்கினு வீட்டுக்குள்ள ஓடுவாங்க!"

விரசமாகச்சிரிக்க, கண்ணம்மா முகம் சுளித்தாள். டீ கடை பரிதி கேட்டான்.

"அவ்ளோ பெரிய ஆளா நீயி தாத்தா?"

"டேய்! என்னையா தாத்தான்றே! அப்ப ஐ ஜி வில்லியம்ஸ்!! எஸ் பி பயஸ் ஜோசஃப்! டி எஸ் பி பாட்ரிக்! எவ்ளோ பெரிய ஆசாமிகள்! வில்லியம்ஸ் இருந்தா இன்னிக்கு தெருவுல ஒரு அசம்பாவிதம் நடக்குமா? என்னை "தாஸ்"ன்னுதான் சத்தம் போட்டுக் கூப்பிடுவார். பாட்டம்ஸ் அப் மேன்னு சொல்லி குடிப்பார்!"

"என்னது ஐ ஜியோடவே குடிப்பீங்களா?"

"ஆமாண்டா! வெள்ளைக்காரன் மரியாதையெல்லாம் ட்யூட்டிம்போது மட்டும் தான்! சாயங்காலம் அஞ்சு மணிலேர்ந்து ராத்திரி பத்து மணி வரைக்கும் குடிப்போம்! ஆனா அடுத்த நாள் காலயில டாண்ணு எட்டு மணிக்கு வெறைப்பா ட்யூட்டில நிப்பேன்! எவ்ளோ கலவரம் அடக்கியிருக்கேன் தெரியுமா?"

"கலவரமெல்லாம் நடந்துதா அப்பமே?"

"அப்பல்லாம் சுதந்திரப் போராட்டம்னு நெறையக் கலவரம்

பண்ணினாங்க! நானெல்லாம் பிரிட்டிஷ் இம்பீரியல் போலீஸ்! வில்லியம்ஸ் சொல்லி அனுப்புவார்."தாஸ்! ஊர்ல ரகளை! நீதான் போகணும்! அடி! கலவரம் பண்றவன அடி! சுடு! இன்னமே அவன் குடும்பத்துலேர்ந்து ஒர்த்தன் தெருவுக்கு வரக்கூடாதுன்னுவார்!"

"நெறைய அடிச்சிருக்கீங்களா?"

"கொஞ்ச நஞ்சமா? அந்த அடி அடிச்சிருக்கேன். இப்படித்தான் திருப்பூர்ல ஒரு சின்னப்பையன்! தொள்ளாயிரத்து முப்பத்தி ரெண்டு! வருஷம் மறக்காது எனக்கு! கொடியப்பிடிச்சுக்கிட்டு கூப்பாடு போட்டான்! கொடியே கூடாதுன்னு பிரிட்டிஷ் ஆர்டர் போட்டிருந்தாங்க! இவன் அந்தக் கொடியப் பிடிச்சுட்டு வந்தா விட்றுவேனா? வந்தே மாதரம்ன்னான்! மண்டையிலயே போட்டேன்! காது வழியா ரத்தம் வந்துது! அடுத்து பாரத மாதாக்கு ஜேன்னான். தவடையிலயே கம்பால அடிச்சேன்! மூளை கலங்கியிருக்கும் அவனுக்கு! நா அடிச்ச அடிக்கு அவன் பொழைக்க மாட்டான்னு எனக்கு அப்பவே தெரியும்! சின்னப்பையன்! அப்பத்தான் கல்யாணம் ஆச்சாம்! பின்னால சொன்னானங்க!

"அய்யோ! திருப்பூர் குமரனா?"

"ஆங்! குமரனா அவம்பேரு! அப்பறம்தான் இங்க ஹார்பருக்கு டிரான்ஸ்ஃபர் பண்ணி புரோமோஷன் குடுத்தாங்க! ஹாஹ்ஹா! பனிஷ்மெண்ட் போஸ்டிங்! அப்புறம் பன்னண்டு வருஷம் ஹார்பர்தான்! சொன்னேனே வில்லியம்ஸ்தான் எனக்கு ஐ ஜி! பயஸ் ஜோசஃப் எனக்கு எஸ் பி!"

"தாத்தா! இதெல்லாம் அநியாயம் இல்ல! நம்ம ஆளுங்களையே போட்டு அடிச்சிருக்கியே! பிரிட்டிஷ்காரனுக்கு சகாயம் பண்ணிட்டு அதப் பெருமையா வேற பேசறே?"

"அடப்போடா! விசுவாசம்னா என்னன்னு தெரியுமா? அதாண்டா விசுவாசம்! நமக்கெல்லாம் சுதந்திரமே கெடச்சிருக்கக்கூடாது! என்னடா நடக்குது நம்ம ஊர்ல? ராவுல ஒரு பொண்ணு தனியா வெளில போக முடியுமா இப்ப? குடிச்சுட்டு அவ பின்னாடி போய் ஸ்கர்ட்டுக்குள்ள கை விடறான் ....ச்சீச்சி! இதுவா சுதந்திரம்! போடா!"

தருமன் மெதுவான குரலில் பேசினான்.

“இவனெல்லாம் ஒரு ஆளு! இப்பவும் பிரிட்டிஷுக்கு சப்போர்ட் பண்றான் பாரு! இங்க நிக்காத! போய்யா வெளில இவர அழச்சிக்கிட்டு!”

சவரி தருமனைச் சமாதானப்படுத்தினான்.

“சார்! தப்பா எடுத்துக்காதீங்க! சொன்னேனே அவருக்கு முளை கலங்கிட்டுருக்கும்! உளறாரு!”

தாஸ் இப்போது தலையை ஆட்டி ஏதோ மறுப்பு சொல்வது போல தனக்குத்தானே பேசிக்கொண்டார். சுற்றி இருப்பவர்களை அவர் கவனிக்கவே இல்லை.

“வில்லியம்ஸ் யாரு? ஐ ஜி! என்னோட எவ்வளவு உசந்த லெவல்! அவரரோட டாட்டர் காதரீன்! எம்மேல நெருப்பா இருந்தா! தாஸ்! எனக்கு பூப்பறிச்சுத் தாம்பா! தாஸ் எனக்கு சைக்கிள் ஓட்டக் கத்துக்குடும்பா!”

“என்ன தாத்தா! அப்பவே ஜாலிதானா?”

“அந்த மாதிரி பொண்ணுங்கள்லாம் இப்ப இங்கிலாந்துலயே கெடையாதுடா! நாங்க ரெண்டு பேரும் சேர்ந்து சில விஷயங்கள்லாம் பண்ணினோம்! ஹஹ்ஹ்ஹா!”

“இந்தக் கெரகம் வேறயா?”

சவரி கூச்சத்தில் “அப்ப! உளறாதே! சும்மா இரு” என்று அதட்டினான். பரிதி சிரித்தபடி ”தாத்தா வெள்ளாடிக்கிறார்ப்பா அப்பமே” என்றான்.

தாஸ் இது எதுவுமே பாதிக்காமல் பேசினார்.

“வில்லியம்ஸ் ஒரு நாள் கூப்ட்டு விட்டாரு! இதப்பாரு தாஸ்! நீ பண்ணின காரியத்துக்கு உன் மூளையில வெடி வெச்சு தகர்த்திருக்கணும்! ஆனா நீ ஒரு நல்ல போலீஸ்காரன்! எங்களுக்கு நீ தேவை! அதனால பொழச்சிப்போ! இன்னொரு தடவை காதரீனோட பார்த்தேன்! எங்க வெடி வைப்பேன் தெரியுமான்னு கேட்டு விஸ்கி கொடுத்தார்!”

“ஆமா! காதரீன் என்ன ஆனாங்க?”

“யார்க்ஷையருல ஒரு பெரிய பிஸினஸ்மேனைக்கல்யாணம் பண்ணிட்டு போய்ட்டா! போன வருஷங்கூட எனக்கு கிறிஸ்மஸ்

கார்டு வந்துதே! என்னடா! வந்துதா இல்லியா?

சவரியைப் பார்த்து கேட்க "ஆமாம்ப்பா! வந்துது!" என்றான் சவரி.

"பாத்தியா? உங்களுக்கெல்லாம் கலவரத்தை எப்படி கையாளனும்னே தெரியல. காஷ்மீர்ல இன்னமும் கேப் சுட்டுக்கினு இருக்கீங்க! தோ! நம்ம ஐ ஜி ஆஃபீசுக்கு முன்னால ஒரு கலவரம் எப்படி அடக்கினோம் தெரியுமா?"

"இங்க பீச்சாண்டயா? கலவரமா?"

ஆமாம் என்றபடி தலையை ஆட்டிக்கொண்டே தாஸ் இப்போது இருமினார். பரிதி "இந்தாங்க! இன்னொரு டீ சாப்பிடுங்க! காசு தர வாணாம்!" என்று ஒரு கப் டீ தர தாஸ் அதை வாங்கிக் குடித்தார். கண்களை மூடி ஆசுவாசப்படுத்திக்கொண்டார்.

"தாத்தா! ஏதோ கலவரம்னீங்களே?"

"ஆமாண்டா! நாப்பத்தி ரெண்டாம் வருஷம். உங்க காந்தி க்விட் இண்டியான்னு பேச ஆரமிச்சார். உடனே அவர பூனாவுல ஆகா கான் பாலஸ்ல ஜெயில் வெச்சாங்க. அதுக்கு இங்க மெட்ராசுல கலவரம் பண்ணானுங்க! இருநூத்துக்கும் மேல ஆளுங்க ஐ ஜி ஆஃபீசுக்கு முன்னால கூடிட்டாங்க. வில்லியம்ஸ் என்னைக் கூப்பிட்டார்.! தாஸ் என்ன பண்ணலாம்னார். கவலைப்படாதீங்க சார்! நான் சமாளிக்கிறேன்னேன். ரோடு பூரா கதர்க்குல்லாய் ஆசாமிங்க! கதவுல இடிக்கிறாங்க. வில்லியம்ஸ் மாடி ஜன்னல் வழியா பார்த்தார். தாஸ்! கதவு தாங்காதுன்னார். நா மறுபடியும் நா சமாளிக்கறேன் சார்ன்னேன். நாங்க நாப்பது போலீஸ்தான் இருந்தோம். என் ரைஃபிளை எடுத்துக்கினேன். எக்ஸ்ட்ரா கார்ட்ரிட்ஜ் அள்ளிக்கினேன். வாசலுக்கு வந்தேன். ஜனம் ஒன்னு கத்தினன்ங்க. கலஞ்சு போங்கன்னேன். பிரிட்டிஷ் போலீஸ் ஒழிகன்னாங்க! இன்னும் இன்னும் கதவ முட்டினாங்க. முதல்ல வானத்துல சுட்டேன். ஜனங்க அசரல. அப்புறம் கால்ல சுட்டேன். கூட்டத்துக்கு நடுவுல கால்ல சுட்டேன்!"

தாஸ் இப்போது பரவசமாக ஆவேசம் வந்தவர் போலப் பேசினார்.

"என்னது கால்ல சுட்டீங்களா?"

"ஆமாண்டா! நீ பாக்கணும்! சுட்டவுடனே சில செகண்டுல முட்டிக்குக்கீழ ரத்தம் பொங்கும். பைஜாமா வேஷ்டியெல்லாம்

செவப்பாகும். அப்படியே இங்க்லிஷ் எஸ் மாதிரி மடங்குவானுங்க! என்ன வேடிக்கையா இருந்தது தெரியுமா?"

"என்ன மனுஷன்யா நீயி! கிராதகன்!"

"ஒர்த்தன் கூட சாகலை. ஆனா எல்லாம் முடமானாங்க! அடுத்த போராட்டம்னா வீட்ட விட்டு வெளியே வருவானா அவன்!"

"அடப்பாவி! இதுல பெருமை வேறயா?"

"என்னோட கான்ஸ்டபிள் பரமன், கதிர் இவங்கள்ட்ட கூட சொல்லுவேன். கீழ அடி கீழப்பாத்து அடி! கால்ல அடி! காலுதான் குறின்னுவேன்! அரை அவருல கலவரம் செஞ்சவங்க ஓடிட்டானுங்க! வில்லியம்ஸ் கட்டிப்பிடிச்சு பாராட்டினாரு தெரியுமில்ல! பார்க் அண்ட் டிஃப்ஃபோர்ட் விஸ்கி பாட்டில் குடுத்தாரு எனக்கு மட்டும்!"

பேசின ஆவேசம் தணிந்து தாஸ் இப்போது அமைதியாகி அந்தப் பழைய காலத்தின் நினைவுகளில் மூழ்கினார். முகத்தில் பரவசம் இன்னும் ஒளிர்ந்தது. தருமன் சன்னக்குரலில் சொன்னான்.

"தாத்தா மேல கோவிச்சுப் பிரயோசனமில்ல. அவரு ட்யுட்டி அதானே அன்னிக்கி! அதிகாரிங்க சொன்னத செஞ்சாரு!"

கண்ணம்மா மறுத்தாள்.

"ஆனாலும் இத்தனை கோரமாவா அடிப்பாங்க! யோவ்! உங்கப்பா லேசுப்பட்ட ஆளில்லைப்பா! ராட்சசன்!"

கண்ணம்மா கைகளை முறித்து பழிப்பு காட்ட, செக்யூரிட்டி காபினில் பெல் அடித்தது. தருமன் போய் இண்டர்காமில் பேசிவிட்டு திரும்பி வந்தான்..

"த பாருப்பா! இன்னும் ஒன்னவருக்கு மேல ஆவுமாம்.! ஜூனியர் ஆஃபிசருங்கள்ளாம் கௌம்பிட்டாங்களாம். எல்லாரும் போனப்றம் சொல்லுவாரு சூப்பரைசர்! அப்ப உள்ள அனுப்பறேன்! சட்டுனு போய் கப்பல் பாத்துட்டு பாஞ்சி இருவது நிமிஷத்துல திர்யும் வந்துடணும், என்ன?"

"நிச்சயமா வந்துர்ரோமுங்க! என்னமோ கடைசி ஆசை போல கேக்கறாரு!"

கண்ணம்மா சவரியிடம் கேட்டாள்.

"ஏம்ப்பா! இந்தக் கதையெல்லாம் வூட்ல சொல்லுவார?"

"ஏதேதோ பழங்கதையெல்லாம் சொல்லுவாரு! நாங்க யாரும் கேட்க மாட்டோம்.எங்களுக்கு அலுத்துப்போச்சு!"

தருமன் அங்கலாய்த்துக்கொண்டான்.

"நானே ஒரு போலீஸ்காரன். எனக்கே கொடூரமா இருக்கே!"

"வீட்ல கூட தனக்குத்தானே சில சமயம் பேசிக்குவாரு. ஆனா இன்னிக்குதான் சன்னதம் வந்தா மாதிரி பேசறாரு!"

இப்போது தாஸ் மறுபடி இருமி, தொண்டையைக் கனைத்துக் கொண்டு பேசத் தொடங்கினார். யாராவது கேட்கிறார்களா என்னும் பிரக்ஞை இல்லாமலேயே பேச்சு தொடர்ந்தது.

"இதெல்லாம் என்னடா? தொள்ளாயிரத்து நாப்பத்து மூணாம் வருஷம்! அக்டோபர் மாசம், எனக்கு மறக்காது, பெரிய கண்டத்துலேர்ந்து தப்பிச்சேன்! ஒரு நல்ல போலீஸ்காரனுக்கு தைரியம் மட்டும் போறாது! புத்தி வேணும்! கூர்மையான புத்தி வேணும்!

"அப்ப என்ன பண்ணினீங்க தாத்தா?"

"அன்னிக்கு அக்டோபர் பதினொண்ணாம் தேதி! சொன்னேனே, எனக்கு தேதி மறக்காது! குறிஞ்சி, தோ இன்னிக்கு கட்ச்சீயா வந்திருக்குதே இதான், இந்தக் கப்பல்தான் டாக் ஆகியிருந்தது. எங்களுக்கும் காக்கினாடா விசாகப்பட்னத்துக்கும் ஸ்பெஷல் ஆர்டர். ஜாக்கிரதையா இருக்கும்படி!"

இப்போது தாஸ் மேலே பார்த்தபடி பேச, கண்ணம்மா, சவரி, தருமன், பரிதி எல்லோரும் வாயைப் பிளந்தபடி கேட்டார்கள்.

அக்டோபர் 11, 1943
மெட்ராஸ் ஹார்பர்

1943ஆம் வருஷம் ஏப்ரல் மாதத்து களேபரம் ஓய்ந்த பிறகு மெட்ராஸ் மெதுவாக இயல்பு வாழ்க்கைக்குத் திரும்பத் தொடங்கியிருந்தது. மாதக்கடைசியில் அரசாங்கத்திலிருந்து வந்த செய்திகள் "இனி மெட்ராசுக்கு பயம் இல்லை" என்பது போல இருக்கவே ஜனங்கள் தத்தம் ருட்டீனுக்கு வர ஆரம்பித்தனர். கபாலி கோவிலிலும் திருவல்லிக்கேணி பார்த்தசாரதி கோவிலிலும் கூட்டம் வர ஆரம்பித்தது. தண்ணித்துறை மார்க்கெட்டில் காய்கறிகள் பக்கிங்ஹாம் கால்வாய்ப் படகுகளில் இறங்கலாயின. பி எஸ் ஹை ஸ்கூலில் மைதானத்திலும் மெரீனா பீச் மணல் வெளிகளிலும் கபாலி கோவில் வெளிப்பிராகாரங்களிலும் மக்கள் ஹிட்லர் பற்றியும் ஸ்டாலின் பற்றியும் பேசலாயினர்.

"என்ன ஓய்! என்னமோ ஹிட்லர் போலந்துக்குள்ள நுழைஞ்சபோதே நாமெல்லாம் குளோஸ்ன்னீரே! இப்ப அவன் பிரிட்டனுக்குள்ளவே நுழைய முடியலியே?"

"அதெல்லாம் சும்மாங்காணும்! ஹிட்லரா கொக்கா? அவன் பதுங்கறான்னு புரியாம சர்ச்சில் பார்லிமெண்ட்டுல பேசிண்டு இருக்கார்! நீர் வேணா பாரும் அவன் இங்கிலாந்துல நுழையலேன்னா எம்பேர மாத்திக்கறேன்!"

ஆனால் மெட்ராஸ் கார்ப்பரேஷன் ஏ ஆர் பி ஆசாமிகள் அந்த மே மாதம் ஆறாம் தேதி இன்னொரு குழப்படி பண்ணினார்கள்.

அன்று காலை பத்து மணியளவில் திடீரென்று சைரன் ஒலிக்க ஆரம்பிக்கவே மக்கள் திகைத்து ஷாக் ஆனார்கள். ஒரே பரபரப்பு, களேபரம். ஆனால் பத்தாவது நிமிஷம் சைரன் நின்று போய்விட மக்கள் பெருமூச்சு விட்டாலும் பயம் தெளியவில்லை. அடுத்த நாள் அரசாங்கச் செய்தி நிலைமையை விளக்கியது. சைரனை சுத்தம் செய்யும்போது தெரியாமல் கை பட்டு ஸ்விட்ச் ஆன் ஆகி ஊளையிட்டு விட்டதாம்! அடுத்த இரண்டு மாதங்களுக்கு பேப்பரில் வந்துகொண்டிருந்த இவாகுவேஷன் செய்திகள் கொஞ்சம் கொஞ்சமாக் குறைந்து போய் சகஜ நிலை உண்டாயிற்று. ஆகஸ்டு ஏழாம் தேதி ஏவிஎம்மின் சபாபதி படம் பாரகானில் ரிலீஸ் ஆகி சக்கைப் போடு போட்டது. டி ஆர் ராமச்சந்திரனையும் சாரங்கபாணியையும் காளி என் ரத்தினத்தையும் மெட்ராஸ் மெச்சிக்கொண்டாடி பேசி, எழுதியது.

அந்த செப்டம்பர் மாதம் மெட்ராசுக்கு இன்னொரு சோதனை வந்தது. மழை அடித்துப்பெய்து தெருவெங்கும் வெள்ளக்காடாயிற்று. இருபது இஞ்சுப்பெய்தாக வானிலை ஆராய்ச்சி மையம் பிற்பாடு சொன்னது. அந்தச் சமயம் பார்த்து அராய்ச்சி மையம் தன் சாமக்கிரியைகளை எடுத்துக்கொண்டு மீனம்பாக்கத்துக்கு இடம் மாறிக்கொண்டிருந்த நேரம்! அதனாலேயே புயல் பற்றிய முன்னெச்சரிகை செய்யமுடியவில்லை. ஆறு நாட்கள் விடாமல் கொட்டித்தீர்த்த மழை, இடி மின்னல் ரகளையில் மெட்ராசில் பல இடங்களில் மின்கம்பிகளும் கம்பங்களும் உடைந்து அறுந்து பல இடங்களில் மின்சாரம் துண்டித்துப்போயிற்று. மெட்ராஸ் கார்ப்பரேஷன் திணறித் திணறித்தான் வேலை செய்ய முடிந்தது.

புயலின் சேதங்களை ஒருவாறாக கார்ப்பரேஷன் சரி செய்து கொண்டிருக்கும் போதுதான் அக்டோபர் மாதம் 11ஆம் தேதி என்னும் அற்றைத் திங்கள் அவ்வெண்ணிலவில்...

துரை காலையில் சீக்கிரமே எழுந்துவிட்டான். செல்லிதான் அதட்டினாள்.

“இன்னிக்குதான் கப்பல் டாக் ஆவுதுன்னீங்க! அப்ப ராவு லேட்டாய்டுமில்ல? இப்ப எதுக்கு சீக்கிரம் எழுதுக்கணும்! தூங்குங்க!”

துரை மீண்டும் பாயில் படுத்துக்கொள்ள முருகேசு புரண்டு படுத்து காலை துரை மேல் போட்டுக்கொண்டான். துரை அவனை அணைத்தவாறே தலையைக் கோதிவிட்டு தானும் தூங்கிப்போனான்.

கண் முழித்தபோது வெய்யில் சுள்ளென்றிருந்தது. முருகேசனைக் காணவில்லை. எங்கோ துணி துவைக்கும் சப்தம். கை பம்ப் அடிக்கும் லொட் லொட்! மாட்டு வண்டி மணலை அரக்கி அரக்கி போனது. கிருஷ்ணாயில் குரல் தேய்ந்து மறைந்தது.

“என்னா எழுந்துக்கறீங்களா?காபித்தண்ணி சுட வெக்கிறேன்!”

உள்ளிருந்து வெங்காய வாசனை வந்தது.செல்லி குளித்து ஈரத்தலையுடன் முதுகில் நீர்க்கோடு படிந்த ஜாக்கெட்டுடன் குடத்தை தூக்கிக்கொண்டு உள்ளே போனாள்.

“முருகேசு பள்ளியூடத்துக்கு போய்ட்டானா?”

“அப்பமே போய்ட்டானே! மணி பத்தாச்சுங்க!”

“அடேடே எழுப்பக்கூடாதா செல்லி?”

துரை பின் பக்கம் போய் வந்து பல் துலக்கி செல்லி கொடுத்த காபியுடன் வந்து உட்கார்ந்தான். அவன் குடித்து முடிப்பதற்குள் செல்லியும் தலையை ஆற்றியபடியே பக்கத்தில் வந்து அமர்ந்தாள்.

“சமையல் முடிஞ்சிட்டுதா?”

“ஆச்சுங்க! சாப்பிடறீங்களா? நாஷ்தா வாணாவா? சாப்பாடு கூட ரெடி பண்ணிட்டன்!”

ஈரத்தலை, மஞ்சள் முகம் கலைந்த குங்குமம் தளர்ந்த சேலை, நெகிழ்ந்த உடல் கிறங்கின மனசு.

“இருங்க இருங்க! வாசத்தாள் போட்டுட்டு வர்ரென்!”

செல்லி வந்தபோது துரையின் மூச்சுக்காற்று சுருதியேறி இருந்தது. கப்பல் முதலில் லேசாக ஆடியது. பிறகு பெரிய அலை வந்து மோதியதால் ஒரு தள்ளாட்டம். வேகம் அதிகமெடுத்தது. அலைகள் பலம் பெற்றன. நங்கூரம் கை நழுவியது. இப்போது கப்பலுக்கு அலைகளோடு போராட்டம். ஒன்று இறுக்க இன்னொன்று நெகிழ்த்தியது. கொஞ்சம் முரட்டுத்தனம் காட்டிய அலைகள் இப்போது இடம் கொடுத்தன. கப்பல் இன்னும்

இன்னும் வேகமெடுத்து கரை தட்டியது. ஒரு குலுக்கல் குலுங்கி உதறிப்போட்டது. இரண்டு பெருமூச்சுக்களுடனும் கப்பலும் கடலும் அமைதியாகின.

“இன்னிக்கு வேகத்துக்கு உண்டாயிடப் போறேன் நானு!”

“இருக்கட்டுமே செல்லி! முதலியார் பணம் தந்து ஊர்ல நெலம் வாங்கிக்கச் சொல்லியிருக்காரு! முருகேசுவுக்கும் ஆறு வயசாச்சே! விளையாட்டுத் துணை அவனுக்கு வேணுமே!”

“ஏங்க! முருகேசு நெல்ல புத்திசாலியா இருக்கானுங்க! அவன் நல்ல பெரிய இங்லிஷ் படிப்பு படிக்க வெச்சு கவர்மெண்ட் உத்தியோகத்துக்கு அனுப்பணுங்க!”

“நிச்சயம் செய்யலாம் செல்லி!”

“சரி குளிச்சுட்டு வாங்க! சாப்பிடலாம். ஆச்சு மதியமானா முருகேசுவும் வந்துருவான்! இன்னிக்கு அரை நாள்தான்னான்!”

“ஏன் இன்னிக்கு இஸ்கூலு அரை நாள்?”

“போன மாச புயல் அடிச்சதில்ல அதுல கூரைங்கள்ளாம் போய்ட்டுதே! இன்னம் முழுமையா ரிப்பேர் செய்யலியாம்! அதான் பசங்கள அரை நாள்ல அனுப்பிட்டு மராமத்து வேல பண்றாங்க இஸ்கூலுல!”

துரை மதியம் சாப்பிட்டுவிட்டு மறுபடி தூங்கினான். முருகேசுவுடன் விளையாடினான். மாலை முருகேசுவை உட்கார வைத்து அவனுக்குத் தெரிந்த சில பாடல்களை பாடச்சொல்லி கேட்டு குதூகலித்தனர் செல்லியும் துரையும். மணி ஆறடித்தவுடன் துரை பரபரத்தான்.

“செல்லி!! சீக்கிரம் சோத்தைப்போடு! நா சாப்ட்டுட்டு கௌம்பறேன்!”

“என்னாங்க! இவ்ளோ சுருக்கவா?”

“ஆமா செல்லி! சீக்கிரமா சாப்பாடு போட்டுடு! ஏழுமணிக்கெல்லாம் கிளம்பணும்! கப்பல் வருதுன்னு சொன்னேனே! ராத்திரி பன்னண்டாய்டும் வர்ரதுக்கு!”

“நாளைக்கி வூட்லதான இருப்பீங்க! சினிமா போலாமா? மங்கம்மா சபதம்னு ரொம்ப நல்லா இருக்குன்னு அந்த வூட்டம்மா சொன்னாங்க!”

“போலாமே!”

முருகேசு துரையின் வேஷ்டியைப் பற்றிக்கொண்டு குதித்தான்.

“யப்போவ்! இன்னாப்பா ராத்திரில வேலைக்கி போற?”

“ஆமாண்டா இன்னிக்கி கப்பல் வருது! சரக்கெல்லாம் எறக்குவானுங்க அதை பாத்துக்கணுமுல்ல?”

“என்னையும் அழச்சிட்டு போயேம்ப்பா! நானு கப்பல் பாத்ததே இல்ல!”

“டேய்! இது வேல நேரண்டா! உன்ன எப்படி அழச்சிட்டுப் போறது?”

“என்னங்க! இதோ இருக்குது ஹார்பர்! நாங்களும் வரோமே! அப்படி ஓரமா உக்காந்து பாக்கறோம்! நீங்க பாட்டுக்கு உங்க வேலய முடிங்க! எல்லாமா திரும்ப வூட்டுக்கு வந்துடலாம்!”

“ஹார்பருக்குள்ள உன்னல்லாம் வுட மாட்டாங்க செல்லி! அதும் இப்ப பதட்ட காலமா இருக்கு! அப்புறம் வர்ர சரக்குங்க வேற......”

“அப்படி என்ன என்ன சரக்கு வருது இன்னிக்கு?”

“அதொண்ணுமில்ல செல்லி! ராவாச்சேன்னு பாக்கறேன்! ஹார்பர்ல பரமன் இருந்தான்னா உள்ள விட மாட்டான்! ரொம்ப கறார் பேர்வழி அவன்!”

“அட என்னங்க நீங்க! அதான் ஹார்பர்ல எல்லா கேட் கீப்பருங்களையும் உங்களுக்கு நல்லாத் தெரியுமே! இனிஸ்பெக்டரே உங்களுக்கு தெரிஞ்சவருதானே? வேடிக்கை பாக்கறோம்ன வாணான்னா சொல்லுவாங்க! கூட்டுட்டு போங்க!”

“சரி சரி வாங்க! செட்டியார்கூட இன்னிக்கு ஹார்பர் வரேன்னிருக்கார்.!”

ஏழரை மணிக்கு ஹார்பர் வாசலில் செட்டியார் துரை முருகேசு செல்லி யாவரும் நின்றிருந்தார்கள். கேட் கீப்பர் பரமனுடன் வாக்குவாதம்..

“த பாருங்க செட்டியார்! என்ன புதுசா பழக்கம் இது? பொம்பளை சின்னப்புள்ளையெல்லாம் உள்ள விட முடியாது! இன்ஸ்பெக்டர் பார்த்தா எனக்கு வேல பூடும்! கெளம்புங்க!”

“இதப்பாருங்க பரமன்! என் சரக்கு வர கப்பல் டாக் ஆவுது! உள்ள விட மாட்டேன்னா எப்படி?”

“அப்ப நீங்க போங்க! துரை போட்டும்! பொண்டாட்டி புள்ளையெல்லாம் விடணுமா? இது ஹார்பரா இல்ல ம்யூசியமா? இப்ப நேரஞ் சரியில்லை செட்டியார்! வெளியே சொல்லக்கூடாது! ஒரே பரபரப்பா இருக்கு! இப்ப போய்...?”

“என்ன பரமா இது? ரா வேளையில கஷ்டங் கொடுக்கற? உனுக்கு எதுனா ஒதவி பண்ணினா விடுவியா?”

“என்ன செட்டியாரே! லஞ்சமா! மேல கம்ப்ளெயின் பண்ணினா என்ன ஆவும் தெரியுமா?”

“பரமா எங்களை தெரியாதா உனுக்கு? இவுங்க பாட்டுக்கு ஓரமா நின்னுப்பாங்க. நானு செட்டியாரும் போய் சரக்கு எறக்கிட்டு உடனே வந்துர்ரம்!

“இன்னா தொர! நீயுமா இப்படி குடும்பத்தோட வண்ட்ட? கப்பல் லோடு எறக்க வர்ரீங்களா இல்ல வேடிக்கை பாக்கவா?”

“ஆமா சார்! கப்பல் பாக்கணும்னு வீட்ல ஒரே தொணதொணப்பு! அதான்....!”

“இப்பத்தானே செட்டியாரண்ட சொல்லிக்கினு இருந்தேன்! நீயும் கேட்டேதானே! உள்ள விட முடியாதுப்பா?”

அப்போது ரவுண்ட்ஸுக்காக ஆரோக்கிய தாஸ் அங்கே வந்தான்.

“என்ன பரமா? என்ன தகறாரு இங்க?”

“இன்ஸ்பெக்டர் சார்! இங்க பாருங்க! பொம்பளை, குழந்தை குட்டியெல்லாம் கூட்டி வந்துட்டு உள்ள போணுன்றாங்க! கூடாதுன்னுட்டேன்!”

“பரமா! என்ன இதுக்குப்போய் தகறாரு பண்றே! நம்ம செட்டியார்தானே! கூட நம்ம துரை! விடு! அவங்க நமக்குப்புதுசா என்ன?”

“சார்! நேத்துதானே எஸ் பி நம்ம கிட்ட ஸ்டிக்டா சொன்னாரு! இப்ப போய் நீங்களே ரூலை மீறச்சொன்னா எப்படி சார்?”

“த பாரு பரமா! யாரு நல்லவங்க யாரு சந்தேகமானவங்கன்னு

தெரியாதா? நா உனக்கு மேல இன்ஸ்பெக்டர்! நாஞ்சொல்றேன்! உள்ள அனுப்பு! உனக்கென்ன கவலை!"

கேட்கீப்பர் பரமன் முரட்டுத்தனமாக நின்றான்

"முடியாது சார்! என் ட்யூட்டியில நா தப்பு நடக்க விடமாட்டேன். ரூல்னா ரூல்தான் சார்!"

வெளியாட்கள் முன்னிலையில் அதுவும் ஒரு பெண் பிள்ளை இருக்கும்போது பரமன் பேசியது தாஸுக்குக் கோபம் தலைக்கேறியது.

"என்ன பரமா, நாக்கு ரொம்ப புரளுது? உனக்கு மேல இன்ஸ்பெக்டர் நானு! நான் சொன்னா நீ கேட்டுத்தான் ஆவணும்! உள்ள அனுப்பு அவங்கள!"

"முடியாது சார்! நா இப்படி ஒதுங்கிக்கறேன். நீங்க முடிவு எடுத்து அவங்கள அனுப்புங்க! எனக்கு தெரியாது. நா பொறுப்பு கிடையாது!"

"சரி நானே அனுப்பறேன்! செட்டியார்! துரை! அப்படி ஓரமா நடந்து போய் அந்த காபின் கிட்ட இவங்கள உக்காரச் சொல்லிட்டு நீங்க வேலயக் கவனிங்க! அங்க இங்க நடமாடக்கூடாது! என்ன?" (பரமனைப்பார்த்து) இரு உன்னைக் கவனிக்க வேண்டிய வழியில கவனிக்கறேன்!

பரமன் விறைப்பாய் நிற்க, துரை முன்னே போக செட்டியாரும் துரையும் அவன் பின்னே போக செல்லியும் முருகேசுவும் காபின் பக்கமாக நகர்ந்தனர். செட்டியாரும் துரையும் ஹார்பருக்குள் போய் திருப்பத்தில் மறைய தாஸ் இன்னொரு பக்கம் திரும்பி ரவுண்ட்ஸைத் தொடர்வது போல சற்றுத்துராம் போய்விட்டு மறுபடி வேகமாகப்போய் செட்டியார் துரையுடன் சேர்ந்து கொண்டான்.

"செட்டியார்! என்ன வருது?"

"தாஸ்! நாலு பொட்டி தங்கம்!"

"என்ன செட்டியாரே! பெரிய லெவல்ல போறீரா?"

"அதெல்லாம் இல்ல தாஸ்! மைலாப்பூர் வக்கீலுங்க ரெண்டு பேர் அவங்க பொண்ணு கல்யாணத்துக்காக கேட்டிருக்காங்க! உம்பங்கு வந்துரும். மேல நீ கவனிச்சுக்க!"

“அதெல்லாம் நா பாத்துக்கறேன்! த பாருங்க செட்டியார்! கஸ்டம்ஸுக்கு நானே வரேன். பொட்டிங்கள கிளியர் பண்ணிட்டு அதோ அங்க பாருங்க, தண்ணி டிரம்முங்க தெரியுதா, அங்க கொண்டட்டு போடுக்குங்க! நீங்க போய் பேப்பர் ஒர்க் முடிங்க! உங்களுக்காகவே கிளியரிங்குல ரெண்டு பேர நிறுத்தியிருக்கோம். முடிச்ச கையோட நவுருங்க. அங்க போய் ஆளுக்கு ரெண்டு பொட்டியோட வாசலுக்கு போய் சட்டுனு வீட்டப்பாக்க போயிறணும், என்ன?”

“நீங்க ரெடியான உடனே இதோ துரைய விட்டு எனக்கு சேதி அனுப்புங்க! நா பரமன உள்ள கூப்ட்டு விடறேன். வாசல்ல கதிர்தான் இருப்பான், நீங்க சுளுவா வெளியே போய்டலாம்!”

ரொம்ப நன்றி தாஸ்! நாளைக்கு துரைய வீட்டுப்பக்கம் அனுப்பி குடுத்துவுடச் சொல்றேன்!”

செய்ங்க செட்டியார்! வாங்க கஸ்டம்ஸ் போவம் சுருக்க!”

எட்டு எட்டரை மணி சுமாருக்கு ஹார்பர் செக்யூரிடியில் அந்த வ்ரூம் சப்தம் கேட்டிருக்கிறது. 1943ஆம் ஆண்டில் இங்கிலாந்தில் 85 மெகஹர்ட்ஸ் ராடார் வந்திருந்தாலும் அவை இன்னும் இந்தியாவுக்கு வரவில்லை. மெட்ராஸ் ஹார்பரில் அப்பொது இருந்த ராடார்கள் 43 மெகஹர்ட்ஸ் கொண்டவைதான். இருந்தாலும் அவற்றால் வரும் எதிரி விமானத்தைக் கண்டுகொள்ள முடிந்திருக்கிறது. ரிகன்னைஸன்ஸ் விமானம் என்று சொல்லக்கூடிய விவரம் சேகரிப்பதற்காகவே வந்த ஒற்றை ஜப்பானிய விமானம் மெட்ராஸ் ஹார்பர் மீது பறந்து வந்தது. அதன் வருகை தெரிந்தாலும் சைரன் ஊதி எச்சரிக்க முடியாமல் போனதற்குக் காரணம் சென்ற மாதப் பெரும்புயலால் பழுதடைந்திருந்த சங்குகள் இன்னமும் சரிசெய்யப்படாமல் இருந்தன.

தூரத்தில் எஞ்சின் சப்தம், கொஞ்சம் கொஞ்சமாக அதிகமாகியது. ஒரு ப்ளேன் பறக்கும் சத்தம்.!படிப்படியாக அருகாமையில் கேட்டது. கொஞ்ச நேரத்தில் காதைத் துளைத்தது. மின்னலாக விளக்கு பரவியது. ஹார்பரில் பரபரப்பு. ஆட்கள் அங்குமிங்கும் ஓடினர்.. குண்டு வெடிப்பு. மனிதக்குரல், சப்தம், அலறல். குழப்பம். விமானம் எதிர்த்திசையில் அப்படியே மேலேறி கீழ்த்திசை வானத்தில் நிலவொளியின் நடுவே பறந்து மறைந்தது. அப்புறம் வானத்தில் அமைதி. ஆனால் ஹார்பரில் களேபரம்.

ஒரு குண்டு வெடிக்கும்போது உலோகத்துகள்கள், ஷார்ப்பனல் என்போமே, அவை அதி வேகத்தில் தெறித்து உடலின் மீது பட்டால் மரணம் நிச்சயம். வெடிப்பினால் அதீத விரிவாக்கம் ஏற்பட்டு சக்தி வெளிப்படுகிறது. கூடவே மிக அதிக வெப்பமும் நெருப்பும் விஷ வாயுக்களும் சேரும்போது அந்த தாக்குதலும் அதிர்ச்சியும் மனித உயிரைச் சீக்கிரம் பறித்துவிடும்.

1943, ஏப்ரல் மே மாதத்துக்குப்பிறகு கொஞ்சம் மெத்தனம் ஆகி செப்டம்பர் மாத புயல் மழை வெள்ளத்தில் ஆடி ஓடி அலுத்துப்போய் அக்டோபரில் எதிரி விமானத்தின் ஊடுருவலுக்கு மெட்ராஸ் ஹார்பர் நிர்வாகம் தயாராக இல்லை. குண்டு விழுந்த அதிர்ச்சியிலும் நம்பகத்தன்மையில்லா மனநிலையிலும் ஹார்பரின் பெருந்தலைகள் கூடினர். பயஸ் ஜோசஃப், பார்க்கர் மற்றும் ஆரோக்கிய தாஸ். முகங்களில் பீதி, கலவரம் அப்புறம் கவலை.

“தாஸ்! கமான் க்விக்! அந்த ஃபயர் யூனிட்டை உடனே அனுப்பு! மூவ்!மூவ்!”

“எஸ் பி சார்! இதெல்லாம் இன்ஃப்ளேமபிள்! உடனே நகர்த்தியாகணும்1”

“சார்! அங்க ஆயில் லீக் ஆவுது! எனக்கு வாட்டர் யுனிட் உடனே வேணும்!”

“என்ன தொந்தரவுய்யா! ஏப்ரல்லியே காக்கினாடாவுலயும் விசாகபட்னத்துலயும் ஒண்ணு ரெண்டு பாம் போட்டாங்க! இப்ப இங்கயா?”

“அதான் நமக்குமே வார்னிங் வந்துதே சார்?”

“என் ட்யூட்டியிலயா இங்க பாம் விழணும்! தாஸ்! சிவிலியன் காஷுவாலிட்டி இல்லியே? காண்டிராக்ட் லேபரெல்லாம் வெளில அனுப்பிச்சிட்டமில்லையா ஈவினிங்?”

“நோ எஸ் பி! அஞ்சு மணிக்கே எல்லாரையும் வெளில அனுப்பி கேட்ட மூடியாச்சே! குறிஞ்சி அன்லோடிங் சம்மந்தப்பட்ட ஆளுங்க மட்டும்தான் அலவ் பண்ணச் சொல்லியிருக்கேன்! அவங்களும் லோடிங் முடிச்சு நகர்ந்தாச்சே!”

“ஒகே குட்! தாஸ்! நீ போய் நெலமை என்னன்னு பார்த்து எனக்கு சொல்லு. நா ஐ ஜி ஆஃபீசுக்கு ஃபோன் போடறேன்!

வில்லியம்ஸ் வில் வாண்ட் டு ஹியர் ஃப்ரம் மீ!"

பரமன் ஓட்டோடி வந்தான்.

"பரமா! என்ன பதட்டமா ஓடி வரே? என்ன ஆச்சு?"

"சார்! சார்! துரை, செட்டியார் அப்புறம் துரை பொஞ்சாதி மூணு பேரும் செத்துட்டாங்க சார்! பையனைக் காணலை! தேடச் சொல்லியிருக்கேன்!"

பயஸ் ஜோசஃப் திடுக்கிட்டார். தாஸைக் கூர்மையாகப் பார்த்தார்.

"என்னது பொண்ணா? பையனா? வாட் ஈஸ் ஹேப்பனிங் மை டியர் தாஸ்? இருட்டினா பொண்ண கொண்டாறீங்களா உள்ள?"

தாஸ் ஒரு கணம் தடுமாறினான். அவனுடைய ஜாக்கிரதை செல்கள் உடனே முழித்துக்கொண்டு ஓவர்டைம் வாங்கின. சட்டென்று பரமனைக்கடுமையாகப்பார்த்தான்.

"அது... அதான் எனக்குமே புரியல எஸ் பி சார்! பரமா! என்ன சொல்றே? துரை பொண்டாட்டி எங்க இங்க வந்தா? எந்தப் பையன்? என்னய்யா நடக்குது?"

பரமன் பதறினான்.

"தாஸ்! என்ன கேட்கறீங்க! நீங்க தானே அவங்களை ஹார்பருக்குள்ள விட்டீங்க. இப்ப என்னையே கேட்கறீங்களே?"

பயஸ் மறுபடி டென்ஷன் ஆனார். பல் கிட்டித்தார். உறுமினார்.

"தாஸ்! பரமன் என்ன சொல்றான்? உனக்கு முன்னமே தெரியுமா?"

"எனக்குத் தெரியவே தெரியாது சார்! நா ரவுண்ட்ஸ் போய்ட்டு இப்பத்தான் என் சீட்டுக்குப் போனேன். பரமன் எதையோ மறைக்கிறான்! எம்மேல பழிபோடப் பாக்கிறான்! பரமா! ப்ளாகாட்! என்னடா சொல்றே? என்னையா குத்தம் சொல்றே?"

"அய்யோ தாஸ்! வெளையாடாதீங்க! எஸ் பி சார்! செட்டியார், அவுரு கம்பெனி ஆளு துரையும் அவன் சம்சாரம், புள்ளையையும் தாஸ் சார் தான் உள்ள வுட்டாரு! கப்பல் பாக்கணுமின்னாங்க...! நா ஆன மட்டும் தடுத்தேன். தாஸ்தான் என்னைய ஓரங்கட்டிட்டு அவுரே ஹார்பருக்குள்ள அனுப்பினாரு!"

"ப்ளடி...! என்னடா பொய் சொல்றே? யாரை உள்ள விட்டே?

நா விடச்சொன்னேனா? காச வாங்கி வுட்டியா? இப்ப பழியப்போடறியா? ப்ளடி ஃபூல்! புள்ள வேறயா? எஸ் பி சார்! இவன் ஏதோ தகிடுதத்தம் பண்ணிட்டு இப்ப பால் மார்ரான்! நம்மள மாட்டிவிட வழி பாக்கறான்!"

கேட் கீப்பர் பரமன் துடித்தான்.

"அய்யோ இல்ல சார்! இல்ல சார்! தாஸ் பொய் சொல்றார் சார்!"

"ஷட் அப் பரமா! சார்! இவனை அப்புறமா கவனிக்கலாம்! போடா! பரமா! போய் பையனோட பாடியத் தேடிக் கொண்டா! எஸ் பி சார்! இத மொதல்ல கவனிப்போம்!"

பரமன் பதைபதைத்து ஸ்திரமில்லா மனசுடன் வெளியே ஓடினான்.

"ஒரு நிமிஷம் எஸ் பி சார்! இதோ வரேன்!"

"தாஸ்! ரா வேளைல ஹார்பருக்குள்ள சிவிலியன் பாடியா? என்ன ஒரு மெஸ்! தாஸ்! வில்லியம்ஸ் நம்மளோட பின் பக்கத்த வாங்கிடப் போறார்!"

"சார் எனக்கு பத்து நிமிஷம் டைம் குடுங்க! இதோ வரேன்!"

தாஸ் வெளியே ஓடினான். தண்ணிர் டிரம்கள் கிடந்த இடத்துக்குப் போனான். அவன் சொல்லியிருந்தபடி நாலு பொட்டிகளும் அங்கேயே மறைவாக கிடத்தப்பட்டிருந்தன. தாஸ் அவற்றை இரண்டு கைகளிலும் அள்ளி எடுத்துக்கொண்டு விரைந்து ஓடி பயஸ் ஜோசஃபின் ஆஃபீசை அடைந்தான்.

"என்ன தாஸ் அது? என்ன கொண்டு வரே?"

"எஸ் பி சார்! இத உங்க ரூமுக்குள்ள மறைச்சு வெய்ங்க! சொல்றேன்! திஸ் ஈஸ் யுவர் ரிவார்ட் சர்!"

பயஸ் சற்று பதறினாலும் தாஸின் குரலும் முகபாவமும் வேறு எதையோ உணர்த்த அவர் சட்டென்று பொட்டிகளை அறைக்குள் கொண்டு அவரது பெரிய மேஜைக்கு அடியில் தள்ளி மறைத்தார். வெளியே வந்தார்.

வெளியே களேபரம் அடங்கத் தொடங்கியிருக்க சில நிமிடங்களில் பரமன் உள்ளே வந்தான்.

"என்ன ஆச்சு? பரமா?"

"புள்ள கெடச்சுட்டான் சார்!"

பயஸ் ஜோசஃப் பரபரத்தார்.

"தாஸ்! நாலு பாடியையும் என்னய்யா பண்ணப்போறீங்க? தே ஆர் நாட் சப்போஸ்ட் டு பி ஹியர்! மை காட்!"

பரமன் பெருமூச்சுக்கு நடுவே சொன்னான்.

"மூணு பாடிதான் சார்!"

தாஸ், எஸ்பி இருவரும் திடுக்கிட்டார்கள்

"என்னது மூணு பாடிதானா..? அப்ப.....?"

"புள்ள சாகல சார்! உயிரோடதான் இருக்கான்!"

பயஸ் அலறினார்.

"ஓ மை காட்! இன்னிக்குப் பார்த்து பாட்ரிக்கும் லீவு! நா செத்தேன்! தாஸ்! நம்ம போலீஸ் வேல இத்தோட காலி!"

தாஸ் சட்டென்று நிலமையை சமாளித்தான்.

"டேய்! பரமா! நீ கேட்டுக்கு போ. யாரும் உள்ள வந்துடாத பாத்துக்க! பத்திரிகை ஆளுங்க வந்தா செட்டியார விட்டா மாதிரி உள்ள வுட்டுடாத, போ க்விக்! கதிர்! நீ போய் பையன இட்டுக்கினு வா!

பரமன் நகர்ந்த பிறகு தாஸ் பெசினான்.

"எஸ் பி ! ஐ ஹேவ் யன் ஐடியா?"

"சொல்லு! சொல்லு தாஸ்! இல்ல செய்யி! என்னை இந்தக்குழப்பத்திலிருந்து விடுவி!"

"மூணு பாடியையும் காதுங்காதும் வெச்சா மாதிரி புதைச்சுடலாம்! அந்தப் பையன எங்கனா கொண்டு விட்டுடலாம். சின்னப்பையன் தான்! காட்டிக் கொடுக்கற டேஞ்சர் இல்லை சார்!"

"தாஸ்! அவன் வாய் தொறந்து பேசினா நானு நீயெல்லாம் போலீஸ் வேலய விட்டு தோட்டம் கொத்தப் போவேண்டியதுதான்! தெரியுமா?"

"அவன் பேசாம நா பாத்துக்கறேன் சார்! அத்தோட செட்டியாரோட நாலு பொட்டியும் கெடச்சிருக்கு, முழுக்க தங்கம் சார்! உங்க வீட்ல வெச்சுடட்டுமா சார்?"

“என்னது அந்த நாலு பொட்டியும் தங்கமா?”

“ஆமா சார்! இன்னிக்கு குறிஞ்சில வந்த செட்டியார் சரக்கு!”

“தாஸ்! செட்டியார் ஏதோ சின்னச்சின்ன பொருள் கடத்தறார்னு பார்த்தா இந்த மாரி வேலையெல்லாம் செய்யிறாரா?”

“இப்பத்தான் எனக்கே தெரிஞ்சது சார்! இன்னிக்கு செட்டியாரை மடக்கி விஜாரிக்கலாம்னு ப்ளான் போட்டேன்! விதி வேற மாதிரி போவுது! நமக்கு இது ஒரு பெரிய சான்ஸ் சார்! நடந்த தப்பை எப்படியானு மறைச்சுடலாம். இப்போதைக்கு உங்க வீடுதான் பக்கம். பொட்டிங்களை ஜீப்புல ஏத்திடறேன்! வீட்ல எறக்கி விட்டுட்டு வரச்சொல்லுங்க!

“தாஸ்! இந்தச் சிக்கலை சால்வ் பண்ணு! பொட்டியை நாம ரெண்டு பேரும் பிரிச்சுக்குவோம் தாஸ்! உன்னையும் நல்லா கவனிச்சுக்கறேன்!”

“சார்! மூணு பேர்! பாட்ரிக் வாயையும் அடைக்கணும்!”

“கரெக்ட்! அவன் இதுதான் சமயம்னு நம்மள மாட்டிவிட்டு எஸ் பிஆக டிரை பண்ணுவான்! அது சரி தாஸ், இப்ப பையனை என்ன பண்ணப்போறே?”

“*Terrorise*தான்! எல்லாம் நம்ம போலீஸ்ல சொல்லிக் கொடுத்துதான் சார்! *Assault on identity!* சீக்கிரமா மசிஞ்சுடுவான் சார்!”

“*You are not who you are* மெத்தேடா? பாத்து செய் தாஸ்! *I don’t want any comebacks to me!* ஆனா பரமனை என்ன பண்ணப்போற?அவன் பேசினாலும் கொழப்பம் தான்!”

“பரமன் இவங்கள உள்ளே விட்டதுதான் பெரிய தப்பு சார்!”

“தாஸ் நெஜத்த சொல்லு? பரமன் விட்டானா இல்ல நீதானா?”

தாஸ் தலையைக் குனிந்தான்.

“அது எதுக்கு சார் இப்ப? நமக்கு நல்ல லாபம் கெடச்சிருக்கு! எப்ப சம்பாதிக்கறது சார்?”

“இரு தாஸ்! பரமன் எப்படி ஹேண்டில் பண்ணப்போறோம் அதச்சொல்லு?”

“நா வில்லியம்ஸ் கிட்ட பேசிடறேன் சார். பரமனை இழுத்து

விட்டுர்ரேன்! என்கொயரி பண்ணி, பெனிஃபிட்ஸ புடுங்கி அவன டிஸ்மிஸ் பண்ணிடலாம். ஐ ஜி வில்லியம்ஸ்க்கு எம்மேல நம்பிக்கை இருக்கு! நா சொன்னா நம்பிடுவாரு! கூடவே நீங்களும் பாட்ரிக்கும் சொல்லும்போது நம்ம கேஸ் ஸ்டிராங் சார்!"

எஸ் பி யோசனை பண்ணினார்.

"சரியா வருமா தாஸ்?"

"கவலைப்படாம இருங்க எஸ் பி சார்! நா பாத்துக்கறேன்."

எஸ் பி பயஸ் "ஜீப்ப எடுக்கச் சொல்லு" என்றபடி எழுந்து போனார். போகும்போது அவர் கையில் நான்கு பெட்டிகள் இருந்தன.

தாஸ் தன் அறைக்கு முருகேசுவை அழைத்துப் போனான். முருகேசு அதீத பயத்தில் நடுங்கிக்கொண்டிருந்தான். வாய் அப்பா அம்மா வெடி என்று முணுமுணுத்துக்கொண்டிருந்தது.

"தம்பி உம்பேர் என்ன?"

"முருகேசு! எங்கப்பா அம்மா...?"

தாஸ் அந்தப்பையனின் தோள்களை ஆதுரமாகப்பிடித்துக்கொண்டு முகத்தை நிமிர்த்திச் சொன்னான்.

"த பாரு முருகேசு! உங்கப்பா அம்மா ஊருக்குப்போய்ட்டாங்க! சொல்லு?"

முருகேசுவின் முகத்தில் மறுப்பு தெரிந்தது. தலையை ஆட்டியபடி மெல்ல முணுமுணுத்தான்.

"இல்ல! ரத்தம்! ராத்திரி குண்டு வெடிச்சது! அப்பாம்மா வேணும்!"

அழுகை தொடங்கியது.

தாஸ் குரலை உயர்த்தினான்.

"இல்ல முருகேசு! உங்கப்பா அம்மா ஊருக்குப்போய்ட்டாங்க! சொல்லு! சொல்லணும்?"

முருகேசுவின் தலை வேகமாக மறுத்து ஆடியது.

"இல்ல! குண்டு வெடிச்சது! அங்க ரத்தம்! அம்மா கத்தினாங்க!"

தாஸ் முகத்தில் இப்போது கோபம் தொனித்தது. முருகேசுவை முரட்டுத்தனமாக ஆட்டினான்.

"ஒதை விழும்! சொல்லுடா! உங்கப்பாம்மா ஊருக்குப் போய்ட்டாங்க!"

முருகேசு இப்போது பயத்தில் சன்னக்குரலில் பேசினான்.

"இல்ல... அங்க... நா பார்த்தேன்! ரத்தம்..!"

தாஸ் இப்பொது முருகேசு எதிர்பார்க்காத வகையில் பளாரென்று ஒரு அறை விட்டான். முருகேசு வலியை விட அதிர்ச்சியில் உறைய தாஸ் கடுங்குரலில் அதட்டினான்.

"சொல்லுடா! எங்கப்பாம்மா ஊருக்கு போய்ட்டாங்க!"

முருகேசு முனகலாக ஆனா அதிக ஒப்புதலில்லாத குரலில் சொன்னான்.

"இல்ல...ம்... எங்கப்பாம்மா ஊருக்கு போய்ட்டாங்க!"

"என்னடா மென்னு முழுங்கற? சோறு துன்னல? அழுத்தமா சொல்லு!"

பளாரென இன்னொரு அறைவிட்டான்.

"ம்! சொல்லு! எங்கப்பா அம்மா ஊருக்குப் போய்ட்டாங்க!"

"மறுபடி சொல்லு?"

"எங்கப்பா அம்மா ஊருக்குப் போய்ட்டாங்க!"

தாஸ் இப்போது முகத்தை சாதாரணமாக்கிக்கொண்டான்.

"இங்க என்ன பாத்த?"

"குண்டு... இல்ல இல்ல! எங்கப்பா அம்மா ஊருக்குப் போய்ட்டாங்க!"

இன்னொரு அறை! முருகேசுவின் காதுகளில் ரத்தம் தெறித்தது. குழந்தை சிதைந்து அழுதான். உடல் நடுங்கியது. வாய் கோணியது.

"நேத்து என்ன சாப்ட்டே?"

"எங்கப்பா அம்மா ஊருக்குப் போய்ட்டாங்க!"

"கோலி விளையாடுவியா?"

“எங்கப்பா அம்மா ஊருக்குப்போய்ட்டாங்க!”

“உம் பேர் என்ன?”

“ங்கப்பாம்மா ஊருக்கு போய்ட்டாங்க!”

“உங்க வீடு எங்க இருக்கு?”

“ங்கப்பாம்மா ஊருக்கு போய்ட்டாங்க!”

“நா சொன்னா கேப்பியா?”

“ங்கப்பாம்மா ஊருக்கு போய்ட்டாங்க!”

“உள்ள போறியா இப்ப?”

“ங்கப்பாம்மா ஊருக்குப் போய்ட்டாங்க!”

“போ! அங்க ஓரமா உட்காரு! நா சொல்ற வரைக்கும் நவரக் கூடாது!”

முருகேசு ங்கப்பாம்மா ஊருக்குப் போய்ட்டாங்கன்னு முணுமுணுத்துக்கொண்டே போய் தாஸ் நாற்காலிக்குப் பின்புறம் உட்கார்ந்துகொண்டான். வாய் மட்டும் ங்கப்பாம்மா ஊருக்குப் போய்ட்டாங்க என்றே உச்சரித்துக்கொண்டிருந்தது.

இந்த மன அடையாளத்தாக்குதல் மற்றும் மன அடையாளத்தைச் சிதைத்தல் *(Identity Assault and Identity. Disruption)* என்பது இரண்டாம் உலகப்போரில் மிக அருகில் குண்டு வெடித்து நெருங்கிய நண்பனின் உடல் சிதைந்து இறப்பது போன்ற கொடூரச்செயல்களை அருகில் கண்டு ஏற்படும் ஒரு வித ட்ரௌமா என்னும் அதீத அதிர்ச்சி. இது ஒருவருடைய மனதைப் பாதித்து நரம்புகளைக் கட்டுப்படுத்தி எதிர்காலச் செயல்களை இயந்திரத்தன்மையோடு மாற்றிவிடக்கூடிய சக்தி கொண்டது. அதுவும் பிஞ்சு மனதுடைய குழந்தைகளுக்கு நேரும்போது மனச்சிதைவானது அந்தக் குழந்தையின் எதிர்கால செயல்பாடுகளையே கட்டுப்படுத்திவிடக் கூடியது.

பெட்டிகளை வீட்டில் பத்திரமாகச் சேர்த்துவிட்டு பயஸ் ஜோசஃப் திரும்பிவிட்டார்.

என்ன தாஸ்! சமாளிச்சியா? அப்புறம் பொட்டியெல்லாம் வீட்ல வெச்சாச்சு! சந்தடி அடங்கட்டும்! நாம பிரிச்சுக்கலாம், என்ன?

“இருக்கட்டும் சார்! எனக்கு ஒண்ணும் அவசரமில்ல!”

"தாஸ்! இன்னமே அந்தப் பையனால் தொல்லை இல்லியே?"

"ஒண்ணும் இல்லை சார்! பையனோட *Identity disruption* ஆயிருக்கும்! நீங்களே பாருங்க! டேய்! இங்க வாடா!"

பயத்தில் நடுங்கி முகம் சிவந்து காதருகில் ரத்தப்பொட்டுடன் முருகேசு வந்தான்.

பயஸ் கேட்டார்.

"உம்பேரு என்னடா?"

"ங்கப்பாம்மா ஊருக்குப்போய்ட்டாங்க!"

"இங்க என்ன பார்த்தே?"

"ங்கப்பாம்மா ஊருக்குப்போய்ட்டாங்க!"

"தாஸ்! கொஞ்ச நாள்ள பயம் தெளிஞ்சு....?"

"ஆவாது சார்! நிச்சயம் ஆவாது!"

"குட்! தாஸ் இவன் இங்கவே இருக்கட்டும் நம்ம கண் முன்னாடியே! நீ எதுக்கும் ஒரு பார்வை வெய்யி இவம்மேல!"

"ஓகே சார்!"

"மறுபடி சொல்றேன் தாஸ்! உம்பொறுப்பு! நீ பாத்துக்கோ! எனக்கு பாம்பிங் ரிப்போர்ட் குடுக்கணும்! உங்காள் வில்லியம்ஸ் என்னைக் குடாய்வாரு! அவர நீதான் கவனிச்சுக்கணும்! அவருக்கு செல்லமாச்சே நீயி! *And Das! I don't know anything! I did not see anything! Okay?*

"நா பாத்துக்கறேன் சார்! *Mission Accomplished sir! No more worries!*"

"இது மட்டும் சரியா முடியட்டும் தாஸ்! ஒரு வருஷத்துல நீ டி எஸ் பி! நா காரண்டி!"

"தாங்க் யூ சார்!"

பயஸ் வெளியேற, தாஸ் மறுபடி முருகேசுவை நெருங்கினான்.

ஐ ஜி ஆஃபீசில் சர் வில்லியம்ஸ் ஹார்பர் செக்யூரிடி அத்தனை பேரையும் விசாரணைக்கு அழைத்திருந்தார். .

"என்ன மேன் நடக்குது உங்க ஹார்பருல? கல்கத்தாவுலேர்ந்து

எனக்கு ஃபோன் மேல ஃபோன் வருது! வெறும் உளவுப் பிளேன் வந்து நாலு குண்டு போட்டதக் கூடவா சமாளிக்க முடியல. தாஸ் ஃபோன் பண்ணினான். சிவிலியன் டெத் இருக்காமே! அதுல ஒரு லேடி! ப்ளடி ஹெக்! இருட்டுனதுக்கப்றம் எவன்யா சிவிலியனை உள்ள வுட்டது! லேடி கேக்குதா? என்ன ட்யூட்டி பாக்கறீங்க! ப்ளகாட்ஸ்!"

பயஸ் ஜோசஃப் பம்மியவாறே சொன்னார்.

"சாரி சார்! இந்த டெம்பரி சார்ஜெண்ட் பரமன் பண்ணின தப்பு! காசு வாங்கி சிவிலியன்ஸை உள்ள விட்ருக்கான்னு தாஸ் விசாரிச்சு சொல்றான்!"

"வாட் தாஸ்! நீ இருந்துகூட இப்படித் தப்பு நடந்திருக்கு! என்னா சார்ஜெண்ட்! பரமனா உம்பேரு? வெறும் டெம்பரரியா இருக்கும்போதே லஞ்சம் வாங்கறியா? இங்கியே உன்ன தோலை உரிச்சிடுவேன். கேட்டா குண்டு விழுந்து நீயும் போய்ட்டேன்னு ரிப்பொர்ட் எளுதிடுவேன்! ஒழுங்க ட்யூட்டி செய்ய மாட்டியா நீயி?"

பரமன் அதிர்வுடன் புலம்பினான்.

"இல்லை சார்! நா விடல சார்! தாஸ்தான் என்னை மீறி உள்ள வுட்டாரு! நா தடுத்தேன்! இப்ப பழிய எம்மேல போட்டுத் தப்பிக்கறாரு!"

"நோ! நோ! ஐ டோண்ட் பிலீவ் யூ! தாஸ் ஈஸ் ய வெரி குட் ஆஃபீசர்! எனுக்குத் தெரியும் அவன! நீ பொய் சொல்றே? உண்மைய ஒத்துக்கினா டிஸ்மிஸ் பண்ணி பெனிஃபிட் தரச்சொல்றேன்! பிடிவாதம் பிடிச்சீன்னா அத்தன பெனிஃபிட்டும் போய்டும்! என்ன சொல்றே?"

பரமன் பிடிவாதமாக மறுத்தான்.

"இல்ல சார்! நா தப்பு பண்ணல! நீங்கள்லாம்தான் லஞ்சம் வாங்கிட்டு தப்பு பண்றீங்க!"

தாஸ் சட்டென்று பாய்ந்து பரமனை பளாரென அடித்தான்.

"டேய்! ஐ ஜியையே குத்தம் சொல்றியா? என்ன தைரியம்டா உனக்கு?"

வில்லியம்ஸ் பொறுமை இழந்தார். அக்கால வெள்ளைக்கார அதிகாரிகள் இத்தனை நேரம் விசாரித்ததே அதிசயம்.

"சார்ஜெண்ட்! உன்னை டிஸ்மிஸ் பண்றேன்! வித்தவுட் பெனிஃபிட்ஸ்! பயஸ்! யூனிஃபார்மப் பிடுங்கிட்டு இவன வெளில அனுப்புங்க! Get lost!"

பரமன் உறைந்து போனான். திமிறினான்.

"இது அநியாயம்!"

"ஷட் அப்! இது ஐஜி ஆஃபீஸ்! இங்க வந்து ஒரு டெம்பரி, நீ ரகளை பண்ணினா என்ன பனிஷ்மெண்ட் தெரியுமா? கோர்ட் மார்ஷல் கூட இல்லாம சுட்டுத் தள்ளிடுவேன்! டேக் ஹிம் அவே!"

இப்போது பயஸ் மற்றும் தாஸைப் பார்த்தார்.

"நா ஒரு அறிக்கை தயார் பண்ணும். யூ போத் மானேஜ் த ஹார்பர்!"

வெளியே வந்து பயஸ் ஜோசஃப் தாஸைப் பார்த்துக் கண்ணடித்தார். இருவரும் ஜீப்பில் ஏறி ஹார்பருக்குப் புறப்பட்டனர்.

பதட்டங்கள் அடங்கின அடுத்த நாள் காலை. அரசாங்கத்துலிருந்து மொண்ணையாக விளக்கம் வந்தது.

"சில ஜப்பானிய உளவு விமானங்கள் வந்து நேற்றிரவு மெட்ராஸ் துறைமுகத்தில் குண்டுகள் வீசிவிட்டுச் சென்றன. அதிக சேதம் ஏதுமில்லை."

பரமன் எட்வர்ட்ஸ் எலியட்ஸ் ரோடின் திருப்பத்தில் பிளாட்ஃபாரத்தில் ஒடுங்கிப்போய் நின்றான்.

மக்கள் எப்போதும் போல திண்ணையிலே பேசியும், கபாலி கோவில் வெளிப்பிராகாரங்களிலும் மெரீனா பீச்சிலும் வம்பளந்தும், "எப்ப வேணா ஜப்பான்காரன் வந்துடப்போறான்" என்று பீதியைக் கிளப்பிக்கொண்டும் அதே சமயம் "ராயர் ஹோட்டல்ல நேத்து போட்டார் பாருங்கோ ரவா இட்லியும் கெட்டி சட்னியும்" என்று ருசித்துக்கொண்டும், சிவகவி, எம்கே டி பாகவதர், சொப்பன வாழ்வில் மகிழ்ந்து என்றும் ரசித்துக்கொண்டும் நாட்களைக் கடத்திக்கொண்டிருந்தனர்.

ஃபிப்ரவரி 5, 1969 மதியம் 3 மணிக்கு மேல்
தாஸ், சவரி, கண்ணம்மா

தருமன், சவரி, கண்ணம்மா உறைந்து பார்த்துக்கொண்டிருக்க, தாஸ் பெருமிதமாக உட்கார்ந்து கொண்டிருந்தார். சவரி அவமானத்தில் தலைகுனிந்து நின்றான். கண்ணம்மா நெட்டி முறித்தாள்.

"அடப்பாவி மனுசா! என்ன ஒரு அயோக்கியத்தனம் பண்ணியிருக்க நீயி! நாசமாப்போவே! அந்த பயித்திக்காரப்புள்ள தான் இங்க "ங்கப்பாம்மா ஊருக்குப்போய்ட்டாங்க"ன்னு பொலம்பிக்கிட்டு திரியுதா! ஒரு பச்சப்புள்ள வாழ்க்கையையே இப்படி சீரழிச்சுட்டியே! நல்லா இருப்பியா நீயி?"

தருமன் கூட கசப்புடன் நின்றான்.

"இத்தனயும் பண்ணிட்டு நீ சொகமா இருக்கியா?"

இல்லீங்க! அப்பாருக்கான தண்டனை கெடைச்சுடுச்சி! என்கொயரி வந்தபோது அந்த டி எஸ்பியும் எஸ்பியும் சேர்ந்து அப்பாவ காட்டிக் கொடுத்துட்டு நாலு பொட்டி தங்கத்தோட எஸ்கேப் ஆயிட்டாங்க. சுதந்திரத்துக்கு அப்புறம் ரெண்டு பேரும் ஓர்த்தர் பின்னாடி ஒருத்தர் ஆஸ்திரேலியாவுக்குப் போய்ட்டாங்க. வில்லியம்ஸூம் இங்கிலாந்து போய் செட்டில் ஆய்ட்டாரு. அல்லாருமா அப்பா மேல பழியப்போட்டு ஒதுங்கிட்டாங்க.

“என்ன தண்டனை கொடுத்தாங்க?”

“வேல போச்சு!அல்லா சலுகையும் நிப்பாட்டிட்டாங்க. பி எஃப் பென்ஷன் ஒண்ணும் கிடையாதுன்னு யூன்ஃபார்மப் பிடுங்கி வீட்டுக்கு அனுப்பிட்டாங்க. வசதியான வீட்டுலேர்ந்து நாங்க நெட்டுக்குப்பம் குடிசை வாழ்க்கைக்கு போய்ட்டம்! எனக்கு படிப்பு நின்னு போச்சு! சின்ன வயசுலயே வேலைக்கிப் போக வேண்டிய கட்டாயம்! எனுக்குமே கவர்மெண்ட் வேல கெடைக்காதுன்னுட்டாங்க!”

“சுதந்திரம் வந்தபிறகு எதுனா டிரை பண்ணுறதுதானே?”

“ரிக்கார்டெல்லாம் இவருக்கு எதிரா எழுதி வெச்சுட்டாங்க! இவரு அழிஞ்சதோட என் வாழ்க்கையுமே அழிச்சுட்டாரு!

அடப்பாவி! துரை குடும்பமே நாசமாப் போச்சேய்யா! அந்தப் புள்ள இப்படி பைத்தியமாத் திரியுதே! அது என்னய்யா பாவம் பண்ணிச்சு, வாழ்க்கையவே தொலைச்சிட்டு நிக்கறதுக்கு! போதாதுன்னு சொந்தப் புள்ளையவே பழிவாங்கினா மாதிரி பண்ணிட்டானே இந்தக் கெழவன்!”

இது எதையுமே கண்டுகொள்ளாமல் தாஸ் நிமிர்ந்தபடியே ஸ்டூலில் உட்கார்ந்து கொண்டிருந்தான்.

கேட்டருகில் அப்போது ஏதோ கூச்சல், பரபரப்பு. தருமன் அங்கே போய் என்ன சத்தம் என்று அதட்டினான்.

“செக்யூரிடி! கேட்ட தொறங்க! அவசரம்?”

“யாரு நீங்க? என்ன வேணும்?”

“நா பூக்கட போலீஸ் ஸ்டேஷன்லேர்ந்து வரேன்! காரைக்குடியிலேர்ந்து ந்யூஸ் வந்துது. அபூபக்கர்னு மலேயா ஆள். ரெண்டு நா மிந்தி கப்பல்ல வந்தாரு!”

கண்ணம்மாவுக்கு உடல் விதிர்த்தது.

“அபூபக்கரா?”

படபடப்பைக் காட்டிக்கொள்ளாமல் கேட்டருகே வந்தாள்.

“அபூபக்கர் காரைக்குடியில ஒரு ஆக்ஸிடெண்ட்டுல செத்துட்டாரு. அவர் கிட்ட இருந்த பாஸ்போர்ட்ட வெச்சு மலேயாவுக்கு சேதி

அனுப்பணும்! இங்க பாஸ்போர்ட் கண்ட்ரோல் ஆஃபீசுக்கு உள்ள போகணும்!"

கண்ணம்மாவுக்கு மூச்சே அடைத்துவிடும் போல இருந்தது. வெளியே காட்டிக்கொள்ளாமல் பேசினாள்.

"ஆருங்க அபூபக்கரா? அவுர நானே பாத்துக்கிறேனே! என்ன ஆச்சுங்க?"

"காரைக்குடியில ரோடக் கடக்கும்போது லாரிக்காரன் வந்து பிரேக் பிடிக்காம இட்ச்சுட்டானாம்! சேதி வந்தது! எனக்கு வேற ந்யூஸ் ஏதும் தெரியாதும்மா! செக்யூரிடி! உள்ள விடறீங்களா?"

பரமன் கேட்டைத் திறந்து அவனை உள்ளெ அனுப்பி பாஸ்போர்ட் ஆஃபீசுக்கு வழி சொல்லி அனுப்பினான். கண்ணம்மா ஜிப் பையை இறுக்கி பிடித்துக்கொண்டாள்.

அஞ்சு லட்சம்!

எனக்கேவா? வெறகு தொட்டி சண்முகம் விஷயம் கேள்விப்பட்டா என்னை சும்மா விடுவானா?

"தலை நோவுதுப்பா! நா வூட்டுக்கு கௌம்பறேன்! அப்பத்தான் சாயங்காலமா பீச்சாண்ட போய் யாவாரத்தைக் கவனிக்க முடியும்!"

யாரிடமோ சொல்லுவது போல உரக்க சொல்லிவிட்டு மெதுவாக நடையைக் கட்டினாள்.

"வேகமா நடக்காத! கண்ணம்மா! மெதுவா நிதானமா நட!"

தனக்குத்தானே சொல்லிக்கொண்டு வீட்டுக்குப் போனாள். ஜிப் பையை ஓரமாக பெட்டிக்குப்பின் மறைத்து வைத்தாள். எதுவாக இருந்தாலும் நாளைக்கு பார்த்துக்கொள்ளலாம் என்று ஒத்திப்போட்டாள். ஆனால் பரபரப்பு அடங்கினபாடில்லை.

அடுத்த நாள். அதற்கும் அடுத்த நாள். இல்லை, ஒன்றும் நிகழவில்லை.

மூன்றாம் நாள் காலை சகாதேவன் வேலைக்குப் போனபின் பஸ் பிடித்து பேசின் பிரிட்ஜ் போனாள். சால்ட் கொட்ரஸுக்கு நடந்தாள். சந்தில் பார்த்தபோது விறகுகள் தென்படவில்லை. மெல்ல நடந்து போனாள். கடையை நெருங்கிப் பார்த்தாள்.

பூட்டியிருந்தது. கடைப் பையனையும் காணவில்லை. சற்று நேரம் அங்கேயே நின்றாள். மெல்ல நடந்து தெரு முனை கடைக்கு வந்து விசாரித்தாள்.

“வெறகு தொட்டி லீவா இன்னிக்கு? வூட்ல ஒரு சுள்ளி இல்ல!வாங்கலாம்னு வந்தா இவனும் மூடிட்டுப்போயிருக்கானே?”

“ஏம்மா உனுக்கு விஷயம் தெரியாதா?”

“ஏங்க என்னாச்சு?”

“முந்தா நாளு ஒரே ரகளை இங்க! போலீஸெல்லாம் வந்து சண்முகத்தை பிடிச்சிட்டு போய்ட்டாங்க!”

“போலீஸா? அவுங்க எதுக்கு வெறகு தொட்டியில ?”

“அதென்னமோ சண்முகம் ஏதோ கடத்தல் பண்றாராமா? அதான் ஜீப்பெல்லாம் வந்து பெரிய ஆஃபீசருங்கள்லாம் வந்தாங்க! எத்தினி நாள் ஜெயிலோ? வேற எதுனா கடைக்கு போ! அங்க பாரு அந்த தெருவுல கடசீல போனா இன்னொரு வெறகு தொட்டி இருக்கு!”

“சரிங்கய்யா! அம்மாம் தொலைவு போணுமா? வேற வழி!”

கண்ணம்மா நடந்து அவன் சொன்ன வழியிலேயே போய் அவன் கண் தூரம் தாண்டினவுடன் அரக்கப்பரக்க எதிர்ப்பக்கம் நடந்து பஸ் பிடித்தாள். வழியெல்லாம் படபடப்பு.

அஞ்சு லட்சம்!

மனதில் தீர்மானம் செய்து கொண்டாள்.

1969க்குப் பிறகு சில நிகழ்வுகள்

சுதந்திரம் வந்த பிறகு தேவராஜ் முதலியாரால் அத்தனை காண்டிராக்ட் ஊழியர்களை வைத்து துறைமுகத்தில் சமாளிக்க முடியவில்லை. அவருக்கும் வயதாகி இரண்டு மகன்களும் படித்து வடநாடு போய்விட்டதால் அடுத்த முறை ரின்யூ வரும்போது ஒதுங்கிக் கொண்டார். யாரோ ஒரு காங்கிரஸ் பிரமுகரின் மைத்துனனுக்குப் போன காண்டிராக்ட் தொள்ளாயிரத்தி அறுவத்தேழுக்குப் பிறகு திரவிடக் கட்சி அனுதாபிகளுக்குப் போனது. தொண்ணூறுகளில் தாராளமயமாக்குதல் கொள்கையின்படி லண்டனைச் சேர்ந்த எல்லிஸ் அண்ட் டங்கன் என்னும் ஸ்கில் ப்ளேஸ்மெண்ட் கம்பெனி நுழைந்து ஹார்பரின் மொத்த லேபர் காண்டிராக்டையும் எடுத்து அவுட்சோர்ஸிங் என்னும் பெயரில் நடத்தத் தொடங்கிவிட்டது

கண்ணம்மா விஷயம் எதுவுமே தெரியாத சின்னான், ஃபிப்ரவரி ஐந்தாம் தேதி அபூபக்கரின் அகால மரணமும் அதற்கு அடுத்த நாளே ராயபுரம் விறகு தொட்டி சண்முகம் கைதான சேதியும் கேட்டு அப்படியே தலைமறைவானான். எங்கோ ராஜமுந்திரி பக்கம் போய்விட்டதாக சேதி.

கட்சியை மதிக்கவில்லை என்றும் சர்வாதிகாரி மாதிரி நடக்கிறார் என்றும் குற்றம் சாட்டப்பட்டு அன்றைய பிரதமர் இந்திராகாந்தியை 12 நவம்பர் 1969ஆம் வருடம் காங்கிரஸ் கட்சியிலிருந்து நீக்கினார்கள். இது பற்றியெல்லாம் கவலைப்படாமல் அதே தினம் மதுரை தல்லாகுளத்தில் வேறொரு நிகழ்ச்சியும் நடைபெற்றது.

“இன்னிக்கு திரிதியை, தெரியுமா? முஹூர்த்தமே பாக்க வாண்டாம்! நன்னா ஆரம்பியுங்கோ! அமோகமா வருவேள்!”

பிரசன்ன வெங்கடேசப்பெருமாள் கோவில் பட்டர் சேஷராமானுஜன் வாய் நிறைய வாழ்த்தி தீர்த்தம் கொடுத்து சடாரி வைத்து அனுப்ப, “கண்ணம்மாள் டைப்ரைட்டிங் இன்ஸ்டிட்யூட்” என்ற ஒரு டைப்பிங் பயிற்சிப்பள்ளியும் கூடவே ஜாப் டைப்பிங்கும் செய்து தரப்படும் என்னும் போர்டுடன் தொடங்கப்பட்ட அந்த சொந்தக் கட்டிடத்தில் கீழே இன்ஸ்டிட்யூட்டும் மேலே மாடியில் அம்மாவும் பிள்ளையுமாய் ஜாகை போனார்கள்.

தமிழக அரசியலில் புதிய சகாப்தம் தொடங்கிய நாள் 1972ம் ஆண்டு அக்டோபர் 17ம் தேதி. அன்றுதான் திமுகவிலிருந்து எம்.ஜி.ஆர். முழுமையாக டிஸ்மிஸ் செய்யப்பட்டார். எம்.ஜி.ஆரை கட்சியை விட்டு நீக்கும் தீர்மானத்தை நாவலர் நெடுஞ்செழியன் கொண்டு வர, அதை முதலில் செயற்குழு நிறைவேற்றியது. திமுக பொதுக்குழுவும் கூடி நிறைவேற்றியதைத் தொடர்ந்து எம்.ஜி.ஆர். திமுகவிலிருந்து முழுமையாக நீக்கப்பட்ட நாள். திமுகவிலிருந்து எம்.ஜி.ஆர். நீக்கப்பட்டதும் தமிழகமே கொந்தளித்தது. எம்.ஜி.ஆரின் ரசிகர்களும், அவருடைய ஆதரவாளர்களாக இருந்த திமுகவினரும் பெருவாரியாக திரண்டு வந்து எம்.ஜி.ஆர். பின் நின்றனர். திமுக உடைந்தது. அதிமுக பிறந்தது.

நெட்டுக்குப்பத்தில் ஆண்பிள்ளைகள் எல்லோரும் எண்ணூரில் நடக்கும் எம் ஜி ஆர் ரசிகர் மன்றக்கூட்டத்துக்குப் போய்விட்டிருக்க பெண்களும் வயதானவர்களும் தனியாக இருக்கும் நேரம். வீட்டு வாசலில் தாஸ் திண்ணையில் அப்படியே கண் அயர்ந்திருந்தார். சமயம் பார்த்துக்கொண்டிருந்த இசக்கி சாரையாய் வீட்டில் நுழைந்தான். ராகினி சாப்பிட்ட களைப்பில் உடைகள் தளர பாயில் படுத்திருக்க இசக்கி அவள்மீது பாய்ந்து வாயைப் பொத்தினான். அவன் கைகள் அங்குமிங்கும் அலைபாய, கிடைத்த இரு விரல்களுக்கிடையில் ராகினி சப்தமெழுப்ப, என்னவோ

உந்துதலில் கண் முழித்த தாஸ் எழுந்து உள்ளே ஓடி வந்தார். வயதான அவர் உடலிலும் ஒரு வேகம் வந்து அவர் பலகீனமான கைகளால் இசக்கியின் தலைமுடியைப் பிடித்து இழுக்க, இசக்கி வெறியோடு எழுந்து ஒரு கை ராகினியின் புஜத்தைப் பற்றியபடியே இன்னொரு கையால் தாஸின் குரல் வளையை நெரித்தான். சட்டென்று தாஸின் மூச்சு வழிப்பாதை அடைபட்டதால் அவரது நுரையீரல்கள் “காற்று காற்று” எனக் கதறி போதிய அளவு பம்ப் செய்ய முடியாமல் இதயத்துக்கான ரத்த ஓட்டம் தடைபட்டு, மூளைக்குச் செல்லும் ஆக்ஸிஜன் அளவு குறைந்து தாஸுக்கு மயக்கம் போல ஒன்று ஏற்பட்டது. மூளையின் செயலிழப்பால் தாஸின் மனதில் எண்ணங்கள் அலைமோதி எங்கோ தூரத்தில் எதிரொலி போல “ங்கப்பாம்மா ஊருக்குப்போய்ட்டாங்க” என்னும் வார்த்தைகள் கேட்டுக்கொண்டிருக்கும் போதே நினைவு தப்பி, உயிர் பிரிந்து கிழிந்த துணியாய் விழுந்தார். இசக்கியின் திடீர்த் தாக்குதலில் ராகினி மூர்ச்சையடைந்து விட, இசக்கி ராகினியை அப்படியே பாயில் கிடத்தி...

ஆம். ஆம். ஆம்!

இது எதையுமே அறியாமல் எண்ணூரின் கார்ப்பரேஷன் மைதானத்தில் சவரி ‘எம்ஜிஆர் வாழ்க’ என்று கூவிக் கொண்டிருந்தான். மைதானத்துக்கு எதிர்ப்புறச் சுவரில் திருக்குறள் எழுதியிருந்தது.

> “நல்லவை எல்லாஅந் தீயவாம் தீயவும்
> நல்லவாம் செல்வம் செயற்கு.”

டிசம்பர், 11, 2016

கபாலி கண்களைத் திறந்தபோது இருட்டிவிட்டிருந்தது, உபன்யாசம் முடிந்துபோய் லவுட் ஸ்பீக்கர் ஃபீட்பேக்குடன் கொய்ய்ங்கென்று ஸ்லேட்டில் ஆணி கீறுவது போல க்றீச்சிட்டுக்கொண்டே யாரோ இரண்டு முதிர்ந்த பெண்மணிகளின் பாட்டை ஒலிபரப்பியது. வாசல் மெஸ்ஸில் கூட்டம் குறைந்துவிட்டது.

“மொலாளி! தோசை போடட்டா?”

கபாலிக்கு பதில் சொல்லக்கூட திராணி இல்லாதது போல ஆயாசம். கண்கள் இடுங்கியவாறே பார்த்தார்.

“கொடுரா! சாம்பார் வேண்டாம்! சட்னி மட்டும் கொஞ்சமா.”

கடைப்பையன் தட்டில் சூடான வெங்காய தோசையை வைத்து அருகில் வெண்மஞ்சள் சட்னி போட்டுக் கொடுத்தான். கபாலி ஒரு விள்ளல் சாப்பிட்டார்.

“என்னடாது! தேங்காய பார்த்து ஓடச்சியா? அழுகினாப்பல இருக்கே?”

“இல்ல மொலாளி! இத்தன பேரு சாப்ட்டு போயிருக்காங்களே! ஆரும் ஒண்ணுஞ் சொல்லியே! உங்களுக்குத்தான் வாய் கசக்குதோ என்னவோ?”

“ம்! சரி அரை டம்ளர் காபி கொடு போறும்! சக்கரை தூக்கலாவே போடு!”

காபி கொண்டு வருவதற்குள் மறுபடி கபாலி கண்களை மூடிக்கொண்டார். ஒலிபெருக்கி சற்று முன்பாகப் பேசியது அவர் காதில் எதிரொலித்தது.

“வாழ்க்கைங்கறது வாழறதுக்குத்தான். ஆனா அந்த வாழ்க்கை முழுக்க பதில் இல்லாத கேள்விகள் நம்மை தொரத்திண்டே இருக்கும். நம்ம வேலை அந்தப் பதிலில்லாத கேள்விகளுக்கு நடுவுலயே வாழ்க்கையை அதன் போக்கிலேயே விட்டு ஒரு சாதாரண சாட்சியா மட்டுமே இருந்துட்டு போக வேண்டியதுதான்!”

“டேய்! எனக்கு தூக்கம் வர்ரது! நா உள்ள போறேன்! நீ கடையச் சாத்திட்டு சாவியை ஆணில மாட்டிட்டுப்போ. நாளைக்கு சீக்கிரமா வந்து கட தொறக்கணும்!”

“சரி மொலாளீ! நீங்க போங்க! நாளைக்கு ஆறு மணிக்கெல்லாம் வந்து கடையைத்தொறந்துடலாம்!”

சில நிமிஷங்கள் கழித்து கடைப்பையன் எதேச்சையாகத் திரும்பிப் பார்த்த போது கபாலி இன்னும் நாற்காலியிலேயே சாய்ந்து கண்கள் மூடிப்படுத்திருந்தார்.

அடுத்த பதிமூன்று நாட்களுக்கு கடை திறக்கப்படவில்லை.

★★★

ஆதாரத் தொடர்புகள்

1. https://www.tamilheritage.org/old/text/ebook/kapal/p04.html
2. https://134804.activeboard.com/t62627158/parthiban/
3. https://en.wikipedia.org/wiki/Steamship#:~:text=A%20steamship%2C%20often%20referred%20to,(turn)%20propellers%20or%20paddlewheels.
4. https://en.wikipedia.org/wiki/Aaron_Manby
5. http://www.indiandefencereview.com/news/history-of-shipbuilding-in-india/
6. http://shipmin.gov.in/sites/default/files/SBR_compressed.pdf
7. http://raja-rajendran.blogspot.com/2014/11/blog-post.html
8. https://134804.activeboard.com/t62627158/parthiban/?page=2&sort=oldestFirst
9. https://www.asanet.org/sites/default/files/attach/journals/jul17smhfeature.pdf
10. Champion of Enterprises by V Sriram (for The Madras Chamber of Commerce and Industry)
11. Press Release on October 12, 1943

SHORT RAID ON MADRAS

A FEW BOMBS DROPPED

VERY SLIGHT CASUALTIES

NO DAMAGE DONE

MADRAS, Oct. 12.

A Press Communique issued by the Madras Government this afternoon states:

There was a short alert in Madras last night. A few bombs were dropped and very slight casualties were caused. No damage was done.

NEW DELHI, Oct. 12.

To-day's India Command Joint War Communique says:

"An enemy reconnaissance aircraft approached Madras last night and a few bombs were dropped. No military damage has been reported; but there were a few civilian casualties."

www.ingramcontent.com/pod-product-compliance
Lightning Source LLC
LaVergne TN
LVHW100247051026
849517LV00006B/2027
* 9 7 8 9 3 9 5 5 1 1 9 3 3 *